அந்த நாளின் கசடுகள்

அந்த நாளின் கசடுகள்

ஆர். சிவகுமார்

மொழிபெயர்ப்பாளர்

மாநிலக் கல்லூரியின் ஆங்கிலத் துறையில் இணைப் பேராசிரியராகப் பணியாற்றி ஓய்வு பெற்றவர். 1970களிலிருந்து இவருடைய மொழிபெயர்ப்புகள் சிறுபத்திரிகைகளில் வெளியாகி வருகின்றன. சில லத்தீன் அமெரிக்கச் சிறுகதைகள், ‘உருமாற்றம்’ (காஃப்கா), ‘பிறமொழிக் கதைகள்’, ‘இரண்டு வார்த்தைகளும் மூன்று துறவிகளும்’ (உலகச் சிறுகதைகள்), பின் நவீனத்துவக் கோட்பாடு குறித்த சில கட்டுரைகள், ‘பதேர் பாஞ்சாலி’ (திரைக்கதை), ‘இலக்கியக் கோட்பாடு’ (ஜானதன் கல்லர்), ‘சோஃபியின் உலகம்’ (யொஸ்டைன் கார்டெர்), ‘மார்க்ஸின் ஆவி’ (சார்ல்ஸ் டார்பர்), ‘வசை மண்’ (மார்ட்டீன் ஓ’ கைன்) ஆகியவை இவருடைய மொழிபெயர்ப்புகளில் குறிப்பிடத்தக்கவை. சங்கப் பாடல்கள் சிலவற்றையும் நகுலனின் சில கவிதைகளையும் ஆங்கிலத்தில் மொழிபெயர்த்துள்ளார்.

கைப்பேசி : 9444367697

மின்னஞ்சல் : sivaranjan51@yahoo.co.in

மார்ட்டின் ஓ'கைன்

அந்த நாளின் கசடுகள்

ஆங்கிலத்திலிருந்து தமிழில்
ஆர். சிவகுமார்

காலச்சுவடு பதிப்பகம்

● அன்பார்ந்த வாசகருக்கு,

வணக்கம்.

காலச்சுவடு நூலை வாங்கியமைக்கு நன்றி.

நூலின் உள்ளடக்கம், உருவாக்கம், அட்டைப்படம் இன்ன பிற அம்சங்கள் பற்றிய உங்கள் கருத்துகளையும் ஆலோசனைகளையும் காலச்சுவடு வரவேற்கிறது. தகவல், எழுத்து, வாக்கியப் பிழைகள் தென்பட்டால் கட்டாயம் தெரிவித்து உதவுங்கள். நூல் தயாரிப்பில் கடும் குறைபாடு இருப்பின் மாற்றுப் பிரதி உங்களுக்குக் கிடைக்கக் காலச்சுவடு ஏற்பாடு செய்யும்.

மின்னஞ்சல்: **publisher@kalachuvadu.com**

காலச்சுவடு நாகர்கோவில் தலைமையகத்துக்கும் கடிதம் அனுப்பலாம்.

தங்கள்
எஸ்.ஆர். சுந்தரம் (கண்ணன்)
பதிப்பாளர் — நிர்வாக இயக்குநர்

This book was published with the support of Literature Ireland.

Fuíoll Fuine (The Dregs of the Day) by Máirtín Ó Cadhain

First published by

அந்த நாளின் கசடுகள் ❖ குறுநாவல் ❖ ஆசிரியர்: மார்ட்டீன் ஓ' கைன் ❖ ஆங்கிலத்தில்: ஆலன் டிட்லி ❖ ஆங்கிலத்திலிருந்து தமிழில்: ஆர். சிவகுமார் ❖ முதல் பதிப்பு: செப்டம்பர் 2021 ❖ வெளியீடு: காலச்சுவடு பப்ளிகேஷன்ஸ் (பி) லிட்., 669 கே.பி. சாலை, நாகர்கோவில் 629001

காலச்சுவடு பதிப்பக வெளியீடு: 1018

anta naaLin kacaTukaL ❖ Tamil translation of Irish Novella ❖ Author: Máirtín Ó Cadhain ❖ Alan Titley (English) ❖ Tamil Translation from English by R. Sivakumar ❖ Language: Tamil ❖ First Edition: September 2021 ❖ Size: Royal ❖ Paper: 18.6 kg maplitho ❖ Pages: xxviii + 108

Published by Kalachuvadu Publications Pvt.Ltd., 669, K.P. Road, Nagercoil 629001, India ❖ Phone: 91-4652-278525 ❖ e-mail: publications@kalachuvadu.com ❖ Printed at Mani Offset, Chennai 600077

ISBN: 978-93-91093-89-1

09/2021/S.No.1018, kcp 3171, 18.6 (1) ass

ஆங்கில மொழிபெயர்ப்பாளர் முன்னுரை

'அந்த நாளின் கசடுகள்' என்ற இந்தக் கதை மார்ட்டீன் ஓ' கைனின் மறைவுக்கு முன்பு வெளியான இறுதி நூல். அவருடைய முந்தைய படைப்புகளிலிருந்து மாறுபட்டதாக இருக்குமாறு வடிவமைக்கப்பட்ட இது, மூன்று தொகுதிகள் கொண்ட கதைத் தொகுப்பில் இரண்டாவது. இலக்கிய வடிவச் சர்ச்சைகள் தொடர்பான சிறு நுணுக்கங்கள் குறித்து எழுத்தாளர்கள் ஒருபோதும் அதிக அக்கறை கொள்ளாவிட்டாலும் இதை ஒரு குறுநாவல் என்றோ நீண்ட சிறுகதை என்றோ வர்ணிக்கலாம். ஆரம்பம் தொடங்கி தன் வீரியம் தீரும் இறுதிவரை நீளும் அவருடைய மிகச் சிறந்த படைப்பைப் போலவே இதுவும் ஒரு கதை. தன்னை விரித்துவைத்து நிலைபெற்றுவிட்ட கதை.

இருபதாம் நூற்றாண்டு ஐரிஷ் மொழியின் ஆகச்சிறந்த எழுத்தாளர் என்றும் அவர் காலத்திய அதிதிறன் பெற்ற உரைநடை எழுத்தாளர்களில் ஒருவர் என்றும் அங்கீகாரம் பெற்றவர் மார்ட்டீன் ஓ' கைன் *(1906-1970). 'The Dirty Dust'* என்றும் *'The Graveyard Clay'* என்றும் வேறு வேறு வகையில் மொழிபெயர்க்கப்பட்ட *'Cre na Cille'* என்ற அவருடைய கொண்டாடப்பட்ட நாவல் காரணமாகப் பெரிய அளவில் அறியப்பட்டவர். இரண்டு நாவல்கள், *'Barbed Wire'* என்ற தீர்மானிக்க இயலாத விவரணை கொண்ட மூர்க்கமான, அராஜகமான உரைநடைப் படைப்பு ஆகியவற்றோடு ஒப்பிடும்போது ஆறு தொகுப்புகளின் ஆசிரியர் என்ற முறையில் ஒரு சிறுகதை எழுத்தாளராகவே அவருடைய வாழ்நாளில் அதிகமும் பெயர்பெற்றவர்.

முழுக்கவும் ஐரிஷ் மொழி பேசும் கேல்வே மாவட்டத்தில் பிறந்த அவர் தன் ஆறு வயதுவரை யாரும் ஆங்கிலம் பேசிக் கேட்டதில்லை என்று சொல்லி யிருக்கிறார். ஆங்கிலத்தில் அல்லது பிரெஞ்சில் (சாமுவேல் பெக்கட்டைப் பொறுத்தவரை) பெரும் புகழ் பெற்றவர் களுடன் மட்டுமே ஐரிஷ் இலக்கியம் பற்றிய புரிதல்

பெரும்பாலும் குறுக்கப்படுவதால் பதினேழாம் நூற்றாண்டின் நடுப்பகுதிவரையில் ஏறத்தாழ தீவின் எல்லோராலும் பத்தொன்பதாம் நூற்றாண்டின் பெரும்பகுதி வரையில் பெரும்பாலோராலும் ஐரிஷ் மொழி பேசப்பட்டது என்பதை மக்களுக்கு நினைவுறுத்த வேண்டியது அவசியமாகிறது. இப்படியிருக்க, சளசளவென்று பேசும் இயல்புகொண்ட ஐரிஷ்காரர்கள் அவர்களுடைய வரலாற்றின் பெரும்பகுதியிலும், இன்னும் உண்மையில், அவர்களுடைய வரலாற்றுக்கு முந்தைய பழங்காலத்திலும் பேசாமல் அமைதியாக இருந்தார்கள் என்று யூகிப்பது மடத்தனம். அவர்கள் அவ்வாறு இல்லை.

ஐரிஷ் மக்கள் எல்லாக் காலத்திலும் சொன்னது, பேசியது, உணர்ச்சியை வெளிப்படுத்தியது, கனவு கண்டது, வியந்தது, விவாதித்தது, கற்பனை செய்தது எல்லாமே பெரும்பாலும் ஐரிஷ் மொழியில்தான். இந்த உண்மையை அலட்சியம் செய்யும் எதுவும் கலாச்சார மறதியே. நீண்டகால ஐரிஷ் மொழிப் பயன்பாட்டுக்குப் பிறகு, *Canon Sheehan* [*(1852–1913)* கத்தோலிக்கப் பாதிரியார், எழுத்தாளர்.] ஐ மேற்கோள் காட்டவேண்டுமென்றால், அந்த மொழி, அந்த மக்களைப் போலவே 'போரில் தோற்கடிக்கப்பட்டது.' ஆனால் அது ஒருபோதும் சுரண்டி அகற்றப்படவில்லை. *'Galway Bay'* [*1947*இல் *Arthur Colahan* என்பவரால் எழுதப்பட்ட ஓர் ஐரிஷ் பாடல். புலம்பெயர்ந்த ஐரிஷ்காரர்கள் மத்தியில் மிகப் பிரபலமான ஒன்று. அயர்லாந்தின் இயற்கை அழகே அதன் சாரம்,] என்ற அந்த அற்புதப் பாடலை வெளிதேசத்திலிருந்து வருபவர்கள் சில சமயம் கொடூரமாகப் பாடிக் கொலைசெய்யவில்லையென்றால் அதில் பின்வரும் வரிகள் உள்ளன: 'மேட்டுநிலப் பெண்கள் உருளைக் கிழங்குகளைத் தோண்டியெடுக்கிறார்கள் / புதியவர்கள் அறியாத ஒரு மொழியை அவர்கள் பேசுகிறார்கள்.' ஐரிஷ் மக்களுக்கு மட்டுமே தெரிந்த மொழி அது, பெரும்பாலும் அவர்கள் பேசிய ஒரே மொழி.

ஓ' கைன் அவர்களில் ஒருவர். வளமான ஓர் இலக்கிய, வாய்மொழி மரபுக்கு அவர் வாரிசானவர் என்பது அதன் பொருள். ஆனால், பணக்கார, கொழுத்த மாநகர மையங்களில் நிகழ்வதிலிருந்து அந்த மரபு தவிர்க்க வியலாமல் கொஞ்சம் விலகியே இருந்தது. வேற்றுச் சிந்தனையின் அலைகள் அவருடைய வாழ்விடக் கரைகளை மூழ்கடித்ததால் 'நவீனத்துவம்' என்று எளிமைப்படுத்தி அழைக்கப்படும் ஒன்றோடு தன்னைப் பழக்கப்படுத்திக்கொள்வதன்றி அவருக்கு வேறு தெரிவு இல்லை. 'நாட்டார் கலாச்சாரம்' என்று பெரும்பாலும் கேலியாக அழைக்கப்படும் ஒன்றிலிருந்து வந்த அவர் தன்னையும் தன் இலக்கியத்தையும் சமகால நவீன ஐரோப்பிய உலகுக்கு முற்றாக மாற்றிக்கொண்டார், அந்த நவீன ஐரோப்பா பெரிய உலகம் ஒன்றின் சிறு பூசந்தியாக[1] இருந்தது ஒரு பொருட்டே இல்லை.

இரண்டு மார்ட்டீன் ஓ' கைன்கள் இருந்ததாக அடிக்கடி சொல்லப் படுவதுண்டு. உண்மை என்னவென்றால், எந்த ஒரு உன்னத

1. isthmus – இரண்டு பெரிய நிலப்பகுதிகளை இணைக்கும் கடல் சூழ்ந்த, ஒடுக்கமான நிலப்பகுதி

எழுத்தாளரையும் பொறுத்து இருப்பதைப்போல, இன்னும் அதிகமான கைன்கள் இருந்தார்கள். ஆனால், இந்தப் பொதுவான பிரிவு, அவருடைய பின்னாளைய படைப்பிலிருந்து ஆரம்பகாலப் படைப்பைத் தெளிவாக வேறுபடுத்திக் காட்டச்செய்யும் ஓர் எளிய முயற்சியே. செவ்வியல் சிறுகதையிலிருந்து பெறப்பட்ட உத்திகளைப் பயன்படுத்தி எழுதப்பட்ட அவருடைய தொடக்ககாலக் கதைகள் பாரம்பரிய கன்னிமாரா வாழ்க்கையைச் சார்ந்தவை. அவருடைய பிந்தைய கதைகள் நகர் சார்ந்த, விசித்திரமான, சோதனைரீதியான, நீதி சொல்லும் விதமாக, இன்னும் எதுவெல்லாமோ அதுவாக அமைந்தவை. இந்தப் பிரிவுகளெல்லாம் முழுக்கச் சரியானவை என்று சொல்லமுடியாவிட்டாலும், பயனுள்ளவை.

இந்தப் பிற்காலக் குறுநாவலை அவருடைய மற்ற படைப்பின் பின்புலத்தில் வைத்துப் பார்க்கவேண்டிய தேவை உள்ளது. பிரசுரமான அவர் முதல் நூல் சார்ல்ஸ் ஜே. கிக்ஹாம் என்பவர் எழுதிய ஒரு மோசமான (ஆங்கில) நாவலின் ஐரிஷ் மொழிபெயர்ப்பே. இந்தச் செயலின் மோசத்தைத் தணிக்கும் ஒரு விஷயம், கிக்ஹாமின் எல்லா நாவல்களுமே அதீத மோசம் என்பதே. விவரம் அதிகம் இல்லாத நாட்டுப்புற மக்களிடையே அந்த நாவல் பரவலான கவனம் பெற்றிருந்த தாலும் குடியானவர் வாழ்க்கையைக் கையாண்ட படைப்பு என்பதாலேயே அது மதிப்புடையது என்று அவர்கள் நம்பியதாலும் அவர் அதைத் தேர்ந்தெடுத்திருக்கக்கூடும். புரட்சிகரமானதும் நியாயம் சார்ந்து பிரிட்டனை எதிர்த்துச் செயல்பட்டதுமான பத்தொன்பதாம் நூற்றாண்டு ஐரிஷ் குடியரசு சகோதரத்துவ அமைப்பு என்ற குழுவின் உறுப்பினராக *(Fenian)* கிக்ஹாம் இருந்ததாலும் ஓ' கைன் அந்த நாவலைத் தெரிவு செய்திருக்கலாம். (இருபதாம் நூற்றாண்டு தொடக்கத்தில் உருவான *IRA* ஐரிஷ் குடியரசு ராணுவம் இந்த அமைப்பை மங்கச் செய்துவிட்டது.) '*Sally Kavanagh*' என்ற இந்த மோசமான நாவல், ஓ' கைன் அவருடைய சொந்த ஊரிலேயே பார்த்த அயர்லாந்து பண்ணை மேலாட்சியின் கொடுமைகள், புலம்பெயர்தலின் துயரம் என்ற அயர்லாந்தின் இரட்டைச் சாபங்களைப் பேசியது. பல சமயங்களில் அவர் ஓர் அரசியல் எழுத்தாளர் என்று வர்ணிக்கப்பட்டார். இது நிச்சயம் உண்மை என்றாலும் அவர் கதைகள் எப்போதும் பிரச்சாரமாக இருந்தது கிடையாது. அவர் ஓர் அரசியல் கருத்தை வலியுறுத்திச் சொல்கிறார் என்று உங்களை உணர வைக்காதவை அவருடைய இலக்கியப் படைப்புகள். அம்பலப்படுத்த வேண்டியவற்றை வாசகர்கள் முன்னால் வைத்து அவற்றிலிருந்து முடிவுகளை அவர்களே வருவித்துக்கொள்ளும்படி விட்டுவிட்டார்.

'*Sally Kavanagh*'ஐ மொழிபெயர்த்ததில் அவர் என்ன செய்தார் என்பதே மிக முக்கிய விஷயம். அவர் மொழிபெயர்த்த மூல வடிவம் ஐம்பதாயிரத்துக்கும் சற்றுக் கூடுதலான வார்த்தைகளைக் கொண்டிருந்தது; பதிப்பகத்தார்க்கு அவர் திருப்பிக்கொடுத்த மொழிபெயர்ப்புப் பிரதியில் தொண்ணூறாயிரத்துக்கும் மேற்பட்ட வார்த்தைகள் இருந்தன. இதை விசுவாசமான மொழிபெயர்ப்பு என்று சொல்லவே முடியாது. தொடக்கத்திலிருந்தே ஏராளமான வார்த்தைகளைப் பயன்படுத்துபவராகவே அவர் தன்னைக் காட்டிக்கொண்டார்.

மொழியின் இந்த எல்லையற்ற வாய்ப்புப் பரப்பிலுள்ள அதிசயத்தின் மீதும் சாத்தியங்கள்மீதும் அவர் கொண்டிருந்த உணர்ச்சிகர ஈடுபாடே அவருடைய அனைத்து எழுத்தின் மையமாக உள்ளது. அவரைப் பொறுத்தவரையில், வேறெதையும்விட ஐரிஷ் மொழியின் படைப்பாற்றலில் அமிழ்தலே அவருடைய நடையின் பெரும்பகுதியை இயக்குகிறது. அவருடைய மொழி செயல்பட்ட அன்றைய சமூக, கலாச்சாரச் சூழலுக்கு முற்றிலும் மாறுபட்ட நிலையில் இந்தப் படைப்பாற்றல் இருந்தது. கிரேக்கத்தைத் தவிர்த்து ஐரோப்பாவின் மிக நீண்ட, இடையறாத வட்டார மொழி மரபையும் உன்னத உலக இலக்கியங்களில் ஒன்றையும் அது எழுதப்பட்ட இந்த மொழி நமக்கு வழங்குகிறது. ரோமப் பேரரசு சாராத, நிச்சயம் அதைவிடக் குறைவான காட்டுமிராண்டித்தனம் கொண்டிருந்த இத்தகைய கீர்த்திகள் இருந்தும் பதினாறாம் நூற்றாண்டில் நிகழ்ந்த ஆங்கிலேய வெற்றி தொடங்கி ஐரிஷ் மொழி தாக்குதலுக்கு உள்ளாயிற்று. உயர்குடியினர் பதினேழாம் நூற்றாண்டில் அந்த மொழியைக் கைவிட்டனர், உயர்குடியினர் அப்படித்தான் கைவிடுவார்கள்; பதினெட்டாம் நூற்றாண்டில் நகர்ப்புறவாசிகளும் முக்கியத்துவமற்ற மத்தியதர வர்க்கத்தினரும் கைவிட்டார்கள்; பத்தொன்பதாம் நூற்றாண்டில் கிராமப்புற எளிய ஜனங்கள் பட்டினியால் இறந்தார்கள் அல்லது லட்சக்கணக்கில் புலம்பெயர்ந்தார்கள்; கதியற்ற, மிக மோசமான ஏழைகள் மட்டுமே, குறிப்பாக அயர்லாந்தின் மேற்குப் பகுதியில், அந்த மொழியைப் பேச மீந்தார்கள். அந்த நூற்றாண்டின் ஒரு குறிப்பிட்ட சமயத்தில் பிரதானமாக ஐரிஷ் மொழி பேசும் நாடு என்ற நிலையிலிருந்து பிரதானமாக ஆங்கிலம் பேசும் நாடாக அயர்லாந்து மாறியது.

ரெய்மாண்ட் வில்லியம்ஸை அடியொற்றி 'பலவும் ஒன்றிணைந்த ஓர் உயிர்ப்புள்ள உள்ளூர்ச் சமூகம்' என்று அவர் அழைத்த ஒரு பிரதேசத்தில் ஓ' கைன் பிறந்தார். அது ஒரு '*Gaeltacht*' பகுதி. அதாவது, ஐரிஷ் மொழி அதிகம் பேசப்படும் கேல்வே பிராந்தியம். அது பல நூற்றாண்டுகளாக மாறாத ஒரு சமூகம் என்று அவர் சொன்னார். இது முழுக்க உண்மையல்ல என்றாலும் அவர் சொல்லவருவது எளிதாகப் புரிகிறது. வாழ்க்கைக்கு அங்கே ஒருவகை காலமற்ற தன்மை இருந்திருக்க வேண்டும்; மங்கலான ஒளியாக இருந்த வெளி உலகம், அங்கே இன்னவெல்லாம் இருந்தன என்பவை குறித்த வதந்திகளாலும் எப்போதாவது வெளி தேசத்துக்குப் போன பயணி தன்னைக் கவனித்துக் கேட்பவர்களிடம் சொல்லும் கதைகளாலும் பிரகாசம் பெற்றது. நாட்டார், வன தேவதைக் கதைகளாலும் உள்ளூர்ப் புராணங்களாலும் அவசர கதியில் உருவாக்கப்படும் புனைவுகளாலும் நிரம்பியதுதான் அங்கிருந்த ஒரே 'இலக்கியம்.' வேறு மாதிரி சொன்னால், பெரும்பகுதி கிராமப்புற ஐரோப்பாவிலும் உலகின் பிற பகுதிகளிலும் இருந்த 'படிப்பறிவில்லாதவர்க'ளின் இலக்கியத்திலிருந்து அது மாறுபட்டதல்ல.

கற்பனையும் படைப்பாற்றலும் நிரம்பித் தெறிக்கும் ஓர் இளைஞனுக்கு, வரம்புக்குள் கட்டுப்படுத்தப்பட்ட ஒன்றாக இது இருந்திருக்கும். அவனுக்கு அந்த வயதில் அது தெரியாமலிருந்திருக்கலாம். '*Idir Shugradh is Dairire' (Both mocking and serious)* என்ற தொகுப்பில் வெளியான

அவருடைய ஆரம்பகாலக் கதைகள் நாட்டார் சாயல் கொண்டிருந்ததில் ஆச்சரியமில்லை. பத்தொன்பதாம் நூற்றாண்டு ஐரிஷ் எழுத்தாளர்கள் ஆங்கிலத்தில் எழுதிய, இன்றைக்கும் பின்காலனியவாதிகளுக்குத் தர்மசங்கடத்தை உண்டாக்கும் மட்டமான கதைகளைத் தவிர நவீன இலக்கியத்தை அவர் அதிகம் படித்தார் என்பதற்கான தடயத்தை அவர் கதைகள் தருவதில்லை. இந்தக் கதைகளைப் பற்றிப் பிறகு அவர் ஒருபோதும் பேசியதில்லை. அண்மையில் வெளியான அவருடைய மிகச்சிறந்த கதைகளின் தொகுப்பில் இந்தக் கதைகளில் ஒன்றுகூடச் சேர்க்கப்படவில்லை.

டான் நதிக்கரை அறுவடை நாள் பற்றிய மாக்சிம் கார்க்கி கதை ஒன்றின் பிரெஞ்சு மொழிபெயர்ப்பை நடமாடும் பழைய புத்தகக் கடை ஒன்றில் வாங்கிய அந்தக் கணமே தன் வாழ்க்கையின் முக்கியத் திருப்புமுனை என்று அவரே சொல்கிறார். அதே வார்த்தையாக இல்லாமலிருக்கலாம், ஆனாலும் 'யுரேக்கா!' என்று அவர் உரக்கக் கத்துவதை நாம் கற்பனை செய்துகொள்ள வேண்டும். அவர் சொன்னார், 'என் சொந்த மக்களும் இதைத்தானே செய்கிறார்கள், இதுதான் அவர்கள் வாழ்க்கை, இது இலக்கியமாகலாம் என்பது எனக்குத் தெரியவே இல்லையே.' அல்லது இந்தக் கருத்தை உணர்த்தும் வேறு வார்த்தைகள். அந்த நாள் தொடங்கி அவருடைய மிகச்சிறந்த எழுத்தின் அம்சமாக இருக்கப்போகும் விரிந்த உலகத்தோடான தன் பிணைப்பை அவர் மேற்கொண்டிருந்தார். இரண்டாம் உலகப் போரின்போது அயர்லாந்து அரசு அவரைக் காவலில் வைத்தபோது – சிலர் அதை வதை முகாம் என்று வர்ணிக்கிறார்கள், இன்னும் சரியாகச் சொன்னால் அது ஒரு தடுப்புக் காவல் முகாம் – அவர் ஓர் எழுத்தாளராக மலர்ந்தார். அந்தக் காவல் அவர் மனதையும் படைப்பாற்றலையும் ஒருமுகப்படுத்தியது. முகாம் சூழல் கொடூரமானதாக, காட்டுமிராண்டித்தனமாக, இரக்கமற்றதாக, அவநம்பிக்கை நிரம்பியதாக இருந்த நிலையில் – அப்படித்தானே அது இருக்கும் – படைப்பு மலர்ச்சி ஒரு திட்டமிடப்படாத விளைவு. ஆனாலும் அரசியல் கைதிகள் பலருக்கும் வாய்த்ததைப் போலவே அவராலும் படிக்க, வாசித்து ஆராய, பேச, வாதிக்க இயன்றது. எழுதவும் அவருக்குச் சமயம் வாய்த்தது. விரிவாகவும் ஏராளமாகவும் அவர் வாசித்தார் என்பது அவர் எழுதிய சிறைக் கடிதங்களிலிருந்து நமக்குத் தெரியவருகிறது. அயர்லாந்தில் அந்தக் காலத்தில் சமகால இலக்கியம் என்று ஏற்றுக்கொள்ளப்பட்ட பலவற்றையும் படித்தார்.

அரசியல் கைதியாக அவர் இருந்தபோது 'The Road to Bright City' என்ற சிறுகதையை எழுதினார். முழுமனதுடனும் உற்சாகத்துடனும் தான் எழுதிய முதல் சிறுகதை இதுதான் என்று சொல்கிறார். சின்ன அளவிலாவது தங்கள் குடும்ப நிலையை உயர்த்த அடிமை மாதிரி ஊழியம் செய்து, சேமித்து, வியர்வை சிந்தி, சிக்கனமாக வாழ்ந்து சொற்பப் பணத்தைச் சம்பாதித்த மேற்கு அயர்லாந்து அம்மாக்கள் குறித்தும் ஓரளவில் தன் அம்மா குறித்தும் எழுதப்பட்ட கதை அது என்றும் சொல்கிறார். கோழி கூவுவதற்கு முன்பாகவே எழுந்து அடுத்த ஈடு வரும்வரை குடும்பச் செலவுகளைச் சமாளிக்கும் வகையில் கொஞ்ச

லாபம் வைத்து முட்டைகளை விற்றுக் கிடைக்கும் சொற்பப் பணத்தைச் சேமிக்கத் தொலைவிலிருக்கும் நகரத்துக்குப் போகும் ஒரு பெண்ணைப் பற்றிய கதை அது. பயணத்தின் ஒவ்வொரு திருப்பமும் வளைவும் குன்றும் மேடும் பிரியத்துடன் விவரிக்கப்படுகின்றன; விடியற்காலையில் சட்டமீறல் காரியங்களைச் செய்யும் நபர்கள் பிசாசுகள் மாதிரி நடமாடுவதும் வர்ணிக்கப்படுகிறது. ஆனால், கதையின் முக்கியக் கூறு என்னவென்றால், பொழுது புலர்ந்ததற்குப் பிறகும், என்றென்றைக்கும் அவள் வாழப்போகும் வாழ்க்கை இதுதானென்பது அவளுக்குப் புலப்படுகிறது. இதுதான் அது, இப்போதிருந்து முடிவற்ற காலம்வரை இப்படித்தான் இருக்கப்போகிறது.

ஒரு செவ்வியல் சிறுகதை மீண்டும் மீண்டும் இம்மாதிரியான உணர்தலைச் சார்ந்தே இயங்குகிறது. ஓ' கைன் இம்மாதிரியான சிறுகதைகள் சிலவற்றை எழுதினார். மீதி வாழ்க்கை எப்படி இருக்கப் போகிறது என்பதை ஒருவருக்குப் புலப்படுத்தும் அந்தப் புரிதல் தருணத்தை அக்கதைகள் நமக்கு வழங்குகின்றன. பெரும்பாலும் அந்தத் தருணம் இருண்டு, நம்பிக்கையற்று, அல்லது குறைந்தபட்சம் மகிழ்ச்சிக்கான சாத்தியம் இல்லாமல் இருக்கிறது.

வளமற்ற மண்ணும் குறைவான வருமானமும் தரும் தன் பூமிக்கு எதிர்மாறாக இருந்த வளமான கிழக்கு கேல்வே நிலப் பகுதியைச் சேர்ந்த ஒரு பணக்கார விவசாயியைப் பெற்றோரால் ஒழுங்குசெய்யப்பட்ட திருமணத்தால் கணவனாக ஏற்கும் இளம் பெண் ஒருத்தி குறித்த கதை *'The Hare-Lip.'* ஏற்பாடு செய்யப்பட்ட திருமணம் மூலம் அமைந்த கணவன் குறித்தோ வெளியே காண முடிந்த அழகான, புத்துணர்ச்சி தரும் வயல்வெளிகள் குறித்தோ அவளுக்கு மகிழ்ச்சி இல்லை என்பதாக எந்தக் குறிப்புணர்த்தலும் இல்லை. திருமணம் முடிந்தவுடன் நடக்கும் கேளிக்கைகள், விளையாட்டுகளின்போதும் அவை முடிந்தவுடனும் கதை நகர்கிறது. திருமணத்துக்கு வந்திருந்தவர்கள் சிறுசிறு குழுவாக, ஒவ்வொருவராகக் கிளம்பும்போது அவர்களுக்கு விடைகொடுக்கிறாள். அவள் ஊரைச் சேர்ந்த, உதட்டுப் பிளவு உடைய ஒரு இளைஞனோடு பல நாள் அவள் காதல் கொண்டிருந்ததாகத் தெரிகிறது. கடைசியாக எல்லா விருந்தினர்களும் போனபிறகு கணப்படுப்புக்கு முன்னால் சிறு தூக்கத்திலிருந்த அவளுடைய புதுக் கணவனை அவர்கள் படுக்கைக்குப் போகும் முன்பாகப் பார்க்கிறாள். அவன் பரவாயில்லைதான். ஆனால் அவள் விரும்பியிருந்த அந்த இளைஞனுக்குத் தனித்த அடையாளமாக இருந்த அந்த அபூர்வ உதட்டுப் பிளவு இவனுக்கு இல்லை. அவள் முன்னால் விரிந்தவை வயல்வெளிகளும் தொலைதூரத் தொடுவானமும் மட்டுமல்ல, மகிழ்ச்சிகரமான, அதற்கும் மேலான எதிர்காலமும்தான். ஆனால், அது காதலும் அவள் தன் ஊரோடும் அழகான, தனித்த உதட்டுப் பிளவு கொண்ட இளைஞனோடும் கொண்டிருந்த மனப்பிணைப்பும் இல்லாத எதிர்காலமாகத்தான் இருக்கும்.

எல்லா நேரத்திலும் மகிழ்ச்சியாக இல்லாத, விவரணையிலிருந்து இரண்டில் எது என்ற தர்மசங்கடத்துக்கும் உணர்தலுக்கும் போய்ச் சேரும் இதைப்போன்ற பிற கதைகளை ஓ' கைன் எழுதியிருக்கிறார்.

எடுத்துக்காட்டாக, 'Floodtide' என்ற கதையும் நமக்கு ஒரு மாயை நீக்கத்தை நிகழ்த்திக் காட்டுகிறது. தன் அன்புக் காதலனோடு மகிழ்ச்சியோடு சேர்ந்து வாழ அப்போதுதான் அமெரிக்காவிலிருந்து திரும்பிய, புதிதாகத் திருமணமான இளம்பெண் ஒருத்தியின் வாழ்க்கையில் ஒரு நாள் காலையை அக்கதை விவரிக்கிறது. தேனிலவு இன்னும் முடியவில்லையென்றாலும் அவள் மற்ற பெண்களோடு சேர்ந்து கரடுமுரடான கடற்கரையில் கடற்பாசியை அறுவடை செய்யவேண்டியிருக்கிறது. பாறைகளிலிருந்து பச்சைக் கடற்பாசியைப் பறிப்பதில் அவளைவிட அனுபவம் நிறைந்த, கூட இருக்கும் இளம் பெண்கள் பேசும் கேலி, குத்தல் பேச்சுகளையும் தாண்டி தன்னாலானவரை அவள் வேலை செய்கிறாள். அவளுடைய பயிற்சியின்மையை மறைக்கும் விதமாக வேலையை இரண்டு முறை செய்து அவளை அவள் கணவன் பாதுகாக்கிறான். கடைசியில், பாறைகளில் விடாப்பிடியாக ஒட்டிக்கொண்டிருக்கிற பாசியை எடுக்க அவளால் இயலாமல்போனபோதுதான் தன்னை அந்த வேலையைச் செய்ய விட்டுவிட்டு அவளை அங்கிருந்து போய்விடச் சொல்லிக் கத்துகிறான். அவள் இதற்கு முன்பாகக் கேட்டிராத தொனியில் வந்த அவனுடைய முரட்டுக் குரல், உரத்த கட்டளை அவளுடைய காதல் காவியக் கனவைச் சிதைத்ததுடன், நியூ யார்க்கில் அவள் கண்ட கனவல்ல, இந்தக் கடும் உழைப்பும் பொருளாதார அடிமைத்தனமுமே உண்மை வாழ்க்கை என்பதையும் அவளை உணரவைத்தது.

அவற்றின் குறையாத யதார்த்தவாதம், கற்பனாவாதமோ மிகை உணர்ச்சியோ இல்லாமல் ஐரிஷ் அயர்லாந்தின் வாழ்க்கையை, அது நிகழ்ந்த விதத்தில் சித்தரித்த விதம், ஓரளவில் சிறுகதையின் பாரம்பரிய வடிவத்தைக் கைக்கொண்டமை ஆகியவற்றால் இந்தக் கதைகள் முக்கியமானவை என்று நான் சொல்கிறேன்.

'The Dirty Drop' (An Braon Broghach) என்ற தலைப்புக் கொண்ட தொகுப்பில் அந்தக் கதைகள் வெளியாயின. அவரைப் பிரபலமாக்கிய நாவலான 'The Dirty Dust'க்கு முன்பாக அவை பிரசுரமாயின. மூடுண்ட, அதிகமும் குரூரமான ஒரு சமூகத்திலுள்ள பெண்களின் வாழ்க்கையை இன்னும் கூடுதலான அவநம்பிக்கை தொனிக்கப் பரிசீலிப்பதாக அவருடைய அடுத்த தொகுப்பு இருந்தது. 'Beside Sea Shore' (Cois Caolaire) என்ற அந்தத் தொகுப்பின் இரண்டு கதைகள் மிகுந்த கவனத்துக்கு உரியவை. தன் வசிப்பிடத்துக்கு அடுத்துள்ள குளியலறையிலிருந்து வெளியேறும் நீர்த்தடத்தைப்போலத் தன் வாழ்க்கை நலிவுற்று மறைவதைப் பார்க்கும் திருமணமாகாத, குழந்தைகள் அற்ற ஒருத்தியின் வாழ்க்கையைச் சொல்கிறது. குறியீடு கொஞ்சம் வெளிப்படையாக இருந்தாலும் விவரக் கூறுகளிலும் தொய்வற்ற தன்மையிலும் இக்கதை செறிவுடையது. பிரசவத்தின்போது இறப்பவையும் அல்லது இறந்து பிறப்பவையும், அவள் சொந்த வீட்டுக்குப் பக்கத்திலேயே உள்ள ஒரு துண்டு நிலத்தில் புதைக்கப்படுபவையுமான குழந்தைகளின் தாய் ஒருத்தியுடைய வாழ்க்கையை இதே பாணியில் அமைந்த இன்னொரு கதை இதே துல்லியத்துடனும் திகிலூட்டும் செய்திகளுடனும் விவரிக்கிறது.

இந்தக் கதைகளில் விதியின் கொடூரத்தின்மீது பெரும் ரௌத்திரம் தென்படுவதை நீங்கள் உணரலாம்; ஆனாலும், ஜரிஷ் மொழி பேசும் கிராமப்புற ஏழைகள் வாழ நேர்ந்த சூழல்கள் அந்த விதியின் ஒரு பகுதியே.

அயர்ச்சியூட்டும் செவ்வியல் கதைகளின் இறுக்கமான சட்டகத்தோடு இணங்கிப்போகாதவை அவருடைய இந்தப் பிற்காலக் கதைகள். எல்லைகளால் வளைத்துக்கொள்ள முடியாத எழுத்தாளர் ஓ' கைன். அவருடைய மிகச்சிறந்த படைப்பு, சொல்ல வேண்டியதைச் சொல்லி முடிக்கும்வரை, வீரியம் வடிந்து தீரும்வரை, படைப்பெழுச்சி கரைந்துபோகும்வரை தொடர்ந்து மேற்சென்றது; பிறகு தன் செயலை நிறுத்திக்கொண்டது. அவருடைய கற்பனையின் எல்லைக் கோடுகள்வரை பொருந்தும் வடிவத்தை இடைவிடாமல் தேடிவந்தார். எல்லா மிகச் சிறந்த எழுத்தாளர்களுக்கும் நிகழ்வதைப்போலவே அதை அவர் கண்டடையவே இல்லை. அதைத் திட்டிவிட்டு, நிலைகொள்ளாமல் தள்ளாடும் அலைந்து திரிய அவரை அனுமதிக்கும் சட்டகம் தந்த ஒரு வடிவத்தைக் கண்டுபிடித்தார். எழுத்தாளராக அவர் செயல்படாமல் இருந்த, பல்கலைக்கழக ஆசிரியராகத் தன் பணியில் கவனம் குவித்திருந்த காலத்துக்காக இந்தக் கண்டுபிடிப்பை ஒதுக்கிவைத்துக்கொண்டார்.

*1949*இல் வெளியான '*The Dirty Dust*' என்ற அவருடைய நாவல் வெளியீட்டின்மூலம் அவருடைய புகழ் உறுதிசெய்யப்பட்டது. விரிந்த எல்லையோடும் சூழமைவோடும் வாழ்க்கையை முன்வைப்பதால் சிறுகதைகளைவிட நாவல்கள் எப்போதும் வாசகர்களின் கவனத்தை ஈர்க்கின்றன. மறைந்துள்ள குறியீட்டின் நுட்பங்களுக்கும் அது உருவாக்கும் உணர்தலுக்கும் எல்லா வாசகர்களும் பழக்கப்பட்டிருப்பதில்லை. தங்களைப் போன்றே இருப்பவர்களும் ஒரே மாதிரியான கவலைகளை உடையவர்களுமான மனிதர்களின் வாழ்க்கையோடு தங்களை இணைத்துக் காணக்கூடிய ஒரு வெளிப்படையான கதையையே வாசகர்கள் விரும்புகிறார்கள். எவற்றைக் கொண்டு அவர்கள் நிலத்தைத் தோண்டினார்களோ அதே மண்வெட்டிகளில், மண்வாரிகளில், களைக்கொட்டுகளில், அல்லது அவை போன்ற வேறெதுவிலோ வைத்து '*The Dirty Dust*' இதை அவர்களுக்குக் கொடுத்தது. முழுமை பெற்ற ஒரு சமூகத்தின் அனைத்துக் காதல்கள், வெறுப்புகள், நஞ்சு தோய்ந்த, கொடிய வன்மங்கள், சிறு பெருந்தன்மைகள் ஆகியவற்றை மறு ஆக்கம் செய்கிறது அந்நாவல். அதன் எல்லாப் பாத்திரங்களும் ஒரு உள்ளூர்க் கல்லறையில் புதைக்கப்பட்டுள்ள பிரேதங்கள் என்பது அதன் இன்னொரு குறிப்பிடத்தக்க அம்சம். இப்படி ஒடுங்கியிருப்பது அவர்களின் ஆளுமையை எவ்விதத்திலும் குறைப்பதில்லை; மாறாக, அழுத்தமான மனப்பதிவை உண்டாக்கும் ஒரு காலத்திலும் இடத்திலும் இருக்கும் அவர்களுடைய மனிதத்துவத்தை அது மேம்படுத்தவே செய்கிறது.

'Renewal' (Athnuachan) என்ற தலைப்பில் அவர் எழுதிய இன்னொரு நாவல் இதே மாதிரியான வடிவத்தில் முழுக்கப் பேச்சால் ஆனது. ஆனால், சட்ட ரீதியான, அவதூறு தொடர்பான காரணங்களால் அவர்

இறப்புக்குப் பின் பல ஆண்டுகள் வரை வெளியாகவில்லை. அது அவர் புகழைக் கூட்டவுமில்லை, குறைக்கவுமில்லை.

இரண்டாம் உலகப் போருக்குப் பின்வந்த வருடங்களில் சிறையிலிருந்து விடுதலையான மார்ட்டின் ஓ' கைனின் பள்ளி ஆசிரியர் பணி அவர் பின்பற்றிய புரட்சிகர அரசியல் காரணமாகத் தடைக்கு உள்ளானது. சில ஆண்டுகள் உடலுழைப்பிலும் ஈடுபட்ட அவர் பெரும்பாலும் எழுத்தின் மூலம் கிடைத்த வருவாயில் வாழ்ந்தார், குறுகிய காலம் அரசின் மொழிபெயர்ப்புத் துறையிலும் பணியாற்றினார். இந்த அனுபவம் அவருடைய பிற்காலக் கதைகள் சிலவற்றுக்கு நிறைய கச்சாப்பொருளை வழங்கியது. அதிகார இனத்துக்குரிய மனதின்மீது அவர் கொண்டிருந்த ஏளனத்தை இந்தப் படைப்புகளில் காணலாம். *Irish Times*இல் பகுதிநேரப் பத்தி எழுத்தாளராகப் பணிபுரிந்ததில் சொற்பமான பணம் கிடைத்தது. 1956இல் டப்ளினிலுள்ள டிரினிட்டி கல்லூரியில் ஐரிஷ் மொழி விரிவுரையாளராக நியமிக்கப்பட்ட பின் இந்தத் தொல்லைதரும் சுமையைத் துறந்தார்.

இந்தப் புதுப் பதவிக் காலத்தில் அவர் எழுத்து எதுவும் பிரசுரமாகாத நீண்ட இடைவெளி ஒன்று உண்டானது. வழக்கமாகத் தேவைப்படும் கல்விப்புலத் தகுதிகள் இல்லாமல் அவருக்குக் கிடைத்த இந்த நியமனம் கோரிய பணிச்சுமையும் புது வடிவங்கள், புது பேச்சுப்பொருள்கள், புது அதிசயங்கள் தொடர்பான வேட்கையும் இந்த மௌனக் காலத்துக்குக் காரணங்களாக இருந்திருக்கலாம். இந்தப் புதுப் பதவியை அவர் மிகத் தீவிரமாக எடுத்துக்கொண்டதால் புதிய கதைகள் எழுத அவகாசம் இல்லாமல் போனது என்பதற்குப் போதிய ஆதாரம் இருக்கிறது; அதே சமயம், சிறைக்காலத்தில் அவர் மேற்கொண்ட விரிவான வாசிப்பு பெரும் வெறியுடன் இந்த வறண்ட காலத்தில் பெருகியதற்கும் ஆதாரம் உள்ளது. இதன் விளைவாக அவருடைய முந்தைய எழுத்துகளிலிருந்து நடையிலும் உள்ளடக்கத்திலும் வேறுபட்ட படைப்புகள் உருவாயின. தமக்கும் அப்பால் என்ன நிகழ்ந்துகொண்டுள்ளது என்பதை அறியாமலேயே தம் செயல்திறனையும் முறைமை வழுவாத கலையையும் புதுப்பித்துக்கொள்ள எழுத்தாளர்கள் சிலரால் மட்டுமே இயலும்.

ஒரு எழுத்தாளர் இவனால், இவளால், அல்லது இன்னொருவரால் தாக்கம் பெற்றார் என்று சொல்வதை உண்மையென ஏற்றுக்கொள்வது மிக அரிதாகவே பயனளிக்கும். இன்னதென்று பிரத்யேகமாக ஒரு தாக்கத்தைக் குறிப்பிட்டுச் சொல்வது இன்னும் அர்த்தமில்லாதது. இந்தக் கல்விப்புலத் துப்பறியும் விளையாட்டு ஒருபோதும் மெய்ப்பிக்க இயலாதது; மேற்கொள்ள பொதுவாகப் பயனற்றதும்கூட. ஆனாலும், பதினான்கு ஆண்டு மௌனத்துக்குப் பிறகு 1967இல் ஓ' கைனின் அடுத்த கதைத் தொகுப்பு வெளியானபோது அவருடைய முந்தைய படைப்பிலிருந்து அது மாறுபட்டிருந்தமை கிட்டத்தட்ட தெரியாமலேயே போனது.

'The Mown Swath' (An tStraith ar Lar) என்ற தலைப்புள்ள இந்தத் தொகுப்பு, அவருடைய முந்தைய படைப்பிலிருந்து அனேகமாக எல்லா அம்சங்களிலும் விலகி இருந்தது. சிதைவு – உயிர்ப்பித்தல் என்ற கரு

இக்கதைகளை ஒருங்கிணைக்கும் கூறாக உள்ளது. இக்கரு முந்தைய படைப்புகளில் இருந்திருந்தாலும் வெளிப்படையாகத் தெரியாமல் இருந்தது. உரைநடைக் கவிதைகள் என்றும் மட்டுமீறிய கற்பனை நிரம்பிய நடையில் எழுதப்பட்ட சோதனைரீதியான படைப்பு என்றும் விவரிக்கப்படக்கூடியவை இத்தொகுப்பில் உள்ளன. நீதிக்கதைகள், விவிலியத்தை அடிப்படையாகக் கொண்ட கதைகள், அரசுப் பணியில் உள்ள மரணக் குழிகளை அங்கதத்துடன் வர்ணிக்கும் ஒரு நீண்ட கதை போன்றவையும் இதில் உண்டு.

இன்னும் அதிகத் தொடர்புடைய ஒரு விஷயம் இதில் உண்டு. இந்தக் கதைகள் அவருடைய ஐரிஷ் மொழி பிரதானமாகப் புழங்கும் பகுதியை *(Gaeltacht)*, சொந்தப் பிரதேசத்தை, அவருடைய முந்தைய படைப்பைக் களனாகக் கொண்ட ஊரைப் பின்புலமாகக் கொண்டவை. ஆனாலும் அவருடைய ஊர் முற்றிலுமாக மாறிப்போயிருந்தது. முன்பு எப்போதாவது அது ‘ஒருமை கொண்ட உள்ளூர் சமூக’மாக இருந்திருந்தாலும் – அது சந்தேகம்தான் – இப்போது அப்படியில்லை. வெளி உலகம் அதனுள் திடுமென நுழைந்திருந்தது. ஐரிஷ் மொழி ஆங்கிலமயமாக்கல்களால் பீடிக்கப்பட்டிருந்தது. இன்னும் மரபான வாழ்க்கையை மேற்கொண்டிருந்தவர்கள், அவர்களைத் தாண்டிப் போய்க்கொண்டிருந்த உலகில் வழியறியாமல் கைவிடப்பட்டார்கள். நவீனத்துவம் அவர்களுடைய அவலம். அதை நேர்கொண்டு கையாள வேண்டும்.

இந்த இடத்தில்தான் எளிதான விமர்சகன் ஒன்றைத் தேர்ந்தெடுத்து அதைத் தேடத் தொடங்குகிறான். ஜாய்ஸ் மீது தனக்கிருந்த அபிமானத்தை ஓ’ கைன் எப்போதும் மறைத்ததில்லை. ‘*Finnegans Wake*’இன் கரைமீறிய மிகைகளிலிருந்து ஓ’ கைனின் சோதனைரீதியான உரைநடை நிச்சயமான தாக்கம் பெற்றது. ‘*An Eochair*’ *(The Key)* என்ற அவர் கதையில் வரும் இக்கட்டுக்கு ஆளான அரசு ஊழியன், ‘*The Trial*’, ‘*The Castle*’ ஆகிய காஃப்கா நாவல்களில் வரும் ஒற்றையெழுத்துப் பாத்திரத்தின் சாயலைக் கொண்டிருப்பதில் எந்தச் சந்தேகமும் எழாது. காஃப்கா திரும்பத்திரும்ப *K* ஐ நமக்குத் தரும்போது ஓ’ கைன் நமக்கு *J* ஐத் தருகிறார். இந்த *J* என்ற அரசு ஊழியன் ஒரு வார இறுதியில் பூட்டப்பட்ட அலுவலகத்தில் சிக்கிக்கொள்கிறான். அலுவலகத்தின் சிவப்பு நாடா செயல்முறைகளும் சட்டதிட்டங்களும் அவனை மீட்க அனுமதிப்பதில்லை. இறுதியில் அவன் பசிக்கும் தாகத்துக்கும் ஆளாகிறான். விவிலியம் சார்ந்த அவருடைய சில கதைகளில் *Karl Capek*இன் ‘*Apocryphal Tales*’ ன் பாணியை, குறிப்பாக ‘*Riot*’இல் பார்க்க முடியும்; அதே சமயம் அப்படிப் பார்க்காமலிருப்பதும் சாத்தியமே. ஏனென்றால் ஓ’ கைன் எல்லா வற்றையும் படித்தார். ஒப்புமைகள் நவீன இலக்கியத்தில் ஏராளமாக உண்டு. இணைப்பின் நேரடியான இழைகளை நிறுவ முடிந்தாலும் எழுத்தாளர்கள் எல்லாரும் தம்முடைய கற்பனாகரமான தொட்டியில் எல்லாவற்றையும் போட்டு மசித்துவிடுகிறார்கள். அகத்தூண்டுதலின் சிலந்தி வலைகள் விமர்சகர்களின் பூச்சிகளை ஒருபோதும் முழுக்கவும் பிடிக்காது.

இந்தத் தொகுப்பு வெளியான பிறகு தயாரிக்கப்பட்ட ஒரு தொலைக்காட்சி ஆவணப்படத்தின் மூலம் ஓ' கைன் மீண்டும் பொதுவெளிக் கவனத்துக்கு வந்தார். அதில், தான் கதைத் தொகுப்புநூல் ஒன்று எழுதிக்கொண்டிருப்பதாகவும் அலமாரியிலிருந்து எடுக்கப்பட்டு அது ஐரிஷ் மொழி வாழும் காலம்வரை படிக்கப்படும் என்று நம்புவதாகவும் சொன்னார். '*The Mown Swath*'இன் தொடர்ச்சியான இது அவர் இறப்பதற்கு சில மாதங்களுக்கு முன்னால், *1970*இல், வெளியிடப்பட்டது. '*The Dregs of the Day*' [அந்த நாளின் கசடுகள்] என்ற இந்தக் கதை, அல்லது குறுநாவல், அந்தத் தொகுப்பின் கடைசிப் படைப்பு.

மேற்பரப்பில் துயரக் கதையாகத் தோன்றும் இது அவலச் சுவையும் மனிதனின் குண பலவீனத்துக்கான பரிவும் நிரம்பியதாக உள்ளது. *N.* என்ற எழுத்தைப் பெயராகக்கொண்டு அலைந்து திரியும் இன்னொரு பெயரற்ற பூஜ்யமே இக்கதையின் பிரதான பாத்திரம். தன் மனைவி இறந்துவிட்டாள் என்ற சேதியை அப்போதுதான் கேட்ட அவனை ஆட்கொண்ட ஒருவகை செயல்முடக்கம் அடுத்து செய்யவேண்டிய லௌகீகக் காரியங்களைச் செய்யவிடாமல் அவனைத் தடுக்கிறது. அவன் அப்படியொன்றும் அனுதாபம் காட்டவேண்டிய மனிதன் என்று சொல்ல முடியாது. திசைகாட்டியோ நங்கூரமோ இல்லாமல் இலக்கின்றி அடித்துச் செல்லப்படும் மீட்சியற்ற ஆன்மா என்றோ வாழ்க்கையின் துயரக் காற்றால் வீசியடிக்கப்பட்ட வேரற்ற ஒருவன் என்றோ அவனை அழைக்கலாம். நிபுணத்துவமற்ற உளவியலாளர் (வேறு வகை ஏதும் உண்டா?), நம்மை மகிழ்விக்க, கடினமான ஒன்றை எளிதாக்க, சிக்கலானதைத் தெளிவானதாக்க, தாறுமாறானதைக் குறுக்கிப்பார்க்கும் மனதுக்கு ஏற்ப நேராக்கப்பட்ட கோடுகளாக ஆக்க இந்தக் குண அமைப்புக்குக் கவர்ச்சிகரமான பெயர் ஒன்று வைப்பார். ஆனால் இலக்கியம் எப்போதும் தொடுவானத்தை இருள்படிய வைக்கிறது, வர்ணத்தைப் பெருக்குகிறது, கிரேக்க மொழியின் வேர்கொண்ட ஒரு பொருத்தமான சொல்லில் உருப்படுத்திய கிரேக்க எளிமைகளைத் துடைத்தழிக்கிறது.

N. இவற்றில் ஏதொன்றும் அல்ல. குடும்பம் இல்லாதவனாக, வீடில்லாதவனாக, தலையைச் சாய்க்க இடமில்லாதவனாக இருக்கச் சபிக்கப்பட்டவனாகத் தோன்றினாலும் கெயினைப்போல *N.* பூமியில் நிலையற்று அலையக் கட்டாயப்படுத்தப்பட்டவன் அல்லன். ஞானத்தைத் தேடிப் போகும் பயணம் எதுவும் அவன் மேற்கொள்ளவில்லை; விவேகத்தை நாடும் நபரும் அல்லன் அவன்; மலையின் அடுத்த பக்கத்தை அடைந்து ஏதோ ஒன்றை, குறிப்பாக அவனையே, காப்பாற்ற முனையும் தனிமைகொண்ட நாயகனும் அல்லன். தன்னை ஒப்பிட்டுக்கொள்ள சிறப்புக் கூறுகளோ வழிகாட்டத் திசை விளக்குகளோ அற்றுக் குழப்பமான உலகில் வாழும் அவன் பெக்கெட்டின் கதாபாத்திரங்கள் பலவற்றைப் போன்றவன்.

இந்த முறையில், வரையறுக்க முடிகிற எல்லைகளுக்குள் உள்ள ஓர் உலகத்தைக் கொண்ட அவருடைய ஆரம்பகாலக் கதைகள்

தொடங்கி ஓ' கைன் எண்ணற்ற மைல்களும் நூற்றுக்கணக்கான வருடங்களும் பயணம் செய்திருக்கிறார். அந்த எல்லைகள் அண்டை வீட்டுக்காரனின் சிறு துண்டு நிலமாகவோ எல்லைச் சுவராகவோ கணப்படுப்புக்கு முன்னால் கேட்ட சேதியாகவோ பெருநகரத்திலிருந்து வந்த வதந்தியாகவோ எளிய வாழ்க்கையில் எதிர்பார்க்கப்படும் கொஞ்சம் மிகைப்படியான ஏதோ ஒன்றாகவோ இருந்திருக்கலாம். திடீரென்று, திடீரென்றுதான் அது நடக்கும், உள்ளூர்வாசிகளின் உலகமே சிப்பி, வாத்து ஈரல், கடல் தாவரக் கறிக் கூட்டு, காளான், உள்ளும் வெளியும் கறுப்பாக இருக்கும் விலையுயர்ந்த இந்தோனீஷியக் கோழி அல்லது உங்களிடம் எது இல்லையோ அது என்று மாறும். வெளித் தோற்றத்தின் உடுப்பில் மட்டுமல்லாமல் சர்வதேச ரீதியில் வடிவமைக்கப்பட்ட மனதின் உள் உறுப்புகளிலும் வெளி உலகம் டப்ளினுக்கு வந்தது.

N. எல்லாவற்றாலும் அலைக்கழிக்கப்படுகிறான். முதலில் மனைவி இறந்த அதிர்ச்சி; அடுத்து எதையும் தீர்மானிக்க இயலாத செயல் முடக்கம்; மிகைப்படுத்தாமல் சொன்னால், மனைவியின் சகோதரிகள்மீது அவனுக்குள்ள வெறுப்பு; கூடப் பணிபுரிபவர்களோடு ஒட்டாத மனோபாவம்; அரசு ஊழியன் என்ற முறையில் தன் வேலைமீது வெறுப்பு; தொலைக்காட்சி வர்ணனையாளனாக அந்தப் பணி தரும் பயனின்மை உணர்வு; பலருக்கும் சுகமளித்த ஸ்க்விம்ஸியிடம் அர்த்தமற்று அகப்பட்டுக்கொண்டமை என்று பலவற்றாலும். நம்பிக்கை எல்லா வழிகளிலும் உண்டுதான்; ஆனால் அது அவ்வப்போதுதான் வருகிறது – குதிரைப் பந்தயப் பணயக் கணக்கர் அலுவலகத்தில் குதிரையின்மீது பந்தயம் கட்டும்போது, அல்லது பூங்கா பெஞ்சில் நிகழும் ஒரு சந்திப்பின்போது, தெருவில் சம்பவிக்கும் ஒரு எதிர்பாராத சந்திப்பின்போது அல்லது அவனைவிட மேலான ஆன்மீக விவேகம் கொண்டவர்களைச் சந்திக்கும்போது அல்லது கடற்கரையில் அவன் சந்திக்கும் மாலுமி மாயையிலிருந்து விடுபட்ட எல்லா ஐரிஷ்காரர்களுக்கும் சிக்கலிலிருந்து விடுபட மரபான வழியைச் சொல்லும்போது அக்கறை கொள்பவன்தான் அவன். அது எப்படி என்பது தெரியாது என்பதுதான் விஷயமே. பெக்கட்டின் பிரபல வாசகத்தின்படி அவன் 'கட்டாயம் தொடர்ந்து இருக்க வேண்டிய ஒருவன்.' ஏனென்றால், அவன் தொடர்ந்து இருக்க வேண்டியவன் என்பதால் இருக்க வேண்டியதைத் தவிர செய்ய வேறொன்றும் இல்லாதவன்.

உண்மையைச் சொன்னால் ஓ' கைனின் ஆரம்பகாலக் கதை ஒன்றின் தலைப்பே 'தொடர்ந்து இருப்பது' என்பதுதான். ஐரிஷ் பேசும் அயர்லாந்தின் பகுதியில் வாழ்ந்து ஏழ்மைத் துயரத்துக்கு ஆளானவர்களின் – ஆங்கிலமயமாக்கப்பட்ட வளமான கிழக்குப் பகுதியில் வாழ்ந்த ஆட்களைப் போன்றவர்கள் அல்லர் இவர்கள் – முடிவுறாத போராட்டத்தை அக்கதை சொன்னது. அப்போராட்டத்தில் அவர்கள் செம்மையாக இரண்டு வகைத் துயரங்களை இணைத்தார்கள்: ஒன்று, உடல்ரீதியில் தொடர்ந்து உயிரோடிருப்பது; இன்னொன்று, வாழ்க்கைக்கு அர்த்தம் அல்லது நோக்கம் ஒன்றைத் தேடுவது. உலகத்தின் கதையும்

இதுவாகவே இருக்கலாம்: தொடர்ந்து இருப்பது எப்படி என்பதைக் கற்றுக்கொண்டுவிட்ட பிறகு, தொடர்ந்து இருக்கத் தொடங்கிவிட்ட பிறகு அந்த இருத்தலை வைத்து நீங்கள் செய்யப்போவது என்ன?

சிதைவின் முனையில் இருக்கும் குழப்பமான மனம் ஒன்று தன் சிக்கலை அவிழ்க்க முயலும் கதையே 'அந்த நாளின் கசடுகள்'. தனக்கு வெளியே இருக்கும் ஏதோ ஒன்றைத் தேடுகிற அலையும் வேதனையின் பாடல் அது. இந்த அர்த்தத்தில் அது விசித்திரமான வகையில் மதரீதியானது. எது அல்லது யார் என்று நமக்கு உறுதியாகத் தெரிந்தால் எங்கோ ஒரு ரட்சகர் இருக்கிறார். வேரற்ற நகரமாக இருந்தாலும் கதையின் களன் தீர்மானமாக 1960களின் அயர்லாந்துதான். பாதிரியார்களும் பெண் துறவியரும் வின்சென்ட் த பால் [1883இல் நிறுவப்பட்ட கத்தோலிக்கத் திருச்சபையின் தொண்டு நிறுவனம்] சங்கமும் ஏழைகளின் சிறிய சகோதரிகள் அமைப்பும் [குறிப்பாக முதிய பெண்களுக்கானது] பெண்கள் பாலியல் தொழிலாளிகளாக ஆவதைத் தடுப்பதற்காக அமைக்கப்பட்ட அவர்களுக்கான விடுதிகளும் ஜெபமாலை வைத்து ஜெபிக்கிறவர்களும் அங்கே இருந்தார்கள். இவையெல்லாம் சில பத்தாண்டுகளில் சிதையப்போகின்றன என்பதையோ நாட்டின் சமூக முகம் நிரந்தரமாக மாறப்போகிறது என்பதையோ ஓ' கைன் உணரவில்லை, அவருக்குத் தெரிய வாய்ப்புமில்லை. ஒருவகைக் கத்தோலிக்க அயர்லாந்தின் இறுதிக்காலப் பகுதி இந்தக் கதையின் புற விவரணையைத் தருகிறது. ஆனால் இதற்கும் N.இன் துயரத்துக்கும் தொடர்பில்லை. அது வேறுவகை நவீன திடீர்த் திருப்பத்துக்கு ஆட்பட்ட உணர்வுநயம்.

ஐரிஷ் மொழி பேசும் தன்னுடைய சமூகத்தின் தொடர் இருப்பு மார்ட்டீன் ஓ' கைனை ஆட்டிப்படைத்தது நியாயமானதே. அது அவரைப் பொதுவாழ்க்கையில் கிளர்ச்சியாளராகவும் இலக்கிய வாழ்க்கையில் படைப்பெழுத்தாளராகவும் ஆக்கியது. அழிவு, புதுப்பித்தல் தொடர்பான மாறாத சிந்தனையே அவருடைய '*The Mown Swath. The Old and the New*' என்ற ஏமாற்றும் முறையில் சுவாரசியமூட்டாத தலைப்புக்கொண்ட கதை, ஒருகாலத்தில் விதந்தோதப்பட்டதாக, புனிதமானதாக, மதிப்புமிக்கதாக இருந்த ஒன்று ஒரு பொத்தானை அழுத்துவதால் துடைத்தெறியப்படலாம் என்பதைத் துல்லியமாகச் சொல்கிறது. ஒரு உயிர்ப்பொருள் மற்றொன்றின்மீது மிதந்துகொண்டிருப்பதன் – அந்த உயிர்ப்பொருள் வெடிகுண்டு வீசும் ஒருவர், மற்றொன்று ஒரு நகரம் – விரிவான விவரிப்பே அக்கதை. அது சும்மா ஒரு நொடிப்பொழுதில் அழிக்கப்படும் ஹிரோஷிமாவாகவோ நாகசாகியாகவோ அல்லது வேறெதோ ஒரு பெரும் மாநகரமாகவோ இருக்கலாம்: 'எழுநூறு ஆண்டு வளர்ச்சி, எழுநூறு ஆண்டு உழைப்பு, வியர்வை, அறிவு, எழுநூறு தலைமுறைகளின் காதல், விவேகம், களிப்பு என எல்லாமும் முன் கண்டிராத அழிவுக்கு ஆளாகி, பாழாக்கப்பட்ட பெரும் நிலப்பகுதியாக வீழ்ந்த கதை . . .' ஐரிஷ் மொழிக்கும் இலக்கியத்துக்கும் மரபுகளுக்கும் அறிவுக்கும் அதிசயங்களுக்கும் விவேகத்துக்கும் இது ஒரு குறியீடாக இருக்க வேண்டும் என்பதில் நமக்குச் சந்தேகமில்லை.

இருந்தும், அந்தச் சமூகத்துக்குள்ளே இருக்கும் தனிமனிதன்மீதே –தன் மொழியோடு பிணைக்கப்பட்ட கண்ணியமுள்ள தனிமனிதன் – அவன் யார், அல்லது அதிகமும் அவள் யார் என்பது பற்றியே மார்ட்டீன் ஓ' கைன் பெரும்பாலும் அக்கறை கொண்டவர். கற்பனாவாதம் கொஞ்சமும் இல்லாமல், கண்ணீர்த் துளியின் தடயம் இல்லாமல், உளறல் ஏதும் இல்லாமல் அவருடைய மக்களை வரலாற்றின் கூலி அடிமைகளாகவும் ஏழைகளின் வளர்ப்பு நாய்களாகவும் அவர் ஆரம்பகாலக் கதைகள் சித்தரித்தன.

வாழ்க்கை மாறியவுடன், அதோடு இணங்கிப்போகாதவர்களும் இணங்கிப்போக முடியாதவர்களும் தூக்கி எறியப்பட்டு, வாடி வதங்கி, மனித நிலையினின்றும் கீழிறக்கப்பட்டார்கள். இந்த நடைமுறைக்கு இன்று அதீதத் திருப்தியுடன் 'விளிம்புநிலைக்கு ஆளாகுதல்' என்று பெயரிடப்படும். பணக்கார, பிரத்யேக அனுகூலங்களை அனுபவித்த பிரெஞ்சு அறிவுஜீவிக் குழுவினர் *Les Deux Magots* என்ற ஒரு சாலையோரச் சிற்றுண்டியகத்தில் 'அந்நியமாதல்' என்று அவர்கள் அழைத்த ஒன்றைக் கண்டுபிடித்தார்கள். நாம் இங்கே ழீன் பால் சார்த்தரையும் அவருடைய துணையாளான சிமோன் த போவாவையும் – இந்தப் பாத்திரப் பெயரிடலின்மீது அந்த அம்மையார் கோபப்படலாம் – குறிப்பிடுகிறோம். விளிம்புநிலையில் இருப்பதாக நடித்துக்கொண்டு அதிகார அமைப்பின் நடுவில் மீமிகை அனுகூலங்களுக்குள்ளேயே ஆக உச்ச அனுகூலங்களை அனுபவித்தவர்கள் அவர்கள். வரலாற்றில் அதிகபட்சமாகப் பழமையைப் பேணிய மாணவத் தலைமுறையின் சௌகரியமான இருப்பு தந்த உணர்ச்சிகளால் நிகழ்த்தப்பட்ட நம் காலத்தின் ஆகப்பெரும் மோசடிகளில் ஒன்று அது. இந்த மாணவர்கள் நவ தாராளவாதத்தின் நெருக்கடிகளையும் காலனியத்தின் அடுத்த அலை தொடுத்த தாக்குதல்களையும் சில ஆண்டுகளிலேயே நமக்கு வழங்கினார்கள்.

தன் யதார்த்தக் கதைகளில் உள்ளதை உள்ளபடியே சொல்ல ஓ' கைன் விரும்பினார். எல்லா மரபான நம்பிக்கைகளும் பொய்த்துப்போனதால் *N.*க்கு என்ன செய்யவேண்டுமென்பதே தெரிவதில்லை. கத்தோலிக்கத் திருச்சபையின் பழங்கால அதிகாரம், முன்பு இருந்ததற்கும் அதைவிடக் கூடுதலாகக் கிடைத்த பாலியல் சுதந்தரத்துக்கும் இடையேயான எல்லைகள், உள்ளூர் அரசியல் மாஃபியா கும்பல்களால் வலுப்படுத்தப்பட்டதும் எப்போதும் அதிகாரம் மிக்கதாகவும் உள்ள ஊடகங்களின் ஈர்ப்பு, நிகழ்ந்து உணர வாய்ப்புள்ள வழக்கம் மீறிய வாழ்க்கை ஆகியவற்றின் அறிகுறிகள் இங்கே உள்ளன. மனதிலும் நடையிலும் கதை 'நவீனத்துவ'மாக இருக்கும் சமயத்தில் கள உண்மைகள் மாறுகின்றன. நம் காலத்தில் கத்தோலிக்கப் பரிமாணம் மங்கிப்போவது அன்றி – நியாயமாகப் பார்த்தால் இதை ஒரு ஈமச் சடங்குக்கான ஏற்பாடுகளோடு இணைக்க வேண்டும் – எகிப்தியப் பிரமிடுகளை இப்போது விளக்குவதுபோல ஒரு குறிப்பிட்ட காலத்தைச் சேர்ந்த ஒருவருக்கு விளக்கிச் சொல்லவேண்டிய நிலையில் உள்ள விசித்திரக் கட்டுமானங்களான தொலைபேசிக் கூண்டுகளும்கூட உண்டு.

அழிவு – உயிர்ப்பித்தல் என்ற கருப்பொருளைக் கொண்ட அவருடைய மூன்று தொகுதிகள் கொண்ட கதைத்தொகுப்பான *The Swath Uplifted (An tSraith Togtha)*இன் இறுதிக் கதைகள் மீந்துபோன உணவு ஒன்றின் சீவல்களாகத் தோற்றம் கொண்டிருந்தன. இந்தக் கடைசிப் படைப்பின் சில முயற்சிகளை முன்வரைவுகள் என்றும் மற்றவற்றை அவருடைய முந்தைய எழுத்துக்களின் மறுசூடாக்கல் என்றும் நீங்கள் எடுத்துக்கொள்ள வேண்டும். அவர் எழுதியது எல்லாமே படிக்கத் தகுந்தவை என்று ஐரிஷ் பேசும் பெரும்பான்மையோர் சொல்வதுபோல அவை நிச்சயம் பிரசுரிக்கத் தகுந்தவைதாம். அவரே எதிர்நோக்கி, திட்டமிட்ட மூன்று தொகுதிகள் கொண்ட தொகுப்பின் முடிவு என்று கருதி அவை பிரசுரிக்கப்பட்டதாகக் கருதிக்கொள்ள வேண்டுமே அன்றி அவசரமாக எழுதப்பட்ட குறிப்புகள் போன்று பெரும்பாலும் இருக்கும் இந்தக் கதைகள் இந்தத் தொடரின் முந்தைய கதைகளுடைய திறனையும் கற்பனைத் துணிச்சலையும் நெருங்கிவருகின்றன என்பதால் அல்ல.

1920களில் மொழிபெயர்ப்புப் பயிற்சியோடு தொடங்கிய ஓ' கைனின் கதைகள், நாவல்களின் நீண்ட வரிசை முடிவில் 'அந்த நாளின் கசடுகள்' அமைந்திருக்கிறது; 1930களில் சிறப்பாக எழுதப்பட்ட புனைகதைகளாக, ஆனால் தொடக்ககால நாட்டார் இலக்கியக் கூறுகள் கொண்டவையாக அவர் படைப்புகள் உருவாயின; 1940களில் வடிவத்திலும் உள்ளடக்கத்திலும் அவை சம்பிரதாயமானவையாக, அவருடைய உன்னத நாவலான '*The Dirty Dust*' [வசை மண்] தவிர்த்து, ஆயின; 1950களில் தோற்றத்திலும் ஆழத்திலும் வளர்ந்தன; 1960களில் புனைகதைகள், வாழ்க்கைக் குறிப்புகள், நீதிக்கதைகள், உரைநடைக் கவிதைகள், கட்டுக்கதைகள், கதைகள், குறுநாவல்கள் என்று உச்சத்தை அடைந்தன.

எல்லா எழுத்தாளர்களையும் போலவே அவர் இடைவிடாமல் கற்றுக்கொண்டிருந்தார். 1960களின், 1970களின் முத்திரைகளைக் கொண்டிருக்கும் இந்தக் குறுநாவல் ஒரு நவீன, நவீனத்துவப் படைப்பு. அதே சமயம் எல்லா இலக்கியங்களையும் போலவே அவர் படைப்பிலும் அதன் காலத்துக்கும் இடத்துக்கும் உரிய அம்சம் உள்ளது; இன்னும் கூடுதலான உலகளாவிய அம்சமும், அது எதை அர்த்தப்படுத்தினாலும் சரி, அதில் இருக்கலாம்.

மிக முக்கிய விஷயம், சந்தேகமேயில்லாமல், இது ஒரு கதை. கதைகள் மொழியில் சொல்லப்படுகின்றன; நீங்கள் தொனிக் குருடாக, வண்ணச் செவிடாக இருந்தால் அன்றி, நாம் இலக்கியத்தில் ஈடுபடுகிறோம் என்றால் அதன் காரணத்தின் பெரும் பகுதி அவை சொல்லப்படும் விதமே; தெருவில் கேட்கும் சளசளப்புப் பேச்சிலிருந்தும் செய்தித்தாள்களின் சுவராசியமற்ற வெற்று உளறலிலிருந்தும் அந்த மொழி தெளிவாக வேறுபட்டது.

ஓ' கைன் தன் மொழிப் புலமையிலிருந்து இலக்கியப் புகழை உருவாக்கிக்கொண்டவர். பிரதானமாக ஐரிஷ் பேசப்படும் பகுதிகளில் ஒன்றான கன்னிமாராவின் இரண்டு எல்லைகளாகக் கருதப்படும் பர்னாவிலிருந்து கர்னாவரை புழங்கும் ஒவ்வொரு வார்த்தையையும்

தன் உன்னத நாவலில் திணித்து நிரப்புகிறார் என்ற குற்றச்சாட்டுக்கு ஒருமுறை அவர் ஆளானார். ஒலி இயைபு கொண்ட இந்த இரண்டு இடப் பெயர்கள் முழுச் சங்கதியையும் சொல்லவில்லை. ஆங்கிலத்தில் எழுதும் எந்த எழுத்தாளரும், ஆணோ பெண்ணோ, தான் எழுத விரும்பியதைச் சொல்ல அந்த மொழியிலுள்ள வித்தியாசமான, கிளர்ச்சியூட்டும் வார்த்தைகளைக் களவாண்டோ, சிறிய அளவில் திருடியோ, வடிவம் மாற்றிக் கையாடல் செய்தோ பயன்படுத்துவதுபோல ஓ' கைன் தனக்கு உபயோகப்படும் என்று கருதிய ஒவ்வொரு வார்த்தையையும் பிரத்யேக வெளிப்பாட்டு வகையையும் பயன்படுத்தினார். தான் பதுங்கியிருக்க வேண்டிய ஒரு சிறைச்சாலையாக உள்ளூர் மொழியை ஓ' கைன் ஒருபோதும் பார்த்ததில்லை. விரிந்தகன்ற கற்பனை உடைய எந்த எழுத்தாளரும் தவிர்க்கவியலாமல் மொழியால் தாக்க வேண்டும்; அல்லது, குறைந்தபட்சம் தனக்குத் துணையாதாரமாக உள்ள எல்லா சாதனங்களையும் கொண்டு புதியவற்றை உருவாக்க வேண்டும்.

அவருடைய சுய இலக்கியக் கற்பனையின் பண்பு கொண்டவையாக இருந்தாலும் அவருடைய தொடக்ககாலக் கதைகளும் முதன்மையான நாவல்களும் அவருடைய ஜனங்களின் மொழியிலேயே எழுதப் பட்டன. வளர்ந்த, வளமான புனைவு எந்த மொழியில் இருந்தாலும் எந்த ஒரு வாசகரும் அதோடு மல்லாடிப் புரிந்துகொள்வதைப்போல ஓ' கைனின் ஊரையும் காலத்தையும் சேர்ந்த ஒரு உன்னிப்பான வாசகருக்கு உடனடியாகப் பிடிபடாதது அவர் படைப்புகளில் ஏதுமில்லை. ஆனாலும், பெரும்பாலான காலம் தான் டப்ளினில் வசித்ததை அவர் ஒப்புக்கொண்டார்; நகர்ப்புற நிலப்பகுதியும் மனதும் அவர் புனைவில் வெளியாகாமல் போனால்தான் ஆச்சரியம்.

மேலோட்டமான பார்வையில் இது ஒரு பிரச்சனையாகத் தோன்றலாம். ஐரிஷ் மொழி எப்போதுமே நகர்ப்புற மொழியாகவும் அதே சமயம் கிராமப்புற மொழியாகவும் இருந்திருந்தாலும் சில நூற்றாண்டுகளாக அது, கலாரீதியாக உருவாக்கப்பட்ட அர்த்தத்தில், நகர்ப்புற இலக்கிய மொழியாக இருக்கவில்லை. நீண்ட காலமாக டப்ளின், பெல்ஃபாஸ்ட், கார்க், கேல்வே ஆகிய பகுதிகளின் சமூகங்கள் நேர்மையற்ற விமர்சனத்துக்கு உட்படுத்தப்பட்டவையாகவும் பொதுவெளிச் சொல்லாடல்களில் வாயடைக்கப்பட்டவையாகவும் இருந்தன; இப்படியாக, ஐரிஷ் பேசும் நகர்ப்புற மக்களையோ பிரத்யேகக் குழுக்களையோ வர்ணிப்பது கடினமான செயலாகச் சாதாரண அறிவு உள்ளவர்களுக்குத் தோன்றியது. இலக்கியம் என்பது, சந்தேகமில்லாமல், கற்பனையின் செயல்பாடு. அப்போது என்ன மாதிரியான மொழி பேசப்பட்டது என்பதைக் கொஞ்சமும் அறியாமல் எழுத்தாளர்கள் கடந்த காலத்தைப்பற்றியும் அல்லது நம்மையெல்லாம் தாண்டி வருங்காலத்தில் என்ன மாதிரியான வார்த்தைகள் பேசப்படும் என்பதைக் கற்பனை செய்து பார்க்காமல் எதிர்காலத்தைப்பற்றியும் எழுத்தாளர்கள் கிறுக்கித் தள்ளினார்கள்.

நகர்ப்புறக் காட்சியை வர்ணிப்பதோ சலிப்பூட்டும் துறை சார்ந்த வார்த்தைகளோ நவீன மனது என்று எதை நினைக்க விரும்புகிறோமோ

அதுவோ சவாலாக இருக்கவில்லை. இந்த நவீன மனது இடைக்கால மனதிலிருந்தோ கற்கால மனதிலிருந்தோ கொஞ்சம்கூட வேறுபட்டிருக்கவில்லை. நவீன மோஸ்தர்களை உருவாக்குபவர்களின் முன்முடிவுகள் மாறிவிட்டதைத் தவிர எந்த மாற்றமும் ஏற்படவில்லை. மொழியைத் தலைகீழாக்கி, வெளிப்பாட்டுக்காக அதன் வார்த்தைகளை வித்தியாசமாகத் தேர்ந்தெடுத்து, இதற்கு முன்னால் ஒருபோதும் பயன்படுத்தியிராத தினுசில் அதைக் கையாண்டு அவர் மனதின் தேவைகளுக்கு ஈடுகொடுக்கும் விதத்தில் வாக்கிய அமைப்பை இழுத்தும் சீண்டியும் விரும்பிய பயன் கிடைக்கிறதோ இல்லையோ உருத்திரிபுகளை உருவாக்கிக்கொண்டும் துணிச்சலும் புத்தாக்க மனமும் அபாயத்தை எதிர்கொள்ளும் குணமும் கொண்ட அவர் புதுவகை எழுத்து நடைகளை இடைவிடாமல் கைக்கொண்டிருந்தார். நுட்பமான, நெகிழ்வான, விரிவியல்புகொண்ட, பொருத்தமான, மாற்றத்துக்கு இடம் தருகிற, கட்டுறுதியான, முழுமையான, ஆழ்ந்து சிந்திக்கப்பட்ட, கற்பனை நிரம்பிய, புதியவற்றை உருவாக்குகிற இயல்பு கொண்ட ஒரு வகை ஐரிஷ் மொழியை அவர் இதிலும் இன்னும் பல பிந்தைய கதைகளிலும் உருவாக்கினார்.

அவருடைய ஆரம்பகாலக் கதைகள் விடுக்கும் பிரச்சனைகளை மொழிபெயர்ப்பாளர் கையாளத்தான் வேண்டும். அவருடைய புது நடையில் இன்னும் கட்டுப்பாட்டை அவர் இழக்கலாம் – மணலில் புதையும் வரையில் வாக்கியங்கள் தொடர்ந்து மேற்செல்லும், ஒரு சொற்றொடர் அதன் வளைக்குள் போய் மறையும்வரை துரத்தப்படும், எளிதாக இணை காணமுடியாத வகையில் வார்த்தைகள் உருவாக்கப்படும் அல்லது உருமாற்றப்படும். ஆனால் அவர் இப்படித்தான் எழுதினார்; எல்லா எழுத்தாளர்களுக்கும் நிகழ்வதுபோலவே அவருடைய பெரும் அருந்திறம் பிறரால் அவருடைய மிகப்பெரிய பலவீனமாகப் பார்க்கப்படலாம். அவரால் வேறெதையும் செய்யவே முடிந்திருக்காது.

ஆனாலும், ஒரு கதை அதன் சமூகவியல் தாக்கத்தையும் விவாத வலிமையையும் உதாரண இயல்பையும் தாண்டி எப்போதும் ஒரு கதையாக இருக்க வேண்டும். அதீத அளவில் பாதுகாப்பில்லாத, மிகக் குழப்பமான, செய்வதறியாத நிலையின் உச்சத்தை அடைந்த ஒரு மனிதனைப்பற்றிய புனைவே இது. அங்கே அவனுக்கு விமோசனம் கிடைக்கலாம், கிடைக்காமலும் போகலாம். யாருக்குத் தெரியும்?

தமிழ் மொழிபெயர்ப்பாளர் குறிப்பு

பொலோனியஸ்: பிரபு, என்ன வாசிக்கிறீர்கள்?

ஹேம்லட்: வார்த்தைகள், வார்த்தைகள், வார்த்தைகள்.

ஹேம்லட்: அங்கம் 2, காட்சி 2.

இந்த உரையாடல் துணுக்கின் சூழல் இங்கு முக்கியமில்லை. ஹேம்லட்டின் கையில் ஒரு நூல் உள்ளது என்ற தகவல் போதும். 'வாயாடி'ச் சமூகம் என்று பெயர்பெற்ற ஐரிஷ் மக்கள் கூட்டத்தை மார்ட்டீன் ஓ' கைனின் 'வசை மண்' நாவலில் பார்க்கலாம். பாத்திரங்களின் ஓயாத சளசளப்பு அதன் முக்கிய அம்சம். 'அந்த நாளின் கசடுகள்' (*'The Dregs of the Day'*) என்ற இந்த நாவலில் பேச்சு குறைவு. அதை ஈடுசெய்ய ஒரு தனிமனிதன் தன் நெஞ்சோடு கிளத்தும் அகத் தனிமொழியின் (*Interior Monologue*) வார்த்தைக் கூட்டத்தை இக்கதையில் பார்க்கலாம். கனவிலும் போதையிலும் நாயகன் *N.*இன் மனதில் தோன்றும் காட்சிகளும் எண்ணங்களும் நனவோடையில் மிதந்து நகர்கின்றன. முதல் நாவலில் பாத்திரங்கள் அனைத்தும் பூமிக்கடியில் புதையுண்டிருக்கும் பிரேதங்கள். இக்கதையிலும் ஒரு பெண்ணின் பிரேதம் ஒரு பாத்திரமாக இடம்பெறுகிறது. சொல்லப்படுவதன்றி நாம் அதைப் பார்ப்பதில்லை. இந்தப் பிரேதத்தைச் சுற்றியே கதை விரிகிறது.

இக்குறுநாவலின் நாயகப் பாத்திரம் *N.* ஓர் அரசு ஊழியன். பகுதிநேரத் தொலைக்காட்சி வர்ணனையாளனும்கூட. இலக்கியப் பரிச்சயமும் உடையவன். அவனுடைய இரண்டு பகல்கள், ஒரு இரவு மட்டுமே நாவலின் காலம். மனைவியின் உடலை அடக்கம் செய்ய வேண்டும் என்ற பொறுப்பை நிறைவேற்ற அவன் படும் பாடே கதை. சவப்பெட்டி ஒன்றை ஏற்பாடு செய்ய முயலத் தொடங்கும் அவன், நிகழ்வுகளின் போக்கால் கட்டுப்பாடின்றி இழுத்துச் செல்லப்படுகிறான். இருந்த பணத்தைத் திருட்டுக்கொடுத்துவிட்டுத் தெரிந்தவர், தெரியாதவர் என்று பலரால் கிடைக்கும் அனுபவங்களால்

குழம்புகிறான். இவன் வீட்டில் இல்லாதது குறித்து மனைவியின் இரண்டு சகோதரிகள் கடும் சினத்தோடு காத்திருக்கிறார்கள். அவர்கள் இருவரும் ஏற்கனவே இவனுடைய வெறுப்பைச் சம்பாதித்தவர்கள். அடுத்து என்ன செய்வது என்று புரியாமல் மது விடுதி, தேவாலயம், கடன் வழங்கும் சங்கம், தோழி ஒருத்தியின் வீடு, சாலைகள், பூங்கா என்று சுற்றுகிறான். மனைவியின் அடக்கம் நடைபெறப்போகும் அறிவிப்பை நாளிதழில் பார்க்கிறான். இனி தான் வீட்டுக்குப் போனால் அது தொல்லையிலும் சண்டையிலும் முடியும் என்று கருதுகிறான். மாலுமி ஒருவனோடு நிகழ்த்தும் உரையாடல் தனக்கு விடுதலையைக் காட்டிவிட்டதாக நினைத்து மகிழ்கிறான்.

பொறுப்பில்லாதவனாக முதல் பார்வைக்குத் தெரிகிறான் *N.* ஆனால், அவன் ஆளாகும் சில அனுபவங்களும் அவன் எண்ணங்களும் ஆன்மீகச் சாயல்கள் கொண்டவையாகச் சில தருணங்களில் மாறுகின்றன. ஒரு முனையில் அரசுப் பணியின் அபத்தங்களையும் திருச்சபையின், பாதிரியார்களின் தில்லுமுல்லுகளையும் நினைவுகூர்கிறான். கலக்கத்துக்கிடையே வெளிப்படும் அவல நகைச்சுவை இவ்வர்ணனைகளில் உண்டு. காஃப்காவின் *K* அனுபவிப்பதைப் போன்ற அதிகார வர்க்கத்தின் அர்த்தமற்ற நடைமுறைகள் ஐரிஷ்காரர்களுக்கேயுரிய கேலியுடன் விவரிக்கப்படுகின்றன. இன்னொரு முனையில் கிறிஸ்து தன்னைப் போன்றவர்களுக்கு நேசனாக இருப்பார் என்றும் ஆன்மீக ரீதியில் வெறுமையானவர்களைக் கிறிஸ்து எப்போதும் ஏற்றுக்கொள்ள மறுப்பவர் என்றும் சொல்கிறான். கதையின் இறுதியில் வரும் துறைமுகக் காட்சியில் கிறிஸ்து அங்கே கடலில் நடந்துவந்தால் ஆச்சரியப்பட மாட்டேன் என்று நினைக்கிறான். திகில், விரக்தி, வெறுப்பு, குழப்பம், நம்பிக்கை என்பவையே அந்த முப்பது மணி நேரத் திக்குத்திசை தெரியாத, அடுத்து என்ன செய்வது என்று புரியாத அவனுடைய உணர்ச்சிகள். இவை அனைத்தையும் படைப்பூக்கத்தின் உச்ச நிலையிலிருந்து ஓ' கைன் சித்திரிக்கிறார்.

கொச்சைப் பேச்சு, முறைசார் வழக்கு, இலக்கிய வழக்கு போன்ற பலவகை மொழிவழக்குகள் இந்நாவலில் உண்டு. வசைபாடலும் உண்டு. இவை அனைத்திலும் மார்ட்டீன் ஓ' கைன் கைதேர்ந்தவர். கூடவே அகத் தனிமொழியின் தொடர்ச்சியற்ற, குழப்பமான பேச்சும் எண்ணமும் விரவியுள்ளன. மொழிபெயர்க்கச் சவாலான பகுதிகள் இவை. சில கூற்றுகளைத் திரும்பப் படிக்க நேரலாம். தாய்மொழிக் கிடங்கில் தொலைந்துபோவதை விரும்பியே செய்பவர் ஓ' கைன். அதனால் விளையும் நடை தாண்டவமாடும். அவரை மொழிபெயர்க்கும்போது சுதந்திரம் எடுத்துக்கொள்வதாக ஆலன் டிட்லி சொல்வார். நான் டிட்லியிடம் சுதந்திரம் எடுத்துக்கொள்வதில்லை. இயன்ற அளவு ஆங்கில வடிவத்துக்கு விசுவாசமாக இருந்திருக்கிறேன். முந்தைய நாவலைப் போலவே வசைகளில் கொஞ்சம் இடக்கரடக்கலைக் கைக்கொண்டிருக்கிறேன். டிட்லி பல இடங்களில் சரளமாக மோனை களை இந்நாவலில் பயன்படுத்தியிருக்கிறார். பொதுவாக, மூல மொழியின்

(இங்கு ஆங்கிலம்) மோனைகளை மொழிபெயர்ப்பில் கொண்டுவருவது அசாத்தியம். ஒரு சில இடங்களில், தமிழ் அனுமதித்த அளவுக்கு, வெற்றி பெறும் நான் இயலாமைகளை ஈடு செய்யும் விதமாகத் தமிழ் வடிவத்தில் சாத்தியமான வேறு சில இடங்களில் பிரக்ஞைபூர்வமாக மோனைகளைப் பயன்படுத்தியிருக்கிறேன். ஏனென்றால், அவை இந்த நாவலின் சொல்லாட்சியில் ஒரு வசீகர அம்சம். பிரதியின் ஊடே பகர வளைவுகளுக்குள் காணப்படும் குறிப்புகள் நான் தந்தவை.

ஒரே எழுத்தாளரின் இரண்டு படைப்புகளை மொழிபெயர்க்கும் சந்தர்ப்பம் எனக்கு முதன்முறையாக இந்நாவல் மூலம் வாய்த்தது. நவீன ஐரிஷ் நாவலின் மூலவரான மார்ட்டீன் ஓ' கைனின் புனைவுலகத்தில் திளைக்கும் வாய்ப்பைச் சாத்தியப்படுத்திய காலச்சுவடு பதிப்பகத்துக்கு நன்றி.

அந்த நாளின் கசடுகள்

அவனுடைய வீட்டிலிருந்து கூப்பிட்ட அவள் சகோதரியின் குரல் தொலைபேசியின் மறுமுனையில் கோபத்துடன் ஒலித்தது.

'உன் மனைவி சற்று முன்பு இறந்திருக்கும்போது நீ இப்படி ஜாலியாகச் சுற்றிக்கொண்டிருக்கிறாயே, வெட்கமாக இல்லையா?'

'அவள் இறந்துவிட்டாள்,' என்றான் N. 'ஆமாம்.' அவனால் சொல்ல முடிந்தது அவ்வளவுதான். சுற்றியிருந்த அரசு அலுவலர்கள் பலர் கேட்டுக்கொண்டிருந்ததால் அலுவலகத்தில் நிறைய நேரத்தைச் செலவிடவேண்டியிருந்ததையும் அவன் வேலைக்கு ஆபத்து இருந்ததையும் அவனால் சொல்ல முடியவில்லை. ஏற்கனவே அலுவலகத்தில் ஏராளமான சூசகக் குறிப்புகள் அவனுக்குக் கிடைத்திருந்ததை அவளிடம் பல தடவை சொல்லியிருக்கிறான்; ஆனால் அவன் தன் மனைவியைப் புறக்கணிக்கிறான் என்று நம்புவதற்கே அவர்கள் விரும்பினார்கள்...

வேறெதுவும் சொல்லத் தோன்றாததால், 'கடைசியில் இறந்துவிட்டாள்,' என்று சொன்னான்.

'ஆமாம், கடைசியில்,' என்று அந்த சகோதரி சொன்னாள். 'உன்னைப் பொறுத்தவரையில் அது அவ்வளவு சீக்கிரமாக நடக்கவில்லையே என்று நினைப்பாய். கடைசியில் இறந்து விட்டாள்! உடனே இங்கு வந்து தொலையமாட்டாயா? எல்லாக் காரியங்களையும் இனிமேல்தான் செய்யவேண்டும்...'

அவள் இறந்துவிட்டாள் என்பது அரசு அலுவலர்களுக்குத் தெரியவர அவர்கள் அவனிடம் இரங்கல் தெரிவித்தார்கள்.

'நீ இன்றைக்கு வீட்டிலேயே தங்கியிருந்திருக்க வேண்டும்,' என்றார் அலுவலகத் தலைமை அதிகாரி. 'இந்த மடத்தனமான வேலையில் நாம் ரொம்பப் பிந்தி யிருக்கவில்லை. சனிக்கிழமையில் திறந்திருக்கும் சில அலுவலகங்களில் நமதும் ஒன்று என்பதால் நாம் கொஞ்சம் வேலையைப் பகிர்ந்துகொள்ளலாம்...'

மாடிப்படியில் இறங்கும்போது 'இந்த ஆலோசனைக்கு என்ன பிரயோஜனமோ,' என்று தனக்குத்தானே சொல்லிக்

அந்த நாளின் கசடுகள்

கொண்டான். அவன் சாவைப் பற்றி நினைக்காமல் ஈமச்சடங்கு குறித்தே நினைத்துக்கொண்டிருந்தான். அவள் புதைக்கப்படவேண்டும்; அது தொடர்பான நடைமுறைகளை மேற்கொள்ள வேண்டும்; அவற்றுக்கான முன்னேற்பாடு அவனுக்குக் கொஞ்சம் மன நிம்மதியைக் கொடுத்தது. சதா காலமும் அவனை விஷப் பார்வையோடு உற்றுநோக்கிக்கொண்டிருக்கும் அந்த இரண்டு சகோதரிகளின் கவனத்திலிருந்து அவனால் தப்ப முடியலாம். இந்த மாதிரி விஷயத்தில் சைமன் சமர்த்தன். சவப் பெட்டி வாங்கவும் கல்லறை தோண்டவும் ஆகும் செலவைக் குறைத்துப் பேசி முடித்து அவனுக்கு சகாயம் பண்ணுவான். அந்த மாதிரியான ஆள்தான் சைமன். அவனுக்குச் சரியான தொடர்புகள் உண்டு. N. அவனைத் தொலைபேசியில் அழைத்தான். நிச்சயமான விஷயம்: யாரோ ஒருவர் இறந்துவிட்டார் என்பதைக் கேட்க சைமன் பரவசமடைந்தான்: நண்பர்களுக்காக அவனால் ஏதாவது செய்ய முடியும். கிட்ச் மதுக்கூடத்தில் அவனைச் சந்திக்க ஏற்பாடு செய்தான்.

அவனுக்காக N. காத்திருந்த வேளையில் ஈமச் சடங்கு ஒழுங்குபடுத்தும் ஒரு நிறுவனத்தைக் கூப்பிட்டான். அவன் யாரென்றே அவர்களுக்குத் தெரியவில்லை. லோனர்கன் நிறுவனத்தில் தன்னால் வாங்க முடிகிற தள்ளுபடியை சைமன் சொன்னபோது தான் தொடர்புகொண்ட இடத்தைவிட அங்கே சவப்பெட்டியின் விலை அதிகம் என்பதை N. தெரிந்துகொண்டான். ஆமாம், ஆமாம், ஓக் மரம், அலங்காரங்கள், தங்க ரேக்குகள் என்று சைமன் தொடர்ந்து சொல்லிக்கொண்டிருந்தான். கொஞ்சம் மிகையாக அவன் பேசியிருக்கலாம். இந்தப் பேரத்தில் சைமன் தனக்குக் கொஞ்சம் ஒதுக்கிக்கொள்வான் என்பது N.க்கு சீக்கிரம் புரிந்தது. உரிய முடிவெடுக்காமல் அந்த விஷயத்தை விட்டுவிட்டான். இன்னும் இரண்டு தொலைபேசி அழைப்புகளுக்காக சைமன் காத்திருந்ததை - சந்தேகமில்லாமல் அவன் மும்முரமாக இருப்பவன் - சாக்காக வைத்து எங்கே என்று அவனிடம் சொல்லாமல் இடத்தைவிட்டுக் கிளம்பினான். அவனுக்கே எங்கே என்று தெரியாது . . .

அவர்களுக்கு இரண்டு விஸ்கி போத்தல்கள் தேவைப்படும். இன்னும் தாராளமாக அவன் செலவழிக்கவேண்டும் என்று அந்த சகோதரிகள் விரும்பலாம். அது வார இறுதி; வானிலை மிக ரம்மியமாக இருந்தது. ஆட்கள் வார இறுதிக்கு வெளியே போயிருப்பார்கள். அவனுடைய வீட்டுக்கு வர முடியாதபடி செய்தி எல்லாருக்கும் தாமதமாகத்தான் தெரியப்போகிறது. மதுப் போத்தல்களை விற்க உரிமம் உள்ள, வளாகத்தில் உட்கார்ந்து குடிக்க அனுமதி தராத மர்ஃபி மதுக் கடையில் வாங்கினால் ரொம்ப மலிவாக இருக்கும். டாம் சொல்வது உண்மையாக இருக்கும் பட்சத்தில் ஒரு போத்தல் ஒரு பவுண்டு பதினெட்டு ஷில்லிங்ஸ் ஆறு பென்ஸுக்கு வாங்கலாம். ஆனால், அதில் பாதி மர்ஃபியின் பழைய மூத்திரம்தான் என்று சைமன் சொன்னான். சனிக்கிழமையில் டாம் எங்கு இருப்பான் என்பது N.க்குத் தெரியும். அதிர்ஷ்டவசமாக, தி கிரெய்ன் ஆஃப் வீட் என்ற மதுவிடுதியை நோக்கித் தெருவில் தள்ளாடி முன்னால் நடந்துகொண்டிருந்த டாமைக் கண்டு அவனோடு சேர்ந்துகொண்டான். தான் நினைப்பதைச் சாதிப்பவன் டாம் என்று சொல்லலாம். எல்லா வகையிலும் அவன் ஒரு முழுக் கனவான்.

உள்ள நிலைமையில் அவர்களால் ஒரு சுற்றுதான் குடிக்க முடியும் என்றான் அவன். ஏற்கனவே அவர்கள் மூன்றாவது சுற்றில் இருந்தார்கள்; டாம் அவர்களை விளையாட்டாக ஏமாற்றிக்கொண்டிருந்தான் . . .

வீட்டில் அவன் மனைவியின் சடலத்தை ஈமச்சடங்குக்கு இன்னும் தயார்ப்படுத்தியிருக்கமாட்டார்கள் என்பது N.இன் நினைவுக்கு வந்தது. N.க்கு அறிமுகமில்லாத ஒரு நபரிடம் விடுதியில் டாம் ஏதோ கேட்டான். பக்கத்திலுள்ள ஒரு இடத்தில் வேலை பார்த்த ஒரு செவிலியைப்பற்றி அவன் சொன்னான். அவளைக் கூப்பிடச்சொல்லி N.க்கு ஆலோசனையும் சொன்னான். இந்த ஆள் யாரென்றே தனக்குத் தெரியாது என்பதையும் அந்த நபருக்கும் தன்னைக் கொஞ்சம்கூடத் தெரியாது என்பதையும் தொலைபேசிக் கூண்டுக்குப் போகும் வழியில் N. உணர்ந்தான். தன்னை யாரென்றே தெரியாத ஒரு ஆள் இப்படி ஒரு செவிலியைப்பற்றித் தன்னிடம் தொடர்ந்து பேசுவது அவனுக்கு விசித்திரமாகப் பட்டது. அப்புறம் அவன் வேறு ஒன்றைப் பற்றி யோசித்தான். ஏழைகளின் சிறிய சகோதரிகள் என்ற அமைப்பு இந்த விஷயத்தை மிகச் சாதாரணமாகச் செய்யும். அவன் மனைவியின் அவலட்சணமான அந்த இரண்டு சகோதரிகள் கடுப்புடன் தென்படுவார்கள். ஒருபோதும் வெளிக்காட்டாத, புத்திசாலித் தனமான தொழில் நுணுக்கங்களையும் அவள் உருவ அளவுக்கே உள்ள பை ஒன்றையும் வைத்துள்ள, மனதுக்கு உகந்த ஒரு வழக்கமான செவிலியே அவர்களுக்குத் தேவைப்படுபவள். ஏழைகளின் சிறிய சகோதரிகளிடம் பிச்சைக்காரனின் வாசம் வீசுமாம். தான் வேலைக்குப் போகக் கூடுதல் நேரம் கிடைக்கும் என்று கருதி அவன் மனைவியைக் கவனித்துக்கொள்ள அந்தச் சகோதரிகளை வரச்சொல்லிக் கேட்கலாம் என்று நினைத்தபோது மற்றவர்கள் அப்படிச் சொன்னார்கள். ஆனால், ஏழைகளின் சிறிய சகோதரிகளில் ஒரு இரண்டு பேர் வந்துவிட்டால் அவர்களைத் திரும்பவும் வெளியே துரத்துவது ரொம்ப கஷ்டம் . . .

இதெல்லாம் ஏராளமாக செலவுபிடிக்கும் காரியம் என்பது N.க்குத் தெரியும். தேயிலை, சர்க்கரை, குடி, சாப்பாடு: இவற்றுக்கே நிறையச் செலவாகும்; ஆனால், ஒப்பீட்டளவில் அது கொஞ்சம்தான். அவனைப் பொருட்படுத்தாமலே அவள் சகோதரிகள் மற்ற வேலைகளை ஒழுங்குபடுத்துவார்கள். அவன் மனைவி இருக்கும் இடத்தில் மட்டுமே அவர்கள் இருப்பார்கள் என்பது நடக்கவே நடக்காது. இரண்டு பேரில் பெரிய மீன் வாய் கொண்ட மூத்தவள் அவன் தன் மனைவிக்கென்று பிரத்யேகமாக தருவித்த கேக்கில் தன் மூக்கை அமிழ்த்துவதைக் கற்பனை செய்தான். இந்த சம்பவத்துக்குப் பிறகு – அவர்களைப் பொறுத்தவரை அவன் உயிரோடிருக்கலாம் அல்லது இறந்துபோகலாம் – அவன் எப்படி வாழ்வான் என்பதைப்பற்றிக் கொஞ்சமும் கவலைப்பட மாட்டார்கள்; அவர்கள் சகோதரி இறந்துபோனதுதான் அவர்களுக்கு முக்கியம் . . .

N. நடைக்கூடத்தில் கொஞ்சம் நின்றான். ஆக, இப்படித்தான் அது நடக்கும்: அவன் மனைவியின் உடைகள், காலணிகள், இதர பிறவற்றை அவள் சகோதரிகள் தங்களுக்குள் பிரித்துக்கொள்வார்கள். இனிமேல் புலம்புவதற்கு அவனுக்கு நிச்சயம் காரணம் கிட்டும்:

தொடர்ந்து வாழ ஒவ்வொரு சென்ட்டும் அவனுக்குத் தேவை. முழுதாகப் போகவில்லையென்றாலும் வருமானவரிக் கணக்கீட்டில் கணிசமாக சம்பளம் குறையும். அதே சமயம், இறந்த நபர் ஒருவரின் உடைமைகள், குறிப்பாக இறந்த ஒரு பெண்ணின் உடைமைகள், ஏழைகளுக்கும் தெருப் பிச்சைக்காரர்களுக்கும் கொடுக்கப்படும் என்பது அவன் நினைவுக்கு வந்தது. அப்படியான பொருள்களை ரட்சண்ய சேனை நல்ல விலைக்கு வாங்குவதைப் பற்றியும் கேள்விப்பட்டிருக்கிறான். வரச்சொல்லப்படாமலேயே அவர்கள் வந்தால் எப்படி இருக்கும்! தன் மனைவியின் சகோதரிகள், அந்தக் கிழட்டுச் சிறுக்கிகள், என்ன சொல்வார்கள் என்பது அவனுக்கு நன்றாகத் தெரியும்: 'கிறிஸ்து அவர் கல்லறையில் இறப்பதற்கு முன்பாகவே அவருடைய வஸ்திரங்களுக்காக சீட்டுபோட்டுக்கொண்டிருந்தார்கள்…' சரி, இந்தப் பிரச்சனை அவசரமாகத் தீர்க்கப்பட வேண்டுமானால் என்ன செய்ய வேண்டுமோ அதைச் செய்யத்தான் வேண்டும்; அதை சீக்கிரம் செய்துவிட்டால் தேவலை.

அவனுக்கு முன்னால் தொலைபேசிக் கூண்டுக்குள் ஒரு ஆள் இருந்தான். *N.* கொஞ்ச நேரம் வெட்டியாக நேரத்தைக் கழித்தான்; அந்த ஆள் பேச்சை முடிப்பது மாதிரி தெரியவில்லை. அவர்களோடு பாதியும் உளறிக்கொண்டிருந்த இன்னொரு கும்பலோடு பாதியுமாக இருந்த டாமுக்கு அவன் இன்னொரு சுற்று மது வாங்கித்தர வேண்டியிருந்தது. லேரிக்கு இன்னொரு சுற்று மது வாங்கித்தர வேண்டியிருந்ததைத் தவிர்க்க புத்திசாலித்தனத்துடன் தொலைபேசிக் கூண்டை நோக்கிப் போனான். அந்த ஆள் போய்விட்டிருந்தான். ஏழைகளின் சிறிய சகோதரிகள் அமைப்பின் தொலைபேசி பயன்பாட்டில் இருந்தது. ரட்சண்ய சேனையின் தொலைபேசியிலிருந்து எந்த சத்தமும் வரவில்லை. ஒருவேளை அவர்கள் சனிக்கிழமையில் வேலைபார்க்கவில்லையோ என்னவோ…

அப்போதுதான் அவனுக்கு தேவாலயமும் பாதிரியாரும் நினைவுக்கு வந்தார்கள். செய்யவேண்டியவை நிறைய இருந்தன. நிறைய ஆட்கள் சம்பந்தப்பட்ட ஒரு தொடர் செயல்பாடு அது. பணம் கொடுத்தும் காரியம் சாதிக்கவேண்டியிருக்கும். இதற்கு அவன் லேரியைச் சார்ந்திருந்தான். திருச்சபை வட்டாரத்திலிருந்த தேவாலயத்துக்கு லேரி பணம் வசூலித்தான். சிலர் பணப்பெட்டியில் கைவைப்பதுபோல அவன் இதுவரை செய்ததில்லை. தேவாலயத்தின் மதிப்புமிக்கப் பொருள்களுக்குப் பொறுப்பாளராக இருப்பவரின் காதில் அவன் மெதுவாக ஒரு வார்த்தை போட்டுவைப்பான். அதே சமயம் புனித ஆவி அவனுக்கு என்ன அறிவுரை சொல்கிறதோ அதையும் செய்வான். *N.* ஏழையென்றும் அவன் மனைவி பிறர் உதவியைச் சார்ந்திருந்தாள் என்பது அவருக்கே தெரியுமென்றும் அவள் நீண்ட நாள் நோயுற்றிருந்ததால் இந்த ஈமச்சடங்கு அன்றி *N.*க்கு வேறு நிறைய செலவு இருக்கிறதென்றும் அவன் பாதிரியாரிடம் சொல்வான். நிச்சயம், அவர் கொஞ்சம் இளகுவார், இளக வேண்டும்…

அடுத்து *N.* அந்தத் தொடரில் இன்னொரு கண்ணியை இணைத்தான். இந்த மாலையே அவளை தேவாலயத்துக்குக் கொண்டுவருவது சரியாக இருக்காதா? வீட்டில் நடக்கும் மிதமிஞ்சிய குடியையும் பெருந்தீனியையும் அது தடுக்கும். அவலட்சணச் சகோதரிகள் புதைத்தலின் உடனடி

தேவையை முன்வைப்பார்கள்; அப்புறம் செத்துப்போன எலி ஒன்றைப் புதைப்பதிலிருந்து கடைசியில் அது வேறுபட்டுத் தெரியுமா என்ன? இனி வாழவேண்டியது அவளல்ல, அவன்தான். வாழவேண்டுமென்றால் கொஞ்சம் பணத்தை அவன் சேமித்துவைக்க வேண்டும். காரியங்களை விரைவாகச் செய்யவேண்டும். பின்புலத்தில் தொலைபேசி தொடர்ந்து சத்தமாக ஒலித்துக்கொண்டேயிருந்தது.

வெளியே இருந்த லேரிக்கு N.இன் நினைவே இல்லை. ப்ரிக் தெருவிலிருந்த இரும்புச் சரக்கு வியாபாரியின் கடைக்குத் தான் அன்று காலை போயிருந்ததைப் பற்றியே பேசிக்கொண்டிருந்தான்:

'N., உனக்கு விற்கவேண்டுமென்றே அந்த டைப்ரைட்டரை அவன் வைத்துக்கொண்டிருக்கிறான். புதிதுபோலவே இருக்கிறது. சிலர் அதை வாங்க விரும்பியதாகச் சொன்னான் ... ஆனால், கொஞ்சம் பொறு இப்போது, டைப்ரைட்டரைப் பற்றிக் கவலைப்படுவாயா, என்ன .. ?'

தன்னை எது தொந்தரவுக்குள்ளாக்குகிறது அல்லது துல்லியமாக எந்த அளவுக்குத் தான் கவலைப்படுகிறோம் என்று N.க்கு உண்மையில் தெரியவில்லை. எல்லாம் சேர்ந்து அவனைத் திணற அடித்தன. அவன் நினைவின் பழம்பொருள் கிடங்கிலிருந்து டைப்ரைட்டர் வெளியே இழுக்கப்பட்டுவிட்டால் கையிலிருக்கும் கொப்புளம் போலவோ ஆறாத காயம்பட்ட கால் போலவோ தங்கி அது அவனைக் குத்தி நோவு தரும். ரேடியோவுக்கும் தொலைக்காட்சிக்கும் N. அவ்வப்போது சிறு சிறு வேலைகள் செய்து தருவான். அவசரமாகக் கையால் எழுதப்பட்ட எழுத்துக்கு ஒருபோதும் இல்லாத கௌரவம் தட்டச்சு செய்யப்பட்ட வார்த்தைக்கு உண்டு என்று அலுவலகத்தில் சக ஊழியர்கள் சொன்னார்கள். ரேடியோவிலிருந்தும் அரசாங்கத்திலுமிருந்து வரும் ஆவணங்களில் இருந்த அழகான, கண்ணைக் கவரும் அச்செழுத்தை N. பார்த்தபோது கையால் எழுதப்பட்ட பிரதி கல்யாணமாகாத பெண்ணைப்போல இருப்பதாகக் கற்பனை செய்தான். அன்று காலை அவள் மரணச் செய்தி வந்தபோது, அலுவல் ரீதியான துறை வழக்குச் சொற்களால் மூச்சுத் திணறவைக்கப்பட்ட ஒரு தொலைக்காட்சி வர்ணனை தொடர்பான குறிப்புகளை ஒரு தாளில் அவசரமாகக் கிறுக்கிக்கொண்டிருந்தான். அந்தச் செய்தி அவன் தலைக்குள் இன்னொரு விஷயத்துக்கான இடத்தை விட்டுவைத்தது: அன்று பிற்பகலே கோம் மற்றும் அவன் குழுவோடு பிரதேசத்தின் மத்தியப் பகுதிக்கு ஒப்பந்தத்தின் பேரில் அவன் போகவேண்டும்.

இதற்கு ஒத்துக்கொள்வதாக சில மாதங்களுக்கு முன் உறுதியளித் திருந்தான். நேற்று தொலைபேசி மூலம் நினைவூட்டினார்கள். இருந்திருந்தும் இந்த நாள் அவன் மனைவி இறப்பாள் எனபது அவனுக்கு எப்படித் தெரியும்? இன்று மாலை அவன் தேவாலயத்துக்கு சீக்கிரம் போக வேண்டும். தொலைக்காட்சிக் குழுவுக்கு ஒரு மாற்று அவ்வளவு சுலபமாகக் கிடைக்காது. முன்னறிவிப்பில்லாமல் அவர்களைக் கைவிட்டால் மீண்டும் அவர்களிடமிருந்து அவனுக்கு ஒரு சிறிய வேலைகூடக் கிடைக்காது. அவன் செய்ய வேண்டியது அலுவலகத்தில் மிக்கோவைக் கூப்பிட்டுச்

சொல்வதுதான். அவன் அந்த வேலையைத் தன் பொறுப்பில் உடனே மேற்கொள்வான். ஒன்றும் பிரச்சனை இருக்காது. ஆனால் அதே மிக்கோ எப்போது சாத்தியப்பட்டாலும் அந்த வேலையைத் தன் பொறுப்பில் எடுத்துக்கொள்ளக் காத்துக்கொண்டிருந்தான்! வேண்டாமென்று பணத்தைக் கைவிடுவது அர்த்தமில்லாதது. வேறெப்போதையும்விட பணத்தின் தேவை இப்போது கூடுதலாக இருக்கிறது. அப்படியான நாளில் வரும் வாய்ப்பைத் தவறவிடுவது நிச்சயம் அவளுக்கு எந்த நல்லதும் செய்யாது. வெட்டியாக வீட்டைச் சுற்றிக்கொண்டிருப்பது மகா மோசமான காரியம். அவளுடைய கும்பல் அதைச் செய்வதில் ரொம்பக் கெட்டியானவர்கள். வழக்கமாக அவன்மீது கோபப்படுவதுபோல அவர்கள் இன்று இரண்டு மடங்கு மோசமாகக் கோபப்படுவார்கள்; அதுவன்றி, மதுவுக்கும் சாப்பாட்டுக்கும் ஆகும் செலவு அவர்களுடைய திருப்தியை இரட்டிப்பாக்கும். அவசரச் செய்தி ஒன்றை அனுப்பவேண்டும் என்று மற்றவர்களிடம் சொன்னான். சவத்துக்குப் பொறுப்பேற்கும் நிறுவனத்துக்கு அச்செய்தி ஒன்றும் வழக்கத்துக்கு மாறாக இருக்காது.

அந்த இடத்தைவிட்டு அவன் போனபோது எல்லாவற்றையும் செய்துமுடிக்கும்வரை அவன் காலதாமதம் எதுவும் செய்யமாட்டான் என்பதுபோலத் தோன்றியது. ஆனாலும், கதவைவிட்டு வெளியே போனபோது அவன் இடதுபுறமோ வலதுபுறமோ இந்த வழியோ அந்த வழியோ என்று திரும்பவில்லை. என்ன செய்யவேண்டுமென்பது மங்கலாகக்கூட அவன் மனதில் இல்லை. அவன் முன்னால் விரிந்த சாலை, நிகழ்காலத்திலிருந்து கடந்தகாலத்தை முழுக்கவும் பிரிக்கும் ஒரு கத்தியைப்போல அவன் வாழ்க்கையின் கதை ஊடாகப் போனது. சுய இரக்கத்தை உண்டாக்க உதவும் அவன் மனதின் பகுதியை சோக உணர்ச்சி பற்றிக்கொண்டது. அவன் அந்த நிலையிலேயே இருந்தபோது உடைந்த அறைக்கலனும் பிற காயலான்கடைப் பொருள்களும் ஏற்றிய ஒரு வண்டி தடதடத்துத் தெருவில் வந்தது. சிறு பொருள்களை விற்கும் கடை நினைவுக்கு வந்த அவன் ப்ரிக் தெருவை நோக்கித் தள்ளாடிச் சென்றான்.

க்ரோக் பேட்ரிக் மலையின் அளவு மளிகைச் சாமான்களையும் இதர பொருள்களையும் குவித்துவைத்திருந்த பல்பொருள் அங்காடியிலிருந்து பைகள் சடசடக்கும் சத்தத்தோடு வெளியே வந்த விதவை வேடல்மீது அவன் முட்டிக்கொள்ள இருந்தான். பேரம் பேசியதிலேயே மூழ்கி அலைக்கழிக்கப்பட்டிருந்த அவள் அவன் மனைவியைப் பற்றி விசாரிக்க சுத்தமாக மறந்துபோனாள்.

'*N.*, குறைந்த விலைக்கு வாங்கிய பொருள்கள்! விலை குறைக்கப்பட்ட பொருள்களைப் பற்றிப் பேசு! அந்தப் பன்றித் தலையைப் பார்க்கிறாயா?' கபாலத்தின் கெட்டித் துண்டு ஒன்றைக் காண்பிப்பதற்காக பழுப்புநிறத் தாளின் ஒரு பகுதியை அவள் கிழித்தபோது உலர்ந்த ரத்தத்தை உறிஞ்ச ஒரு ஈ தயாரானது.

'*N.*, இன்னும் ஒரு வாரத்துக்கு இந்த வியாபாரம் நடக்கும். *N.*, உனக்குத் தெரியுமா, வெறும் பதினெட்டு பென்ஸுக்கு உள்ளே இரவு உணவைச் சாப்பிடலாம். அது உனக்குப் பிரச்சனையில்லை. ஆனால்

உடைகள், காலணிகள், மற்றவற்றின் விலையை யோசித்துப் பார்!' அவள் ஒரு டைப்ரைட்டர் ஏதும் வைத்திருக்கிறாளா என்று கேட்க அவனுக்கு வாய்வரை வந்துவிட்டது.

'நான் சலித்துப்போனதால் விற்பனை அளவைப் பற்றியோ மற்ற விலை குறைக்கப்பட்ட பொருள்கள் பற்றியோ கேட்க மறந்துவிட வேண்டி யிருந்தது. ஆனால், ஏய் N., இப்படித்தான் எல்லாம் நடக்கிறது. ஆண்டவரின் ஆதரவால் திங்கள்கிழமையும் செவ்வாய்க்கிழமையும் எப்போதும் வரும். ஒரு ஏழை விதவை செய்ய வேண்டியது...'

விதவை வேடல் போய்விட்டாள் என்பது உறுதியாகும்வரை அவன் வேறுபக்கமாகப் போனான். பிறகு திரும்ப வந்து கதவுக்குள் நுழைந்தான். அவள் சொன்னதிலிருந்து பல்பொருள் அங்காடியில் இவ்வளவு நிறைய ஆள்கள் இருப்பார்கள் என்பதை அவன் நம்பவில்லை. வேலையில் ஈடுபடுத்த சங்கிலியால் பிணைக்கப்பட்டுக் கொண்டு வரப்படும் சிறைவாசிகள்போல ஒன்றும் அவர்கள் இழுத்துவரப்பட வில்லை: விலை அதிகம் குறைக்கப்பட்ட பொருள்கள் இருந்த இடத்திலேயே கூட்டமும் அதிகம் இருந்ததை அவன் கண்டுகொண்டான். விலை குறைப்புப் பொருள்களை நாடும் ஜனங்களுக்கெதிராக ஒரு தடவை திருவினை மேடையிலிருந்து ஒரு பாதிரியார் சளசளவென்று பேசியது அவன் நினைவுக்கு வந்தது. விற்பவனுக்குக் கிடைக்கும் ஒவ்வொரு கடைசி பென்னியும் அவனுக்கு நியாயமாக உரியது. எப்படியோ, பல்பொருள் அங்காடி என்பது வேதாகமம் அல்ல என்பதைத் தெரிந்துகொள்வீர்கள். பெரும் அறிவுதரும் புத்தகங்களை மட்டுமே படிப்பதாகப் பாவனை செய்துகொள்ளும் ஒருவன் அலுவலகத்தில் இருந்தான்: ஒரு நாள் அவன் சொன்னான், 'கக்கூஸுக்குப் போவதுபோலவே N. கடைக்குப் பொருள்கள் வாங்கப் போகிறான்; எப்படியென்றால், அவன் அங்கே இருந்தான் என்பதை ஜனங்கள் தெரிந்துகொள்வார்கள். ஆனால், மலம் கழிக்காமலேயே வெளியே வருவான். N.க்கு மலச் சிந்தனைகள் மட்டுமே இருந்தன என்பதற்கு அதுதான் காரணம். இளைஞனாக இருந்தபோது அவன் உரிய அளவுக்கு மலம் கழிக்கவில்லை. மலம் வைத்திருப்பதை அவன் ரொம்ப முக்கிய விஷயமாக ஆக்கிக்கொண்டான்...'

எதிர்பார்த்தபடி, N. அதைக் கொஞ்சம்கூட ஒத்துக்கொள்ள வில்லை; ஆனால் அவனுக்குத் தெரியாமலேயே, கிட்டத்தட்ட அவனை மீறியே அந்த விஷயத்தை உணர்ந்தபோது தன் பணப்பையின் முடிச்சை நெகிழ்த்தினான். தொடக்கத்தில் சில்லறை நாணயங்களும், பிறகு கற்றைகளும் தயக்கத்துடன் தோன்ற ஆரம்பித்து கடைசியில் முழுதாக வெளிப்படத் தொடங்கின. பொருள்களும் மனதை ஈர்க்கும் பிறவும்! கையில் அகப்படும் எல்லாமும்! வாங்கச் சொல்லாமலேயே வாங்கிக் கொண்டு இடத்தைவிட்டுப் போகும் ஆளைத் தேடும் கடைக்காரர்கள் விற்கும் பழைய அழுக்குச் சட்டைகள்! அந்த இடத்தின் கடைசி ஜோடி ஷூக்கள்! கொள்ளை மலிவாக ஒரு வேக்யும் கிளீனர்! ஒரு ஹீட்டர்! விரும்பினால், விற்பனை மேஜைக்கு அந்தப் பக்கம் நிற்கும் சிறுவனிடம் இன்னும் கொஞ்சம் பேரம் பேசி விலையில் சிறு நகத்துணுக்கு அளவுக்கு

அவனால் குறைக்க முடியும்! அதிக விலை குறைக்கப்பட்ட பொருள் என்பது அவனுக்குப் பொருட்டில்லை, சிறிய ஒன்றை, அதிகப் பயனுள்ள ஒன்றை அவனால் வாங்க முடியும். பாருங்களேன்! இன்னும் அவன் ஏழைகளின் சிறிய சகோதரிகளின் அருகில் போகவில்லை, சவப் பெட்டி அனுப்பும்படி கேட்கவில்லை, தேவாலயத்தில் எந்த முன்தயாரிப்பும் செய்யவில்லை,ஆனாலும் குறைந்தது இரண்டு பேர்,இன்னும் அதிகமாகக்கூட இருக்கலாம், காட்சியின் முக்கிய நபருக்காகக் காத்திருக்கிறார்கள்!

பாலியல் தொழிலாளி ஒருத்தியின் தரகர் மாதிரி ஹீட்டர் கும்பலிலிருந்து தனித்து நின்றுகொண்டிருந்தது. அதே ஆரோக்கியமில்லாத, ஆனால் கவர்ச்சியான தோற்றத்துடன். அவனுக்கு வெப்பம் தேவைப்படும். இனிமேல் யார் நெருப்பு மூட்டுவார்கள்? இனி ஒருபோதும் மூட்டப்படாத நெருப்பு கூடத்தில், படுக்கையறையில் முன்பு இருந்திருக்கலாம் வெப்பமில்லாமல் வீடு உறைந்துபோய்விடும். பர்ஸின் மென்கயிற்றையும் பணப்பையின் மூடு விளிம்பையும் தளர்த்தி செலவு செய்யத் தயாராகிவிட்டான். தனக்கு முன்னாலிருந்த ஒரு ஊசியின் காது வழியே பார்ப்பதைப்போல கண்களைச் சுருக்கினான். சில்லறை நாணயங்களையும் அதிக மதிப்புள்ள பணத்தையும் எளிதாக எடுக்க வசதியாக கால்சட்டைப் பாக்கெட்டில் போட்டுக்கொண்டான். அதே சமயம், மிகுந்த கண்ணியத்துடன் மட்டுமே அணுகவேண்டிய அபூர்வ ரகசியம் ஒன்று தன்னிடம் கொடுக்கப்பட்டிருப்பதைப்போல சில பணத்தாள்களை மட்டும் ஜாக்கிரதையாகவும் பயபக்தியுடனும் தனியே எடுத்து வைத்தான். அவனிடமிருக்கும் ஒவ்வொரு பணத்தாளையும் அவன் அறிவான். விரலை அவற்றின்மீது உரசிக்கூட மதிப்பைத் தெரிந்துகொள்வான். தன்னிடமுள்ளவை எத்தனை என்பது அவனுக்கு நன்றாகத் தெரியும். ஈமச் சடங்குக்கான பணம் அவனிடம் தயாராக இருந்தது. அவள் நீண்ட நாள் தாங்கமாட்டாள் என்று டாக்டர் அவனிடம் கடைசியாக இரண்டு தடவையும் திரும்பச் சொன்ன பிறகு அந்தத் தொகையிலிருந்து அவன் எதுவும் செலவழிக்கவில்லை. அந்தக் கடைசி முறையின்போது தன்னிடம் தேவையான பணம் இருக்கிறது என்பதை உறுதி செய்துகொண்டான். தேவையான பணம் அவனிடம் இருக்கிறது. கஷ்டகாலத்துக்கான பணம் இருக்கிறது. நினைத்த அளவுக்கு செலவு மோசமாக இருக்காது என்பது இப்போது அவனுக்குத் தெரியவந்தது. அதில் கொஞ்சம் எடுப்பது அப்படியொன்றும் பிரச்சனையாகாது. வேக்யும் க்ளீனர் அளவுக்கு விலை குறைக்கப்படாவிட்டாலும் ஹீட்டரை வேண்டாமென்று அவன் விலக்கப்போவதில்லை. பணப்பையை வெளியே எடுத்துத் திறந்தான். சரியாக அந்த நேரம் பார்த்து ஒரு முரட்டு விடலைப் பையன் திடீரென்று வந்து அவன் கையிலிருந்து அதைப் பிடுங்கிக்கொண்டு இரண்டு பாறைகளுக்கிடையே விரைந்து மறையும் விலாங்கு மீன்போல காணாமல் போனான்... N. கத்தத் தொடங்கினான். கண நேரத்தில் அவனைச் சுற்றிக் கூடிய கூட்டம் அந்தத் திருடனைத் துரத்தத் தொடங்கிய அவனைத் தடுத்து நிறுத்தியது.

அது அந்தச் சம்பவத்தின் முடிவு அல்ல என்பது கொஞ்சம் புத்திசாலியான யாருக்கும் தெரியும். நீங்கள் நினைக்கும் அளவுக்கு

அவன் அதிர்ச்சியடையவில்லை. கொஞ்சம் மூச்சுத் திணறிவிட்டு சுய இரக்கத்தால் புலம்பத் தொடங்கினான். அந்த இளைஞனுக்கு, அந்தத் திருடனுக்குத் தெரியுமா அந்தப் பணம் அவன் மனைவியின் ஈமச் சடங்குக்கானது என்பதும் அவள் அன்றுதான் இறந்துபோனாள் என்பதும்? ஆண்டவர் நம் எல்லாரையும் காப்பாற்றட்டும்! பலகீனமான ஆதரவற்ற நபர்கள் மீது எல்லாரும் இரக்கமில்லாமல் இருக்கிறார்கள்! வீட்டில் கிடத்தப்பட்டிருக்கும் அந்தப் பரிதாபத்துக்குரிய பெண்ணை ஆண்டவர் விண்ணிலிருந்து நோக்கட்டும்! எஞ்சியிருப்பவர்களின் நிலை இன்னும் மோசம்! இப்படித்தான் நிகழ்கிறது…

'அந்தக் கேடுகெட்ட திருடன் உன் பணப்பையைப் பறித்துவிட்டான்.' அவன் கையைப் பிடித்த ஒருத்தி அவனை சுயநினைவுக்குக் கொண்டுவந்தாள். திருடன் போன பிறகு அவனிடம் திருடத் தகுந்த மாதிரி பணப்பை இன்னொன்று இருக்கிறதா என்று துழாவுவதுபோல இருந்தது ஆடிக்கொண்டிருந்த அவள் கை இருந்த விதம். கூடியிருந்த ஜனங்கள் பணப்பையைப் பற்றிக் கத்திக்கொண்டிருந்தார்கள்; ஆனால் பணப்பைகள் குறித்தும் பர்ஸுகள் குறித்தும் உண்டான பொது அமளியிலிருந்து – 'என்னுடைய பணப்பை, இல்லை என்னுடையது, அப்பா அது என்னுடைய பணப்பை,' அல்லது 'கொலை,' அல்லது 'வன்கலவி', அல்லது N.இன் மடக்கு பணப்பைப் பறிப்போடு கொஞ்சமும் சம்பந்தப்படாத வேறு கூக்குரல்கள் – N.இன் பணப்பையை வேறுபடுத்திப் பார்ப்பது கடினமாக இருந்தது. சிறிது நேரத்தில் கூச்சல் அடங்கியது; ஒரே மாதிரியான அந்த வெற்றுப் பேச்சில் லேசாக சலிப்படைந்த கூட்டத்தின் காதுகளுக்கு இன்னும் கிளர்ச்சியூட்டிக்கொண்டிருந்தது N.இன் பணப்பை மட்டும்தான்.

ஜனக் கூட்டம் சுற்றியும் நெரித்துக்கொண்டிருந்ததால் திருடன் அந்தப் பகுதியைவிட்டுப் போயிருக்க மாட்டான் என்று N. நம்பிக்கொண்டிருந்தான்; இன்னும் வாய்ப்புள்ள நம்பிக்கையே.

ஹீட்டரை ஆசையுடன் தடவிக்கொண்டிருந்த, குற்றவாளி ஒருவனை நண்பனாகக் கொண்ட உயர் வகுப்புப் பெண் ஒருத்திமீது அக்கறை காட்டவேண்டியதற்குப் பதிலாக இந்த சாதாரண சம்பவத்தில் கவனம் செலுத்தவேண்டியிருந்ததால் எரிச்சலடைந்த மேலாளர் கரடுமுரடான குரலில், 'சரி, உன் பணப்பைத் திருடுபோய்விட்டதா,' என்றார். 'நீ அதைக் கூடுதல் ஜாக்கிரதையுடன் வைத்திருந்திருக்க வேண்டும்.'

சுமார் இருபது பேர் சேர்ந்து N.இன் வாயிலிருந்து வார்த்தைகளைப் பிடுங்கினார்கள்:

'ஐயா, யாரும் அவர்களுடைய பணப்பையையும் பெண்கள் அவர்களுடைய பணப்பையையும் வெளியே எடுக்காமல் ரகசியமாக தங்கள் அக்குளுக்குள் வைத்திருந்தால் உங்கள் அழகான வணிக மையம் ரொம்ப நாள் நீடிக்காது, தெரியும்தானே?'

'என்ன சொல்லவருகிறீர்கள்? ஒவ்வொருவரின் பணப்பையின்மீதும் பர்ஸின்மீதும் நான் காப்பீடு எடுக்கவேண்டும் என்கிறீர்களா?'

என்ன நடக்கிறது என்று N. உணரும் முன்பாகவே காவலர்கள் வந்து அந்தப் பகுதியைச் சுற்றி தடுப்பு வேலிபோல நின்றார்கள். N. இதுவரை தான் வேலை செய்த எந்த அலுவலகத்திலும் பார்க்காத வகையிலிருந்த ஒரு குறிப்பேட்டைக் கண்காணிப்பாளர் வெளியே எடுத்தார். N.இன் பெயர், முகவரி, பணப்பையின் மதிப்பு, அது எந்த நிறுவனத் தயாரிப்பு, அது எதனால் ஆனது, அதன் வண்ணம், மடிப்புகள், பிணைப்புகள் ஏதும் உள்ளனவா என்பவை போன்ற விவரங்களை வேகமாக எழுதிக்கொண்டார். விசாரணையின் இந்தப் பகுதியை விரைவாக முடிக்க அவர் தன்னுடைய பணப்பையை வெளியே எடுத்து அது மாதிரி அவனுடையது இருந்ததா என்று N.ஐக் கேட்டார். பிறகு அவர் மற்ற காவலர்களையும் அப்படியே செய்யச் சொன்னார். தரையிலிருக்கும் வண்டுகளைப்போலப் பணப்பைகள் எல்லாத் திசைகளிலிருந்தும் தோன்றத் தொடங்கின. 'சில நிமிடங்களுக்கு முன்பு இந்தப் பணப்பைகள் வெளியே வந்திருந்தால் திருடப்பட்டது என்னுடையதாக இருந்திருக்க வாய்ப்பேயில்லை!' என்றான் N.

கண்காணிப்பாளர் விசாரணையின் இன்னொரு இழையைத் தொடங்கினார். N. கடைக்கு எத்தனை மணிக்கு வந்தான்? அங்கே எவ்வளவு நேரம் இருந்தான்? யாரிடம் பேசினான்? அவனிடம் பணப்பை இருந்தது என்பது அவனுக்கு உறுதியாகத் தெரிந்ததா? – அந்தக் குறிப்பிட்ட கேள்விக்குப் பதில் என்ற வகையில் அவன் கண்கள் விரிந்தன. பணப்பை தன்னிடம் இல்லை என்பதைத் துல்லியமாக எந்த நேரத்தில் அவன் உணர்ந்தான்? அப்புறம்: என்ன மாதிரியான நபர் பணப்பையைத் திருடினான்? இளைஞனா, வயதான ஆளா? உயரமானவனா, குள்ளமானவனா? கருப்பா, பொன்னிறமானவனா? அவன் வலது கன்னத்தில் பிறவிக்குறி ஒன்று இருந்ததா? முன் பல் ஒன்று இல்லையா?...

இந்த நிகழ்வுகளில் N.க்கு ஆர்வம் ஏற்படத்தொடங்கியது. அவன் மனதில் ஒரு சித்திரம் தோன்றியது, ஒரு பிறவி அடையாளம், ஒரு முன் பல், காலிஃபிளவர் காது, தாடையிலிருந்து சட்டையின் கழுத்துப் பட்டிவரை நீண்ட ஒரு தழும்பு... அச்சு அசலாக ஒரு திருடன் இப்படித்தான் தோற்றமளிப்பான். விலை மதிப்புள்ள எதுவும் உள்ளே இருக்கிறதா என்று நிர்ணயிக்க மெனக்கெடமாலேயே பணப்பைகளைத் திருடுவதில் இன்பம் காணும் ஆளாக அவனைக் கற்பனை செய்யத் தொடங்கினான். புத்தகங்கள், தபால் தலைகள், அல்லது எந்தப் பழைய பொருள்கள் என்றாலும் மக்கள் சேகரிக்கவில்லையா? லாபம் என்ற எண்ணம் இல்லாமலேயே பணப்பைகளை, அவை பொருட்டே, சேகரிக்கும் ஆட்கள் ஏன் இருக்கக்கூடாது? தன் சொந்த இழப்பின் உடனடி நடைமுறை சார்ந்த காரணம் குறித்த கவனம் இப்போது அவனுக்கு இல்லை. பிறகு அவன் முகத்தோற்றக் கூறுகள் மறைந்ததுபோலத் தோன்றின; மற்ற எல்லாரையும்போலவே தோற்றமளித்தான்; கடையிலிருக்கும் நூறு முகங்களிலிருந்து வேறுபடுத்திப் பார்க்கமுடியாத ஒரு சராசரி முகம்; அந்தக் குறிப்பிட்ட கடையில் நிகழ்ந்த இந்தத் திருட்டே அந்த முகத்தில் மீதம்விடப்பட்ட, அதை முழுக்க மோசமாக ஆக்காமல் செய்த ஒரே ஒரு நல்ல மனிதப் பண்பு. ஒவ்வொன்றிலும்

அது எங்கே திருடப்பட்டது, களவாடப்பட்டது, பறிக்கப்பட்டது என்ற விவரச் சீட்டுடன் நெருக்கமாக, முறையாக அலமாரித் தட்டுகளில் அடுக்கப்பட்ட, பல வண்ணமும் பல அளவுகளும் கொண்ட ஆயிரக்கணக்கான பணப்பைகளை N. கற்பனை செய்தான்.

அவனுடைய சொந்த பணப்பை நிறைவு செய்த இந்த சேகரிப்பை இன்னும் எவ்வளவு நேரத்துக்கு N. கற்பனை செய்துகொண்டிருந்திருப்பான் என்பதை மதிப்பிடுவது கடினம். ஆனால் கண்காணிப்பாளர் மேலும் சில தகவல்களை எதிர்பார்த்தார். அவ்வளவு பணம் அவனுக்கு எப்படி வந்தது? அது ஒன்றும் அதிகம் இல்லையென்றாலும் அதைச் சட்டைப்பையில் வைத்துக்கொண்டு சுற்றிக்கொண்டிருக்கும் ஒருவனுக்கு அது அதிகம்தான். அந்தப் பணத்தை அவனே திருடிக்கொண்டான் என்று அவர் நினைக்கிறாரா என்று கேட்க வேண்டும் போலிருந்தது N.க்கு. தனக்குச் சாதகமான சூழலைத் தேடிக்கொண்டிருக்கும் அவனைப்போல ஒருவனுக்குப் பெரிய இடங்களில் நண்பர்கள் இருப்பது சாத்தியமே. நமக்கு எப்படித் தெரியும்? ரேடியோவில் அல்லது தொலைக்காட்சியில் இருக்கலாம். அலுவலகத்திலிருந்து வெளியேறிய பிறகு N. யாரிடம் பேசினான்? எவ்வளவு மது குடித்திருக்கிறான்? கழிவறையில் இருந்தானா? கழிவறையில் இருக்கும்போது எண்ணிப்பார்க்க பணத்தை வெளியே எடுத்தானா? பணத்தை எண்ணிப்பார்க்க N. கழிவறைக்குப் போனான் என்பதை, ஒரு ஜோக்காகக்கூட, தலைமைக் காவலர் நம்பினாரா? அல்லது, கழிவறைக்கு ஒருவர் போக இருக்கும் பிரதானமான, முக்கிய, நியாயமான காரணங்கள் அன்றி கழிவறைக்குப் போக உள்ள பிற செயல்களோடு பணம் சேமிப்பதும் தொடர்புகொண்டது என்று அவர் நினைத்தாரா? குடித்ததற்குப் பணம் தர மதுக்கூடத்தில் அதை வெளியே எடுத்தானா? இங்கே இந்தப் பல்பொருள் அங்காடியில் அவன் அதை வெளியே எடுத்திருந்தால் அதைத் திரும்ப வைத்தான் என்பது அவனுக்கு எப்படித் தெரியும்? அப்படிச் செய்யவில்லையென்று N. சொன்னான். இங்கே பல்பொருள் அங்காடியில்தான் அது பறிக்கப்பட்டது என்றும் அவன் அதைக் கடைசியாக எடுத்தது அப்போதுதான் என்றும் சொன்னான். இந்தக் கடையில்தான் அவன் பணப்பை திருடப்பட்டது என்று அவன் திரும்பத் திரும்ப உறுதியாகச் சொன்னான். கண்காணிப்பாளர் அந்த அளவுக்குக்கூட ஒப்புக்கொள்ளத் தயங்குவதுபோலத் தோன்றியது...

சில சமயங்களில் தன் வாழ்க்கைக் கதையை எழுதவேண்டுமென்று N. நினைத்துக்கொள்வான். அதே சமயம் அவனுடைய கதை சொல்லத் தகுதியானதாக இல்லையென்பதை அவனே ஏற்றுக்கொள்வான். பிரயோஜனமில்லாத விஷயங்களோடும் விதியின் சக்கரங்களில் தம்மை ஒட்டிக்கொள்ளும் பூச்சிகளோடும் அற்ப சம்பவங்களோடும் வாழ்க்கையின் பெரும்பகுதியை தான் வீணாகக் கழிப்பதாகச் சொல்லிக்கொண்டான். அந்த விசாரணை அவன் தலையைச் சுற்றவைத்தது. அவன் வாழ்க்கை அப்போதுதான் தொடங்குவதாக அவனுக்குத் தோன்றியது. திருட்டுக் கொடுப்பதைவிட மேலான திகிலைத் தரும் தொடக்கம் வேறென்ன இருக்க முடியும்? படித்த கதைகள் ஒவ்வொன்றாக அவன் தலைக்குள் உருண்டு வந்தன. திருட்டுச் சம்பவத்தோடு தொடங்கும் கதை எதையும் அவனால்

நினைவுகூர முடியவில்லை; மேலும், அவன் மனைவி இறந்த அதே நாள் நடந்த திருட்டு. அது குறித்துப் பேசாமல் வாயை மூடிக்கொண்டு அவன் விவேகமாக இருந்துகொள்ள வேண்டும்.

'இப்போதைக்கு அவ்வளவுதான்,' என்றார் தலைமைக் காவலர்.

திடீரென்று *N.* தன் நிலையைப்பற்றி நினைத்தான். 'என் பணப்பை கண்டுபிடிக்கப்பட்டுவிட்டதா?' என்று கேட்டான்.

'இங்கே சுற்றியிருக்கும் ஆட்களை போலீஸ் இன்னும் விசாரித்துக் கொண்டிருக்கிறார்கள்,' என்றார் கண்காணிப்பாளர். 'எங்களுக்குத் தெரிந்த ஆட்களை அவர்கள் வீட்டில் வைத்தே விசாரிப்போம். அவர்கள் கிடைத்தால் உங்கள் அதிர்ஷ்டம்.'

அவனுடைய பணப்பை திருடுபோனதிலிருந்து வேறெதையும்விட அதிகமும் அவனைத் திகிலுக்கு உள்ளாக்கியவை கண்காணிப்பாளர் சொன்ன கடைசி வார்த்தைகள்தாம். கற்பனாவாத உணர்ச்சிநிலையிலிருந்து கடை, அது சார்ந்த அடக்கியாளும் குரூர வியாபார சக்தி ஆகியவற்றின் யதார்த்தத்துக்கு அவனைக் கொண்டுவந்து சேர்த்தவை அவையே. அவை போதாவென்று ஒப்பந்தங்கள், உயில்கள், புதைத்தல், பிற எல்லா கண்றாவியும் அவனுக்காக வீட்டில் காத்திருந்தன.

பேருந்தில் விட்டுவிட்டு வந்த கையுறைகள் தவிர மதிப்புள்ள வேறு எதையும் இதற்குமுன் தான் இழந்ததாக *N.*இன் நினைவில் இல்லை. தவறவிட்ட பொருட்களை மீட்டு வைத்திருக்கும் அலுவலகத்துக்குப் போயும் அவை கிடைக்கவில்லை. பணப்பை அவற்றைவிட அதிக மதிப்பு வாய்ந்ததாக இருக்காதா? ஒருவேளை திருடன் பயந்துபோய் அதைத் தரையில் வீசிவிட்டுப் போயிருந்தால்? போலீஸுக்குத் தெரியாத, அந்த இடத்தில் சுற்றிக்கொண்டிருந்த ஒரு ஆள் அதை எடுத்துத் தன் பாக்கெட்டுக்குள் அமுக்கி வைத்திருப்பது எளிதான காரியமல்லவா? யாரோவான அந்த ஆள் அவனுடைய மிக நெருங்கிய நண்பனான சைமனைப்போல இனிமையானவனாக இருந்தால்? சவப்பெட்டிகள், கல்லறைகள், இறப்புகள், கடன்கள், நண்பனுடைய துன்பம் என்று எல்லாவற்றிலும் பணம் சம்பாதிக்கும் சைமன் அவனுடைய பணப்பையையும் எடுத்து வைத்துக்கொள்ள மாட்டானா? *N.*னுடையதைப் போன்ற ஒரு பணப்பையில் அவனுக்கு என்ன கிடைக்குமோ அதற்கு ஒப்பாக ஒரு சவப்பெட்டியில் அல்லது கல்லறையில் அவன் ஒதுக்கிக் கொள்ளும் சிறு பணம் ஈடாக எவ்வளவு காலம் பிடிக்கும்? மற்றவர்களும் அதையே செய்யமாட்டார்களா? உதாரணமாக, அந்தப் பல்பொருள் அங்காடியின் மேலாளர். அதைத் தரையில் பார்த்த அவர் அதை விற்பனை மேஜைக்குக் கீழே காலால் தள்ளிவிட்டால் போதும். எல்லாரும் போன பிறகு அது அவருடையதாக ஆகிவிடுமே. அவர் அப்படிச் செய்ய மாட்டாரா என்ன? அவர் வேலையே ஜனங்களிடமிருந்து திருடுவதுதான், இல்லையா? மேலாளரால் அதைச் செய்ய முடியும்போது போலீஸ்காரர் ஒருவரால் செய்ய முடியாதா? துரதிர்ஷ்டவசமாக அவர் அதில் தேர்ச்சி மிக்க ஆளாக இருப்பார். போலீஸ்காரர்களே அதைக் களவாட வாய்ப்பு கிடைக்கும்

என்பதற்காகவே கண்காணிப்பாளர் விசாரணையை வேண்டுமென்றே தாமதப்படுத்தினார் என்று N. நினைத்தான். கைக்குக் கிடைத்ததை யெல்லாம் போலீஸ்காரர்கள் தங்களுடையதாக்கிக்கொள்வார்கள் என்று அவன் அடிக்கடி கேள்விப்பட்டிருக்கிறான். அப்படியே அவனுடைய பணப்பையை அவர்கள் கண்டுபிடித்தாலும் திருடனுக்கும் அவனுக்கும் இடையே அது எத்தனை கைகளைக் கடந்திருக்கும்? அதைக் கண்டுபிடிக்கும் போலீஸ்காரரும் அதிலிருந்து தன் பங்கை அநியாயமாக எடுத்துக்கொள்ளாமல் கொடுக்கமாட்டார், அதாவது திருடன் ஏதாவது மிச்சம் வைத்திருந்தால். எல்லாப் பழியையும் திருடன்மீது போட்டுவிடுவது எளிதுதானே. ஒவ்வொரு போலீஸ்காரரும் இப்படித்தான் உயர்நிலை போகும்வரை!

அப்புறம், செலவுகள் காத்திருந்தன. N.ஐ அடையும்போது அவன் பணப்பை பெரும்பாலும் காலியாகத்தான் இருக்கும். நடந்தது நடந்ததாக இருக்கட்டும். அதை மறக்க வேண்டியதுதான். எங்கே போனாலும் சந்தோஷமே இல்லையென்பது குறித்து N. இன்னும் கோபமாக இருந்தான். அந்த விதவை வேடலைப் பார்த்தது பெரிய தொல்லையாகப்போய் விட்டது. அவளை இந்தப் பழைய சாமான் கடைக்கு யாரோ அனுப்பியிருக்கா விட்டால் அவன் அவளைச் சந்தித்திருக்கமாட்டான், இந்த சம்பவமும் நடந்திருக்காது என்பது அவனுக்குத் தெரியும். அவன் மனைவி இறக்கவில்லையென்றால் வேடலுடைய தூண்டுதலுக்கு இரையாகியிருக்க மாட்டான். சிக்கலான நேரத்தில் அவள் இறந்திருக்கிறாள், சாவு எப்போதும் சிக்கலானதுதான். ஆண்டவரே, எல்லாரையும் காப்பாற்றுவீராக என்றான் N.

பல்பொருள் அங்காடிக்கு வருவதற்கு முன்புவரை N. தன்மீதும் வீட்டில் இறந்துவிட்ட அந்தப் பெண்மீதும் கழிவிரக்கம் கொண்டிருந்தான்; அதே சமயம், கழிவிரக்கத்தை உணர முடியாத இறந்தவர்களைவிட உயிருடனிருப்பவர்கள் அதிக அனுதாபத்துக்குரியவர்கள் என்றும் நினைத்தான். பணப்பை தன் மனதிலிருந்து முழுக்க நழுவிக் காணாமல் போகவும் அவன் விடவில்லை. அதைத் திரும்பப் பெறப்போகிறோம் என்ற விநோதமான எதிர்பார்ப்பு இன்னும் அவனுக்கு இருந்தது. அசாதாரணமான வழிகளில் நிறையத் தொகைகளை மீட்டிருக்கிறார்கள் என்பதை அவன் கேள்விப்பட்டிருக்கிறான். காணாமல் போன பொருளை ஏதோ ஒரு எதிர்பாராத இடத்தில் ஒரு கனிவான நபர் கண்டுபிடிக்காமல் பல்பொருள் அங்காடியிலிருந்து தொலைத்தவர் வெளியேற ஆண்டவர் தன் அன்பால் அனுமதிக்கமாட்டார்...

தன்னைப்பற்றியோ வேறு யாரைப்பற்றியோ அதிகம் கண்டு கொள்ளாமல் அவன் கூட்டத்தோடு கலந்து சுற்றினான். இப்போது யாரும் அவனிடமிருந்து எதையும் திருட முடியாது. அப்படியே நாளின் இந்த நேரத்தில் அவர்கள் பணப்பையைக் கண்டுபிடித்தாலும் அது அவனால் இருக்காது. அவன் தொடர்ந்து நகர்ந்துகொண்டேயிருக்க வேண்டியிருந்தது. அவன் ஆட்களோடு மோதிக்கொண்டும் அவர்களை முழங்கையால் இடித்துக்கொண்டும் நடந்தான். ஒரு வயதான பெண்ணின் பாதங்களை மிதித்தான். அம்மாதிரியான நபர்களை அலுவலகத்தில்,

அவர்கள் வார்த்தைகளை வகுத்தமைக்கும் விதம் காரணமாக, 'அடையாளக்குறி புவியியலாளர்' என்று அழைத்தார்கள். அயர்லாந்தின் வரைபடத்திலிருந்தும் அவளுடைய கண்றாவி உடலிலிருக்கும் எல்லா கண்றாவி துவாரங்களிலிருந்தும் அவளால் நினைத்துப்பார்க்க முடிகிற அனைத்து வகைக் கெட்ட வார்த்தைகளையும் அவன்மீது அந்தப் பெண் பிரயோகித்தாள். இந்த மாதிரியான சின்ன விஷயங்களே விரக்தியின் திரட்சித் தோன்றலுக்கும் இன்னதென்று தெரியாத எதிர்காலத்தின் சிக்கலான மறைப்புக்கும் இடையே அவனை நேரான வழியில் வைத்திருந்தன. அவன் பிடிவாதத்துடன்தான் இருக்கிறான் என்பதை மேலாளர் ஒருபோதும் நம்ப மாட்டார். முரட்டுத்தனமும் கடுகடுப்பும் தெரிய அவர் பேசும்வரை N. அவர் குரலில் கவனம் கொள்ளவேயில்லை. 'நான் பேசுவது உங்களுக்குக் கேட்கவில்லையா? கடந்த அரைமணி நேரமாக நான் பேசிக்கொண்டிருக்கிறேன். உங்களால் வாடிக்கையாளர்கள் கடையைவிட்டுப் போய்க்கொண்டிருப்பதை நீங்கள் பார்க்கவில்லையா? வீட்டுக்குப் போய்த்தொலையக்கூடாதா? தகவல் ஏதும் தெரிந்தால் போலீஸ் உங்களுக்குச் சொல்வார்கள்.'

அவன் அங்கிருந்து போனால் போதும் என்று மேலாளர் விரும்பினார். வலிக்கும்வரை நகங்களால் தன் கையையே நெரித்துக்கொண்டார். அச்சூழலுக்குத் தகுதியில்லாத ஒரு ஆளைப்போலவும் நிறைய காரியங்களைச் செய்யவேண்டிய ஒரு ஆளைப்போலவும் நல்ல விதமாக உள்ளே போய் இரங்கத்தக்க ஒரு பிச்சைக்காரனைப்போல வெளியே வந்திருக்கும் ஒரு ஆளைப்போலவும் கருதி தெருவின் அமைதியும் சாந்தமும் அவனைச் சூழ்ந்து அமிழ்த்தின. அவன் பாக்கெட்டுகளைப் போலவே தெருவும் காலியாக இருந்தது. அந்தப் பல்பொருள் அங்காடி மட்டும் இல்லையென்றால் சுற்றியும் ஒரு ஆள்கூட இருக்க மாட்டான். அவன் கவனத்தைத் திருப்பும்படி இசையோ சப்தமோ போக்குவரத்தோ இல்லை. கைக்குட்டையை எடுத்து நெற்றி வியர்வையைத் துடைத்தான். எல்லா வியர்வை சுவாசங்களின் மிச்சங்களையும் தன்னிடமிருந்து துரத்தத் தீர்மானித்தான்.

தெருவோரத்திலிருந்த ஒரு இருக்கையில் தனியாக உட்கார்ந்தான். சவப் பெட்டி, கல்லறை போன்ற வேலைகளைத் தாண்டியும் வேறெதை விடவும் முன்னதாகக் கையாள வேண்டிய ஒன்று உண்டு: பணம் எதுவும் அவனிடம் இல்லை என்ற உண்மையைச் சார்ந்து பணப்பை குறித்து அவன் என்ன செய்வான்? கடினமான கேள்வி இது, அதே சமயம் நேரிடையானதும்கூட. அவன் மனைவி வாழப்போதில்லை. எனவே, அதைத் தொடர்ந்து ஒரு சவப் பெட்டியும் கல்லறையும் தேவைப்படுகின்றன. பணப்பை திருடுபோனது ஒரு அதிர்ச்சி, கொடிய அடி, மிகப் பெரும் துயரம். அவன் பணப்பை அறைகலனின் ஒரு பகுதி. அது இல்லாமல் தன் வாழ்வில் அவனால் எதையும் கற்பனை செய்ய முடியாது. அவனுடைய அந்தரங்கப் பகுதியைப் போன்றது அது. காதலியின் கரம் உங்கள் கையையும் இதயத்தைச் சுற்றியும் பிணைந்திருக்கும்போது கிடைக்கும் பரம சுகத்துக்கு ஈடானதை அது உங்கள் அக்குளுக்குக் கீழே இருக்கும்போது தரும். கடையில் அதை நீங்கள் தொட்டு உணரும்போது கைக்கு ஆறுதலையும்

எடுத்து வைக்கும் காலடிக்குத் துள்ளலையும் கண்ணுக்கு மின்னொளியையும் முழு ஆளுமைக்கும் ஒரு வகை பாதுகாப்பையும், உங்கள் ஆன்ம உருமீது ராஜ ஒப்புதலின் முத்திரை பதித்ததுபோல, தரும்! ஒரு வானொலி நிகழ்ச்சிக்காக ஆய்வு மேற்கொண்டபோது அதுபோல ஒன்றைப் படித்தது N.க்கு நினைவு வந்தது. அந்த நிகழ்ச்சியைப் பொறுத்தவரை மேலும் உரக்க, தெளிவாக, நிச்சயத்தன்மையுடன், அழகுநயமான குரலில்கூட, நீங்கள் பேசுவீர்கள். நீங்கள் எதையும் வாங்கக்கூட வேண்டாம். எதையாவது கேட்டால் மட்டும் போதும். ஆனால் உங்களிடம் அதற்கான பணம் இருக்கிறது என்பது அவர்களுக்குத் தெரிவதை உறுதிப்படுத்திக்கொள்ள வேண்டும். N. தன் இடது கையை அக்குளுக்குள் நீட்டினான். அங்கே ஒன்றும் இல்லை. ஓ, ஆண்டவரே, 'இன்றைக்கும் நேற்றைக்கும் இடையே ஒன்றுமில்லை: சாவையே நெருங்க விடாமல் செய்ய வழியில்லையா?' சாவு நிகழ்வது இயல்பானது. ஆனால் பணப்பை ஒன்று திருடு போகும் என்று ஆண்டவர் விதிக்கவில்லையே. 'புனித மேரியே, ஆண்டவரின் அன்னையே! ஆண்டவரே! எங்களை எல்லாத் துன்பத்தினின்றும் காப்பாற்றுவீராக...'

'இங்கே என்ன செய்துகொண்டிருக்கிறாய்? சிறு விவசாயிகளைப்பற்றி என்ன சொன்னாய்? முழித்துப் பார். காலை நேரத்தில் இவ்வளவு போதையில் இருக்கிறாயே?...'

இந்தக் குண்டுக் கோமாளி எவ்வளவு நேரமாக இந்த இருக்கையில் இப்படி கன்னாபின்னாவென்று உட்கார்ந்துகொண்டிருக்கிறானோ. அவனுடைய உடை ஒரு காலத்திய கிறித்துவ சமய போதகரான அருட்சகோதரர் ஒருவருக்குச் சொந்தமானது போல இருக்கிறது. அவன் N.க்கு அறிவுரையும் தரத் தயாராயிருந்தான். அவன் மனைவியின் இறப்பு, பணப்பை திருடுபோனது போன்ற தகவல்களையும் கொஞ்ச நேரத்திலேயே அந்த ஆள் தெரிந்துகொண்டான்.

நிமிர்ந்து உட்கார்ந்திருப்பதுதான் அவனுடைய வழக்கம் என்று நீங்கள் கற்பனை செய்யுமளவுக்கு உடலை நேர்செய்துகொண்ட பிறகு, 'இப்போது நான் சொல்லும் அறிவுரையை மனதில் கொள். உன் மனைவி இன்னும் புதைக்கப்படாத நிலையில் வெறுமனே சோம்பேறித்தனமாகச் சுற்றிக்கொண்டிருக்க இது ஏற்ற இடம் அல்ல. இந்த இருக்கையில் உட்கார்வேன் என்று நான் கனவிலும் நினைத்ததில்லை. உன்னைப் பார்த்து அனுதாபம் கொண்டேன். அறிவுரை சொல்வது நல்ல காரியம் என்று நினைத்தேன். உன் பணப்பை திருடுபோய்விட்டது என்பது ஒரு சாக்காக இருக்க முடியாது. இன்னும் கொஞ்ச நேரத்தில் அவர்கள் அந்தப் பிரச்சனையைத் தீர்த்துவிடுவார்கள். பணம் இல்லையென்பதால் பொருள் எதுவும் வாங்குவதையோ அனுப்புமாறு கேட்பதையோ நிறுத்த வேண்டாம். அதற்குரிய பணத்தைச் சரியாகக் கொடுத்து விடுவாய். ஈமச் சடங்குக்கு, அதோடு தொடர்புடைய சவப் பெட்டி, கல்லறை போன்றவற்றுக்கு, எல்லாக் காரியங்களும் முடிவடையும்வரை யாருமே பணம் கொடுப்பதில்லை. கொஞ்சம் முன்பாக இறந்துபோன மனைவியின் கணவன் பணப்பையைத் தயாராக வைத்திருக்கிறானா இல்லையா என்று யாரும் கேட்கப்போவதில்லை.

அதைப்பற்றியெல்லாம் வாயைத் திறக்காதே. இனி ஒரு சொட்டுகூட குடிக்காதே. வீட்டுக்குப் போ. சடலத்தைக் கவனித்துக்கொள்ள ஒரு செவிலியை ஏற்பாடு செய். கல்லறைக்கும் சவப்பெட்டிக்கும் ஏற்பாடு செய்...'

தள்ளுபடி தரும் யாரையாவது அவனுக்குத் தெரியுமா என்று கேட்க நினைத்தான். ஆனால் அந்த நபர் சொன்ன வார்த்தைகளின் உண்மை, அவன் முகத்தில் பளீரென்று அறைந்த பனிக்காற்றைப் போல அவனைத் தாக்கி, குளிர்வித்து, சங்கட உணர்வு தருவதாக அவனைத் துளைத்து வெளியேறியதால் எதுவும் கேட்கவில்லை. நேராக வீட்டுக்குப் போவதாக அவனிடம் உறுதியளித்தான்.

வில்வளைவு கட்டட அமைப்பைத் தாண்டியவுடன், நிறைய ஜனங்கள் நடமாடிக்கொண்டிருந்த இடத்தில், கன்னிகாஸ்திரீ ஒருவர் ஒரு பெட்டியில் பணம் திரட்டிக்கொண்டிருந்தார். அவர் இருந்த திசையில் பார்வையை ஒரு தடவைகூட திருப்பாமல் எதிர்ச்சாரியில் இருந்த சாலையோர நடைபாதையில் முடிந்த அளவு தூரமாக நடந்தான். அவன் எப்போதும் அப்படித்தான் செய்தான். தன்னிடம் ஏன் பணம் இல்லையென்பதை அவரிடம் விளக்க ஆரம்பிக்கக்கூட அவனால் முடியாது. அவர் அந்தமாதிரியான ஒரு அதிகற்பனக் கதையைத் தன் முக்காட்டு அளவுக்குக்கூட நம்பமாட்டார். அப்படியே நம்பினாலும் அதை அவர் தன் அனுகூலத்துக்குத் திரித்துவிடுவார்.

மேக்—கேப் கடையில் என்னென்ன பொருள்கள் தள்ளுபடி விலையில் கிடைக்கின்றன என்பதைப் பெரிய ஜன்னல் வழியாக நிதானமாகப் பார்த்தான். அவன் அவற்றைப் படிக்கவும் இல்லை, பார்த்தமாதிரியும் இல்லை. அடுத்து என்ன செய்ய வேண்டும் என்பதைத் திட்டமிட முயன்றான். என்ன கண்றாவியைச் செய்ய வேண்டும் என்று தன்னைத் தானே கேட்டுக்கொண்டிருந்தான். பருத்த விரைகள் கொண்ட அந்த குண்டனிடம் நேராக வீட்டுக்குப் போகிறேன் என்று உறுதியளித்து விட்டான். அப்படிப் போகிறானா என்ன ? நிச்சயம் இதுதான் வீட்டுக்குப் போகும் வழி. அதே சமயம் வேறு பல இடங்களுக்குப் போகும் வழியும் அதுதான். பிறர் விஷயத்தில் மூக்கை நுழைக்கும் அந்தக் கோமாளியிடமிருந்து நீங்கியபோது வீட்டுக்குப் போகாமல் வேறு பாதையில், வேறு திசையில் போவோம் என்று அவன் உண்மையில் நினைத்தானா ? வீட்டுக்குப் போகாமல் வேறெங்கு போவான் ? அவன் வீட்டுக்குப் போய்த்தான் ஆக வேண்டும். வீட்டுக்குப் போகப் போவதில்லை என்று இப்பவோ, எப்பவோ நினைத்தானா ?...

அந்த நேரத்தில்தான் தோளில் யாரோ அடித்ததை உணர்ந்தான். பார்த்தால் அவர்கள் குதிரை என்று அழைப்பவன். சூதாடியின் தோழமைக் குறிப்பான நம்பிக்கையால் அவன் வாய் நிறைந்திருந்தது:

'இன்னும் கொஞ்சம் பணம் பெற வீட்டுக்குப் போகிறேன். போதிய அளவு பணம் என்னிடம் இல்லை... போதிய பணம் இல்லாதவன் ஒரு வங்கியைக் கொள்ளையடிக்கவோ வேறு ஏதாவது செய்யவோ

வேண்டும்... வீட்டையும் மற்ற எல்லாவற்றையும் ட்ராட்டெரைன்மீது பந்தயம் கட்டினேன். நேற்று இரவு முழுவதையும் பொலிகுதிரைப் பண்ணையாள் ஒருவனோடு கழித்தேன். பந்தய இலக்கு அருகே நிற்பது போலவும் ட்ராட்டெரைன் சக குதிரைகளைவிட தன் உடல் நீளத்தைப்போலப் பத்து மடங்கு தூரத்துக்கு முன்னால் ஓடி வருவதைப் போலவும் மீதி இரவில் கனவு கண்டுகொண்டிருந்தேன்... அது நீ விரும்பும் நல்ல அறிகுறி அல்லவா? இன்றைய காலை தினசரியில் அவள் பதினொன்றில் ஒரு பங்கு ஜெயிக்க வாய்ப்புள்ளவள் என்று போட்டிருந்தது. ஆனால் இப்போதைய சாதக நிலையில் அவள் இருப்பது ஐந்தில் ஒன்று. பார், அவள் ஜெயித்துவிட்டாள் ...'

போன வருடம் ட்ராட்டெரைனின் பெரிய வெற்றிகளைச் சுருக்கமாக, தயக்கம் இல்லாமல் வீசிப் பாயும் கவிதைத்தனமான, குதிரை சார்ந்த நான்கைந்து வாக்கியங்களால் அவன் விவரித்தான். குதிரைப் பந்தய மைதானத்து வளைவில் குதிரையின் வால் மறைவதைப்போல அவனுடைய கோட்டின் பின்புறத் தொங்கல் மறையும்வரை N. அவனைப் பார்த்துக்கொண்டிருந்தான். N., குதிரையைச் சந்தித்தது மூழ்கிக்கொண்டிருக்கும் ஒருவனுக்கு மிதவை ஒன்றை வீசியதுபோல இருந்தது. அவனைப் பின்பற்ற வேண்டும் என்றும் அவனுடைய நம்பிக்கை, தன்முனைப்பு என்ற புகலிடத்துக்கு உள்ளே தங்கிவிட வேண்டும் என்றும் அவனுக்குத் தோன்றியது...

குதிரைப் பந்தயப் பணயக் கணக்கர் அலுவலகத்தில் கூட்டமாக இருந்தது. கூட்டத்தினரின் நடையுடைத் தோற்றத்தில் கொஞ்சம்கூடத் தயக்கமோ சந்தேகமோ தென்படவில்லை. தெருவைத் தாண்டி வந்த சூரியனின் கதிர்க் கீற்று அவர்களுடைய கோட்டுகளின் மேல் பகுதியில் ஒரு கோலம் காட்டியது. பந்தயம் குறித்து விவாதித்துக் கொண்டிருந்த அவர்கள் பயபக்தியுடன் சொன்ன விஷயங்கள் மட்டுமே முழு உண்மையென்றும் உண்மையைத் தவிர வேறில்லையென்றும் நீங்கள் நினைப்பீர்கள். மூச்சு முட்டவைக்கும் சூழல். விதி அவனை இங்கே சந்திக்க வந்தால் நிச்சயம் அது ட்ராட்டெரைனின் முதுகில் ஏறித்தான் வரும்! பாக்கெட்டிலிருந்த அரை க்ரௌன் [இரண்டு ஷில்லிங் ஆறு பென்ஸ்] நாணயத்தை விரல்களால் உருட்டிப்பார்த்தான். உள்ளே நுழைந்து பந்தயம் கட்டினான். ட்ராட்டெரைனின் வாய்ப்பு மேலே மேலே என்று போனது என்பதைக் கேள்விப்பட்டிருந்ததால் ஒரு பவுண்டு பந்தயம் கட்டுவது அதைவிட நல்லது என்று தோன்றியது. எவ்வளவு இழந்தானோ அதைப் பெற நீண்ட நாள் ஆகும் என்றாலும் இப்போதைக்கு ஒன்றுமில்லாததற்கு ஏதோ கொஞ்சம் கிடைத்தால் தேவலைதானே. சாத்தியக்கூறு மீண்டும் சாதகமாகத் தெரிகிறது. ஜனங்கள் தங்களுடைய வாரக் கூலி, சட்டைகள், இன்ன பிற என்று எல்லாவற்றையும் பந்தயம் கட்டப்போவதாகப் பேசிக்கொண்டிருந்தார்கள். பாக்கெட்டுக்குள் இருந்த விரல்கள் அரிப்பதை N.ஆல் உணர முடிந்தது. அவள் ஜெயிக்கும் பட்சத்தில், முயற்சி செய்யாமல் விட்டதற்காகத் தன்னை ஒருபோதும் மன்னிக்க மாட்டான்.

ஒரு பவுண்டு, ஏழு ஷில்லிங், பத்தொன்பது பென்ஸ் என்று எல்லாமும் நாணயங்களாக பாக்கெட்டிலிருந்து வெளியே எடுத்தான். அவன் ஜெயித்தால், வெறுங்கையோடு வீட்டுக்குப் போவான் என்று நீங்கள் சொல்ல முடியாது. ஈமச் சடங்குக்குப் பொருள்கள் வாங்கும்போது அவன் கையில் சுத்தமாகக் காசில்லாமல் போகாது. அன்று மாலை கொஞ்சம் தாமதமாக தேவாலயத்துக்குப் போகும்போது பாக்கெட்டில் இருக்கும் சில கூடுதல் பென்ஸ் அந்த அவலட்சணமான சகோதரிகளிடம், 'வேறேதாவது வாங்க வேண்டிய தேவை இப்போது உண்டா?' என்று கேட்கும் தைரியத்தை அவனுக்குக் கொடுக்கும். அப்புறம், தொலைக்காட்சி ஆட்களோடு சேர்ந்து செய்வதாகச் சொன்ன வேலையை முடியாது என்று உடனடியாகச் சொல்லிவிடலாம். அந்த நாளின் இரண்டு மணி நேரம் சிறு பூச்சி ஒன்றின் கடி போலத்தான் இருந்தது. அரை க்ரௌனை வைத்துக்கொண்டு பதினோரு ஷில்லிங்கைப் பந்தயம் கட்டினான். கிட்டத்தட்ட ஒரே உறுதிப்பாடு, ஒரே மனம், ஒரே ஆசை, வாழ்க்கையின் ஒரே நம்பிக்கை என்றிருந்த அந்தக் கூட்டத்தினரோடு தன்னை அமிழ்த்திக் கொண்டான். கருப்பு முடிக்குள்ளாக இருந்து வெளிக்கிளம்பிய நரைமுடிக் கற்றைகளோடு இருந்த ஒரு சிடுமூஞ்சிக் கிழவி ட்ராட்டெரைனின் பல வெற்றிகளை மெச்சிப் பேசிக்கொண்டிருந்தாள். அவள் தொடர்ந்து பேசினாள். ஆனால், அவளுடைய பருமனான புட்டம் அவனுடைய இடுப்பை இறுக்கமாக அழுத்திக்கொண்டிருந்தது N.க்குப் பிடிக்கவில்லை. ஆனாலும் ட்ராட்டெரைன் பற்றிய அவள் புகழ்ச்சியைக் கேட்க அவனுக்குப் பரவசமாக இருந்தது. ட்ராட்டெரைன் எளிதாக வெற்றியடையும்வரை எல்லாவற்றையும், வீட்டில் அவனுக்காகக் காத்திருக்கும் பிரேதத்தைக்கூட, மனதிலிருந்து அகற்றிவிடுவான். இன்று காலை பல்பொருள் அங்காடிக்குப் போனதற்குப் பதிலாக இங்கே வராமல் போனது எவ்வளவு வருத்தத்துக்குரிய விஷயம்!

பந்தயம் ஒளிபரப்பாகிக்கொண்டிருப்பதைச் சரிபார்க்கும் திரை முன்னால் கூட்டம் நெருக்கியடித்தது. 'அவள் ஜெயிப்பாள். . . ஆயிற்று கடைசி கஜம் . . . நல்ல ஓட்டம் . . . அவள் ஜெயிக்க . . . கண்டிப்பாக ஜெயிப்பாள் . . . வா, வா . . . ஆனாலும் ஜெயிப்பாள் . . .'

புகழ்பெற்ற ட்ராட்டெரைன் மூன்றாவதாக வந்தாள். கொந்தளிப்பான மன நிலையில் இருந்த அவன் உள்ளிட்ட கூட்டத்தினரிடம் மீந்தவை அவர்களுடைய உணர்வெழுச்சியின் உடைப்பும் அவர்கள் பேச்சில் வெளிப்பட்ட பெருமூச்சுகளும் புலம்பல்களுமே. தங்கள் வெறுப்பை எச்சிலாகவும் கோழையாகவும் காறித் தரையில் துப்பினார்கள். N. இதைப் பெரிதாகப் பொருட்படுத்தவில்லை. தன் பணம் முழுவதையும் ஊதாரித்தனமாக செலவு செய்திருந்து வரக்கூடிய கவலையைவிட இந்தக் குறிப்பிட்ட பந்தயத்தில் தோற்றது அவனை அதிகம் வாட்டியது. ஒன்றைச் செய்ய முதலில் உங்கள் ஆசையைத் தூண்டி பிறகு நிலைகுலைய வைப்பதே குதிரை என்பவனின் நோக்கம் என்பது அவனுக்கு இப்போது புரிந்தது. ஆனாலும், இதையெல்லாம் மீறி அதிலிருந்து ஏதோ ஒன்றை அடைய அவனால் முடிந்தது. . பொலிகுதிரைப் பண்ணையில் யாரோ

ஒருவனோடு முந்தைய இரவைக் கழித்தேன் என்று அவன் சொன்னானே. எல்லாம் சைமன் மாதிரிதான்!

அந்தக் குறிப்பிட்ட அதிகற்பனைச் சூழல் ஆவியானவுடன், பிரேதம் தொடர்பான வேலையை இனியும் தள்ளிப்போட முடியாது என்பதை அவன் உணர்ந்தான். இன்னும் அந்த ஏழைகளின் சிறிய சகோதரிகளை அவன் தொடர்புகொள்ளவில்லை. சற்று முன் வில்வளைவுக்குக் கீழே அவன் கண்ட கன்னிகாஸ்திரீ பற்றி நினைத்தான். ஏழைகளின் சிறிய சகோதரிகள் பற்றியோ அல்லது உண்மையில் வேறு ஏதாவது தகவலோ அவரிடமிருந்து தெரிந்துகொள்ள முடியுமா என்று பார்க்க அந்த இடத்தை நோக்கிப் போனான். அவருக்கு ஏதாவது கொடுப்பான். இன்னும் சில ஷில்லிங்குகள் மிச்சம் இருந்தன. ஆனால் அந்த வில்வளைவின் அருகே ஒரு புனிதருமில்லை, ஒரு பாவியுமில்லை. பக்கத்திலிருந்த தெருக்களிலும் தேடிப்பார்த்தான். பிரயோஜனமில்லை. பக்கத்திலிருந்த ஒரு சிறிய கடைக்குள் நுழைந்தான், கன்னிகாஸ்திரீ விற்றுக்கொண்டிருந்ததைப் பற்றி ஏதோ கொஞ்சம் கடைக்காரருக்குத் தெரிந்திருந்தது. ஆனால் அவரைப் பற்றி அவருக்கு எதுவும் தெரியவில்லை. அநேகமாக விற்று முடித்துவிட்டுப் போயிருக்க வேண்டும். சனிக்கிழமையில் அந்த இடத்தில் கூடும் ஜனங்கள் வழக்கமாக இரண்டு மணி அளவில் கலைந்துவிடுவார்கள்.

ஏழைகளின் சிறிய சகோதரிகளைத் தொடர்புகொள்ள வேண்டும் என்பதைத் தவிர அவன் மனதில் வேறெதுவும் இல்லை. அதைச் செய்யாமலேயே இருப்பதைக் காட்டிலும் தாமதமாகச் செய்தாலும் பரவாயில்லை. சைமனை விட்டுவிட்டு வந்த ஹோட்டலுக்குப் போக முடிவு செய்தான். அங்கேதான் அவன் வெட்டியாகச் சுற்றிக்கொண் டிருப்பான். அப்படியான கிறுக்கன்தான் அவன். தனக்கு இப்போது என்ன நேர்ந்தது என்பது குறித்து சைமன் என்ன நினைத்தான் என்பதைக் கேட்க அவன் ஆசைப்பட்டான். அவனுடைய இழப்பைக் கேள்விப்பட்டால் தோழமையுடன் ஆறுதல் சொல்லி தனக்கென்று எதுவும் ஒதுக்க நினைக்காமல் அவனுக்குத் தள்ளுபடி ஏதாவது வாங்கித் தருவான். அப்படி இல்லையென்றால் அவன் நிலை ரொம்பக் கேவலமாக...

ஹோட்டலின் வாசல் கதவருகே இரண்டு பேர் பேசிக்கொண் டிருந்தார்கள்.

கதவைத் திறந்து உள்ளே போக முயன்ற N.னிடம் அவர்களில் ஒருவன், 'நொந்துபோயிருக்கும் நண்பரே, கவலை வேண்டாம், மூன்றரை மணி வரை வேண்டாம். ஏதாவது அதிர்ஷ்டக் குதிரை கிடைத்ததா? இல்லையா? அப்படிக் கிடைத்திருந்தால் –' என்று சொன்னான்.

ஆனால் N. அதற்கு முன்னதாகவே நழுவியிருந்தான். அவனிடம் ஒரு ஆறு பென்னி நாணயம் இருந்தது. ஒரு தொலைபேசிக் கூண்டுக்குள் போனான். உடனே அந்த சகோதரிகளின் எண்ணைத் தொலைபேசிப் புத்தகத்தில் துழாவத் தொடங்கினான். திடீரென்று அந்த

அதிர்ச்சி! அவன் ஒன்றும் தூங்கியிருக்க முடியாதே! பொறிகலங்கிப் போனான். குறிப்பிட்ட அந்தப் பக்கம் அந்தப் புத்தகத்தில் இல்லை. இணைப்பகத்தைக் கூப்பிடலாமா என்று நினைத்தான். அதே சமயம் திடீரென்று அவனுக்குப் பின்னாலிருந்த கதவைத் தடதடவென்று தட்டும் சத்தம் கேட்டது. மூன்று இளைஞர்கள் வெளியே காத்துக்கொண்டிருந்தார்கள். அவர்கள் கண்களிலிருந்த சகிப்பின்மை கொடூரப் பார்வையோடு அவனைத் துளைத்தது. *N.* பொத்தானை அழுத்தினான். அவன் போட்ட பணம் உலோக ஒலியோடு அஞ்சல் நிலையத்துக்குப் போய் விட்டது என்பதற்கான பொத்தான் அது. அவன் முன்னோர்களிடமிருந்து பணத்தைத் திருடிய ஆதிச் சாபம் ஒன்றுக்கு அவன் ஆட்பட்டதுபோல எல்லாமே அவனுக்கு எதிராகப் போய்க்கொண்டிருந்தது.

ஒருவேளை அது எல்லாம் நல்லதுக்குத்தானோ. ஏழைகளின் சிறிய சகோதரிகளைக் கூப்பிட நிறைய கால தாமதம் ஆகிறது. ஈமச் சடங்குக்குத் தயார்ப்படுத்தியதற்குப் பிறகு அவர்கள் வருவார்கள் என்பதற்கு அதிக சாத்தியம் இருக்கலாம். *N.* அவர்களை முட்டாளாக்குகிறான் என்று அவர்கள் நினைப்பார்கள். குழம்பியோ மனைவியின் சகோதரிகளை எரிச்சல் படுத்தியோ இனி என்ன பிரயோஜனம்? அவன் எங்கே இருக்கிறான் என்றோ அவனை எப்படித் தொடர்புகொள்வது என்றோ தெரியாத நிலையில் அவர்களாக முடிவுகளை எடுக்கவும் அவர்கள் வழியில் கஷ்டப்பட்டாவது செயல்படவும் வேண்டும்தானே. இப்போதைக்கு அதி விவேகமான விஷயம் பிரேதம் முறையாக ஈமச் சடங்குக்குத் தயார்ப்படுத்தப்பட்டிருக்கும் என்று ஊகிப்பதே.

*N.*ஆல் வீடுபோய்ச் சேரமுடிந்தால் எப்படியோ காரியங்களை ஒழுங்குபடுத்திவிட முடியும். மனைவியின் மரணத்தால் நிலைகுலைந்து விட்டதாகவும் வீட்டுக்கு வரும் வழியில் மயக்கமடைந்து தெருவில் விழுந்துவிட்ட தான் எவ்வளவு நேரம் அப்படி இருந்தோம் என்பது தெரியாத நிலையில் யாரோ மதுவிடுதிக்குத் தூக்கிக்கொண்டு போய் பிராந்தி கொடுத்ததில் உண்டான போதையில் தூங்கிப்போய்விட்டதாகவும் சொல்வான். இந்தக் குளறுபடியிலும் குழப்பத்திலும் அவன் பணப்பை திருடுபோய்விட்டது. அது தெருவில் நடந்ததா தூங்கும்போது நடந்ததா என்பதை அவனால் சொல்ல முடியவில்லை. பணப்பை பற்றி அவன் அவர்களிடம் சொல்லித்தான் ஆகவேண்டும். எப்படியும் அவர்களிடம் அது சொல்லப்படும். முதலில் அவனே சொல்லிவிடுவது நல்லது. எல்லாம் ஒரு ஒழுங்குடன் நடந்துகொண்டிருக்கிறது. இந்தப் பொய்க் கதையை அவனே கிட்டத்தட்ட நம்பிவிடுவான் போலிருக்கிறது! அவன் ஒரு கேடுகெட்ட குடிகாரன் என்று மனைவியின் சகோதரிகள் சொல்வார்கள். வீட்டுக்கு வந்து மனைவியின் பிரேதத்தைக் கவனிக்காமல் தன் சாராய வயிற்றை நிரப்பிக்கொள்வது அவனுக்கு விருப்பமாகப் போய்விட்டது. அவன் கௌரவமான ஒரு சாக்கைச் சொல்கிறானா அல்லது வெறுமனே கொத்தாகப் பொய்களைச் சொல்கிறானா என்பது முக்கியமில்லை, அவனை உண்டு இல்லை என்று ஆக்குவதும் அவனைப் பெரும் தொல்லையில் மாட்டிவிடுவதுமே அந்தச் சகோதரிகளின் நோக்கம். ஆனாலும் அவனுக்கு ஏதோ ஒரு கௌரவமான சாக்கு ஒன்று

தேவைப்பட்டது. வேறு எதைப்போலவும் ஈமச் சடங்குக்கு ஒரு சாக்கு தேவைப்படுவது தெளிவாயிற்று…

இந்த நினைப்பே அவனுக்கு ஒரு ஊக்கத்தைக் கொடுத்து காற்றில் மிதப்பதாக அவனைக் கற்பனை செய்ய வைத்தது. அவனைப் பாரமாக அழுத்திக்கொண்டிருந்த இரும்புச் சங்கலிகளை இறக்கி வைத்தவுடன் அவன் கைகள் லேசாகி, ஒரு பறவையின் சிறகுகளைப் போல பறக்கும் நிலையில் இருந்தன. அவன் வீட்டை நோக்கிக் கிட்டத்தட்ட தாவிக் குதித்துத் துள்ளி நடந்தான்.

சாலையின் சந்திப்பில் விளக்குகள் அவனை அனுமதிக்காததால், காத்திருக்க முடியாவிட்டாலும், நிற்க வேண்டியதாயிற்று. அவனைக் கடந்துபோன கார்களில் ஒரு சவ ஊர்வல வாகனம் சவப் பெட்டி இல்லாமல் சென்றது. ஓட்டுனர் பகுதியிலிருந்து அலங்கார உச்சிவரை, ஏதோ அப்போதுதான் கழுவித் துடைக்கப்பட்டு வந்தது போல, நறுவிசான நேர்த்தியுடன் அது இருந்தது. ஒவ்வொரு பிரேதத்தையும் அதன் இறுதி ஓய்விடத்தில் சேர்ப்பித்த பிறகு அதை நன்றாக அழுத்தித் தேய்த்து சுத்தம் செய்வார்களாக இருக்கும். அந்த வாகனத்தைப் பார்ப்பதே *N.*க்கு துயரத்தையும் சிடுசிடுப்பையும் தந்தது. அவனுடைய வாழ்க்கையின் பயணப் பாதையில் ஒரு மோசமான தருணத்தில் இந்தக் குறிப்பிட்ட சாலைச் சந்திப்பை நேர்கொள்வது அவன் துரதிர்ஷ்டத்தின் இன்னொரு கிளை என்பது அவனுக்குத் தெரியும். அப்படி இல்லையென்றால் அந்த சவ ஊர்வல வாகனத்தைக் குருட்டுப் பார்வையின் ஒரு துணுக்கில் பார்த்திருக்க மாட்டான்; மேலும், சவப்பெட்டியோ கல்லறையோ துக்கம் அனுஷ்டிப்பவர்களோ புதைத்தலோ தீர்க்க முடியாத ஒரு பிரச்சனையைப் போல அவனுக்கு முன்னால் தெளிவற்று, அச்சமூட்டும் வகையில் தோன்றாது…

கொஞ்ச நேரத்துக்கு முன்னால் சைமனைப் பார்க்க அவசரமாகப் போய்க்கொண்டிருந்தான். சைமன் எங்கேயிருக்கிறான் என்பது ஆண்டவருக்குத்தான் தெரியும் – அதாவது, அழித்தலையே தீர்மானமாகக் கொண்ட ஆட்கள் எங்கே ஒளிந்திருக்கிறார்கள் என்பது ஆண்டவருக்குத் தெரிந்தால். அவன் வீட்டுக்கு ஃபோன் செய்யலாம். அதனால் என்ன பிரயோஜனம்? அவன் வீட்டில் இல்லாததற்கு *N.*தான் முழுக் காரணம் என்றும் வீட்டிலோ குடும்பத்தாரோடோ அவன் இல்லாத எல்லா நேரத்துக்கும் அவனே மொத்தக் காரணம் என்றும் அவன் மனைவி குற்றம் சொல்வாள். கடந்த ஆறு மாத காலமாகக் குடும்பத்தாரோடு இணைந்து ஜெபம் சொல்ல அவன் வீட்டிலேயே இல்லை. போன தடவை *N.* ஃபோன் செய்தபோது அவளுக்கு உரிய அளவில் தாம்பத்ய உறவு கிடைக்காதது *N.*இன் குற்றமே என்று ஏறத்தாழ சொல்லிவிட்டாள். வேறு யாரிடம் அவன் பேச முடியும்? அலுவலகத்தில் யாரையாவது கூப்பிட முடியுமா? அவர்கள் அப்புறம் ஒருவரையொருவர் கூப்பிட்டு ‘ஆனால், நான்… விரும்பவில்லை…’ என்றும் குடும்பவாழ்வுத் துறையிலிருந்து ஓரிரு முக்கிய நபர்கள் அங்கே வர இருக்கும் இந்த நேரத்தில் ஈமச் சடங்கின்போது போதையில் *N.* யார் முன்னும் விழ மாட்டான் என்று நம்புவதாகவும்

சொல்வார்கள். N. நம்பிக்கைக்கு உரியவன் இல்லையென்றோ அரசாங்கக் காரியம் எதையும் அவனிடம் ஒப்படைக்கக் கூடாது என்றோ அவன் சக ஊழியர்கள் சொல்லமாட்டார்கள் என்பது உறுதி. தங்களுக்குள்ளேயே நினைவூட்டிக்கொள்ளவும் சூழ்நிலையைத் தெளிவாக்கிக்கொள்ளவுமே அவர்கள் ஒருவரையொருவர் அப்படிக் கூப்பிட்டுக்கொள்வார்கள். அவனுக்கு இப்போது பணம் அவசரமாகத் தேவைப்படுகிறது. ரேடியோ, தொலைக்காட்சி ஆட்கள் சிலரோடு அவனுக்கு நல்ல உறவு இருந்தது. ஆனால் அவர்கள் அவன்மீது அதீத இரக்கம் கொள்வார்கள். அதனால் நீண்ட காலத்துக்கு அவர்களிடமிருந்து வேலை கிடைக்காது.

கடை ஒன்றைத் தாண்டிப் போகும்போது ஒருவனின் முகத்தைக் கண்டான்; விற்பனை மேஜையில் கிடத்தப்பட்டதைப் போல இருந்தது அது. ஒரு மனிதனின் முகம், இதுவரை பார்த்ததிலேயே அதிக இரக்கம் ததும்பும் முகம். அந்த மாதிரியான முகம் கொண்ட நபர் நல்ல அறிவுரையைத்தான் சொல்வார், உதவிகரமான அறிவுரையை. கடைக்காரர்கள் எல்லாவிதமான கருவிகளையும் விற்பார்கள். அவர்களின் கடைகளில், குறிப்பாக சின்ன தெருக்களில் இருக்கும் கடைகளில், எல்லாவிதமான காயலான்கடை பொருள்களும் நிரம்பியிருக்கும். தீப்பெட்டி ஒன்று வாங்கிக் கடைக்கார னோடு ஒரு உரையாடலைப் பற்றவைக்க முயல்வான். கனிவுக்குப் பதிலாக அவன் எதிர்கொண்டது உள்ளாழத்திலிருந்து பொங்கியெழுந்த ஆச்சரியத்தின் அதிர்ச்சியை. அவன் சொந்தப் பகுதியின் மரியாதைக்குரிய சுவர்களுக்கு உள்ளே இப்படியொரு கேள்வி அவனிடம் கேட்கப்படும் என்று எதிர்பார்க்காததால் ஏற்பட்ட அதிர்ச்சி. உடனே அது ஒரு சாமர்த்தியமான எச்சரிக்கையாக மாறியது.

'யார்டா நீ... என்னிடம் திருட முயற்சி செய்கிறாயா, என்ன?... கொஞ்சம் முன்னால் அந்தப் பல்பொருள் அங்காடியில் ஒருவன் திருடி யிருக்கிறான். நீதானா அந்தத் திருடன்?... இல்லை, அதைவிட மோசம். நீ ஒரு கிறுக்கன், பைத்தியக்காரன்...'

கதவு வழியாக அவனுக்குத் தெரிந்த ஒரு ஆள் உள்ளே நுழைந்தான். வாடிக்கையாளர்களுக்காக அணியும் வழக்கமான, உணர்ச்சியற்ற முகமூடியான முகத்தைக் கடைக்காரன் திரும்பவும் வரவழைத்துக் கொண்டான். இதுதான் நிஜமாக இருக்கும்.

'ஏன் இப்படி நீண்ட நேரத்துக்கு அதை விட்டுவைத்திருக்கிறாய்?' என்று N.ஐப் புதிதாக வந்தவன் கேட்டான். 'திங்கள்கிழமை வரை இப்போது உன்னால் அடக்கம் பண்ண முடியாது. கொஞ்ச நேரத்தில் ஒரு சவப் பெட்டியை உன்னால் ஏற்பாடு செய்ய முடியலாம். அவளைப் புதைப்பதற்கு இடமில்லாமல் அதனால் என்ன பிரயோஜனம்?... அவளைத் தேவாலயத்துக்குக் கொண்டுவர வேண்டும் என்பது எனக்குத் தெரியும். அவ்வளவுதானா?... இப்பவே மணி மூன்றே கால். அதிக பட்சம் ஆறரை மணிக்கு அவள் தேவாலயத்தில் இருக்கவேண்டு மென்று நீ சொன்னாயா? அப்படிச் செய்ய முடியாதென்று நான் சொல்லவில்லை. ஆனால், அதற்கு நீ ரொம்ப முயற்சி செய்ய வேண்டும். திங்கள்கிழமைக்குள் எந்த தேவாலயத்திலாவது பிரேதத்தை

ஏற்றுக்கொள்வார்களா? யாருக்குத் தெரியும்! எப்படியோ, அப்படி ஏதாவது நீ ஆரம்பிக்க நினைத்தால் இதற்குள் நீ சீக்கிரம் வீட்டுக்குப் போகக் கிளம்பியிருக்க வேண்டும்...'

அந்த ஆள் அவனை வெளியே அழைத்துப் போய், ஈமச் சடங்குப் பொறுப்பாளர் ஒருவரின் பெயரைக் கொடுத்தான். *N.* ஏற்கனவே கேட்டிருந்த மனச்சோர்வு தரும் எல்லாப் பேச்சுக்கும் பிறகு, இந்தத் தகவல் அவன் நினைவின் குப்பைக்குள் நழுவி விழுந்தது. ஒரு நொடிக்கு அப்புறம் அதைத் தக்கவைக்க அவன் முயற்சிகூட செய்யவில்லை. ஆனால், அந்த ஆள் தொடர்ந்து அவன்மீது பரிவு காட்டினான்.

*N.*இன் தோளை அணைத்தபடி ஒரு சின்ன தெருவுக்கு அழைத்துப் போய் அப்போதுதான் மீண்டும் திறக்க ஆரம்பித்த மது விடுதி ஒன்றுக்குள் அவனை இட்டுச்சென்ற அந்த ஆள், 'சில சமயங்களில் கொஞ்சமாகக் குடிப்பது சோகத்தைத் தணிக்கும்... ஒரு கிளாஸ் விஸ்கி, குடிப்பவனை அமைதிப்படுத்தி, வீட்டுக்குப் போகவேண்டிய அவனுக்குத் தேவையான தைரியத்தையும் கொடுக்கும்,' என்றான்.

*N.*இன் நிலைமையை மதுவிடுதிப் பணியாளுக்கு விளக்கினான்.

'இந்தப் பகுதியில் பெண்களின் கைப்பைகளைத் திருடும் போக்கிரி அவன்,' என்று சொன்ன அந்தப் பணியாள் இன்னொரு மிடறு விஸ்கியை ஊற்றினான். வெட்டியாகச் சுற்றிக்கொண்டிருப்பதற்கு இது உகந்த நேரமல்ல என்று அந்த இரண்டு பேரும் *N.*இடம் கறாராகச் சொன்னார்கள். அவன் கிளம்பி உடனே நேராக வீட்டுக்குப் போய்விட வேண்டும். மிக அருகே இருந்த பேருந்து நிறுத்தத்தை அந்த ஆள் அவனுக்குக் காட்டினான்.

*N.*இன் மூளையில் அப்போது ஒரு புது எண்ணம் உதித்தது. அவன் மனதின் தணலில் உண்டான அந்தப் பலகீனமான சுடரை அவனால், அவனே விரும்பினாலும்கூட, வார்த்தையால் விளக்க முடியாது. அது உண்மையில் ஒரு எண்ணம் கிடையாது; அது ஒரு உணர்ச்சி; அவன் மனதில் என்பதைவிட கூடுதலாக அவன் உடலில் வெளிப்பட்ட உணர்ச்சி. அந்த இரண்டு பேரோடும் இன்னும் கொஞ்ச நேரம் இருப்பது அவனுக்கு அனுகூலமாக இருக்கலாம். ஒரு பிரேதத்தோடு நேரத்தைக் கழிப்பதை விடவும் அது அதிக விரும்பத்தக்க விஷயமாக இருக்கும். ஒரு பிரேதத்தால் எந்த பிரயோஜனமும் இல்லை, அதே சமயம் அது எந்தத் தீங்கும் விளைவிக்காது. அவனுடைய பிரேதமே, அதாவது அவன் உடலே, பிரயோஜனமில்லாத குப்பையாக, அருவருப்பான கூளமாக, ஆபத்தான கசடாகத் தூக்கியெறியப்படக் காத்திருக்கும் ஒரு துணுக்குதான். அதனால்தான் ஒரு பிரேதம் புதைக்கப்படும்வரையே ஜனங்கள் அதைச் சுற்றிக் கூடியிருக்கிறார்கள். வாழ்கிறவர்களுக்கும் இறந்துபோனவர்களுக்கும் இடையே உண்மையில் எந்தத் தகவல் தொடர்பும் கிடையாது. அது ஒரு வகை தொடர்புதான்; ஆனால், அது அதிகமும் வெற்றுப் பக்கங்களை உடைய புத்தகத்தை ஒருவன் படிப்பது போன்றதே. நல்ல மனிதர்கள், அவர்கள் உயிரோடு இருக்கும்போது, அன்பு, இரக்கம், பரிவு, அனுதாபம், அப்புறம் கிறித்துவப் பண்பைக்கூட காட்ட இயலும். அவை

எல்லாவற்றுக்குமான தீவிர, உடனடித் தேவை இப்போது அவனுக்கு இருந்தது. சைமனைப் போலவோ, அலுவலகத்துக் கும்பல் போலவோ, குறிப்பாக அந்த அவலட்சண சகோதரிகளைப் போலவோ இந்த இரண்டு பேரும் இம்மியளவுகூட இல்லை. இந்த மாதிரியான ஆட்கள் இல்லையென்றால் வாழ்க்கை வாழத் தகுந்ததாக இருக்காது. கெட்ட மனிதர்கள் யாரென்பது எல்லாருக்கும் தெரியுமென்றும் ஆனால், நம்மைச் சுற்றியுள்ள நல்ல மனிதர்களை நாம் ஒருபோதும் அடையாளம் கண்டுகொண்டதில்லை என்றும் சொல்லப்படுவதை *N.* அடிக்கடி கேட்டிருக்கிறான்.

தேவ குமாரன், அலுவலகத்தில் உங்கள் பக்கத்திலேயே அமர்ந்து பணிபுரியவோ உள்ளூர் மதுவிடுதியில் குடித்துக்கொண்டிருக்கவோ வாய்ப்புண்டு; ஆனால், புனிதமான ஒருவனைத் தவிர வேறு யாராலும் யார் அவரென்பதை அறிய முடியாது என்று சொல்லப்படுவதுண்டு. பூமியில் நல்லவர்கள் இல்லையென்றால், சாடெம், கெமெரா என்ற இரு நகரங்களைப் பெரும் பாவத்துக்குத் தண்டனையாக ஆண்டவர் அழித்தாரே அதே போல நம்மை முற்றிலுமாக நீண்ட நாளைக்கு முன்னாலேயே அழித்திருப்பார் என்று ஒரு பாதிரியார் சொன்னது கொஞ்சம் முன்னல்தான் *N.*க்கு நினைவு வந்தது. கெட்டவன் நல்லவனை அடையாளம் காண்பதில்லை; ஆனால், எல்லா நல்லவர்களும் ஒருவரையொருவர் அடையாளம் கண்டுகொள்கிறார்கள். ஒரு நல்லவன் தூய அருளுடன் துள்ளி வந்து முன்னால் நின்றால் அவனைப் பாதிரியாரால் அடையாளம் கண்டுகொள்ள முடியாது என்று சைமன் சொல்வதை *N.* கேட்டிருக்கிறான். நல்லவற்றில் நம்பிக்கையற்ற தொனியில் அவன், 'அதே சமயம், கெட்டவர்களால்தானே அவர் ஜீவனம் நடக்கிறது,' என்றும் சொன்னான். 'ஜெபத்தை ஒழுங்காகச் சொல்பவர்களை அவருக்குத் தெரியும்,' என்றான் லேரி. 'அன்றைக்கு ஒருநாள் ராத்திரி அவர் ஜெபமாலையை உருட்டிக்கொண்டிருந்தபோது தன்னை சௌகரியமாகப் பொதிந்து உட்கார்ந்திருந்த அந்தக் கவர்ச்சிக் கன்னியின் மீதிருந்து தன் கண்களை அவரால் எடுக்க முடியவில்லை. அங்கேயும் உன்னைப் பார்த்தேனா, அல்லது அது என் கற்பனைதானா? ...' கடையிலிருந்த அந்த நல்ல மனிதன் *N.*ம் நல்ல மனிதன்தான் என்பதை அடையாளம் கண்டுகொண்டானா? தான் நல்லவனில்லை என்று *N.* நினைத்தான். அதே சமயம் தான் முழுக்கக் கெட்டவன் என்றும் அவனால் சொல்ல முடியாது. அவன் ஒருபோதும் ஒரு பணப்பையைத் திருட மாட்டான். சவப்பெட்டி விலையிலோ ஈமச்சடங்கு செலவிலோ நேர்மையற்ற முறையில் பணம் சம்பாதிக்க மாட்டான்; குதிரைப் பந்தயத்தில் மலிவான போட்டியில்கூட ஈடுபட மாட்டான். அலுவலகத்தில் யாரையும் தரம்தாழ்த்தி விமர்சிப்பது, ரேடியோ அல்லது தொலைக்காட்சித் துறைக்குப் போகும் ஒருவரைத் தடுப்பது ஆகியவற்றைச் செய்ய முயல மாட்டான். ரேடியோவிலோ தொலைக்காட்சியிலோ அவன் சம்பாதித்த பணத்துக்கு அவன் தகுதியானவன்தான். கடன்களையும் வரிகளையும் செலுத்தினான்; ஆனாலும் வரிகளில் அவனாக எதையும் தெரிவு செய்ய முடியாது. ஆண்டவரின் நீலவானத்தின் கீழ் நல்லவனாக ஆவதற்கான

வழியில் ஒவ்வொரு அங்குலமாகப் போக இன்னும் வேறு என்னதான் அவனால் செய்ய முடியும்? மது விடுதிக்கு வரும் எல்லாருக்கும், அவர்கள் யாரென்றே தெரியாவிட்டாலும், அவன் செலவில் மது வாங்கிக் கொடுக்க வேண்டுமா? அது மிகவும் செலவு பிடிக்கும் காரியம்; தன்னால் அதை எப்போதும் செய்ய முடியாது என்பது N.க்குத் தெரியும். ஆனால், ஆண்டவர் தனக்கான நல்லவர்கள் பட்டியலை வைத்திருக்கக்கூடும்.

அவனுக்கிருந்த இந்தப் புது உணர்ச்சியைப் பற்றி அந்த ஆளிடம் பேசலாமென்று N. திரும்பினான். ஆனால் அவன் காணாமல் போயிருந்தான். தன் சுவிசேஷங்களில் கிறிஸ்து சில சமயங்களில் தன் சீடர்களுக்குத் தன்னை வெளிப்படுத்திக்கொண்டாரென்பதையும் அதே வேகத்தில் அவர் மறைந்தார் என்பதையும் N. நினைவுகூர்ந்தான். தாகம் கொண்ட ஒருவனுக்கு மது வாங்கிக் கொடுப்பது ஆண்டவரின் திட்டத்தில் ஒரு பகுதிதான் என்பதையும் அவன் நினைவுபடுத்திக்கொண்டான்...

நேராக வீட்டுக்குப் போவதாகச் சொன்ன உறுதிமொழியை N. இடமிருந்து அந்த நல்ல மனிதன் வலிந்து பெற்றிருந்தான். சாலையோர மிருந்த நிறுத்தத்திலிருந்து பேருந்தைப் பிடிப்பதற்குப் பதிலாகக் குறுக்கு வழியாகப் பொதுப் பூங்காவைக் குறுக்காகக் கடந்து போய்ப் பிடித்தால் கட்டணம் இரண்டு பென்ஸ் குறைவாக இருக்கும் என்று தீர்மானித்தான். இப்போதிருந்து ஒவ்வொரு பென்னியாக சேமிக்க வேண்டும். உண்மையில் அவன் அந்த வழியை மட்டுமே நினைவில் கொள்ளவில்லை, நீண்ட காலமாக அவன் கால்களிலும் கண்களிலும் ஒரு பகுதியாக இருந்த அந்த நகரத்தின் அனைத்துப் பழைய குறுக்கு வழிகளையும் நினைவில் கொண்டிருந்தான். மூச்சே அற்றுப்போன பிரேதத்தைத் தன் உடல் சந்திப்பதற்கு முன்னால் துப்புரவான காற்றும் இலைகளின், மரங்களின் தூய்மையான உயிர்மூச்சும் கொஞ்சம் அதைத் தழுவி முத்தமிட அவன் விரும்பினான். தனக்கு சம்பந்தமே இல்லாவிட்டாலும், கேட்கப்போகும் முட்டாள்தனமான பேச்சைக் கேட்டு அதைப் புரிந்துகொள்ளும் அளவுக்கு அவனை அது குணப்படுத்தலாம். யுத்தத்துக்கு முன்பாக அவனுக்கு ஒரு இளைப்பாறல் தேவைப்பட்டது. அவள் புதைக்கப்படும்வரை அவளுடைய சகோதரிகள் ஒருபோதும் வாயை மூட மாட்டார்கள்; அதற்கப்புறம், தன் இதயத்தின் படபடப்பையும் அந்தப் பெண்களின் ஓயாத பிதற்றலையும் அவர்களோடு சேர்த்துத் தன் வாழ்க்கையிலிருந்து துரத்திவிட அவனால் இயலும்...

N. தன் இருக்கையின் பக்கவாட்டில் கவனமாகப் பார்த்தான். உட்கார்ந்தவன் சூரிய ஒளிக்குக் கூசி கண்களை மூடினான். தனக்கு மயக்கம் வருவதைப் போல உணர்ந்ததாக ஒரு கதையை இட்டுக்கட்டுவதற்கு முன்பு இருந்தது மாதிரியான தூக்கத்தை அவன் தலைக்குள் உண்டாக்கியது அந்த நாளின் மென்மையான வெப்பம். சும்மா எதுவும் இந்தப் பகுதியில் கிடைக்காது என்பதால், இலவசத்தை நான் பயன்படுத்திக்கொள்வேன் என்று N. சொல்லிக்கொண்டான். கடிகாரம் அடித்ததைக் கேட்டான். நாலு மணி அல்லது அதற்கு மேல் இருக்கும் என்பதை அவனுக்கு அது நினைவூட்டியது. என் பணப்பை திருடப்பட்டது போல இந்த நாள்

என்னிடமிருந்து திருடப்பட்டுவிட்டது என்று சொல்லிக்கொண்டான். எல்லாவற்றையும் அவன் ரொம்பவும் தாமதப்படுத்திவிட்டானா? அவளுடைய சகோதரிகள் நீண்ட காலத்துக்கு முன்பாகவே அவனுடைய பொறுமையைக் காலிசெய்துவிட்டார்கள். அவர்கள் தங்கள் சகோதரனைக் கூப்பிட்டார்கள். அவன் நாகரிகமில்லாத, வெறுக்கத்தக்க ஒரு ஆள். சில சமயங்களில் சரியாகவும் நடந்துகொள்வான். எல்லா ஏற்பாடுகளையும் முடித்துவிட்டுப் பணத்தை மட்டும் N. கொடுக்கும்படி செய்வான். அவன்கூட இதெல்லாம் செய்வான்! அவர்கள் சகோதரன் முதலில் எதைச் செய்வான்? N.இன் தலைக்குள் சூரியன் அத்தகைய கேள்விகளை விளைவித்தது. அப்போதுதான் நினைவிலிருந்து நழுவிய ஈமச்சடங்குப் பொறுப்பாளரின் பெயரைப் போல அவன் யோசித்த சில கேள்விகள் நழுவிச் சரிந்துபோயின. அவை வந்த விதத்திலேயே பிடித்துவைக்க அவன் செய்த முயற்சியையும் மீறி சாய்சரிவுக் குழாய் வழியாக அவை வழுக்கி விழுந்தன; ஏதோ ஒரு கருந்துளைக்குள் சறுக்கி விழுந்த அவற்றை ஒருபோதும் மீட்டெடுக்க முடியாது. இந்தக் குழப்பத்திலிருந்து கண்விழித்த அவன், எழுச்சிப் பெருமூச்சின் அலைகளோடு ஒருத்தி தன் முன்னால் இருப்பதைக் கண்டான்.

'தூங்கிக்கொண்டிருந்தேன்,' என்றான். ஏதோ காரணத்தால் அவளுடைய கண்களிலிருந்து தன் கண்களை அவனால் எடுக்க முடியவில்லை; அவை மீனின் கண்களைப் போலப் பெரியவையாக. சோர்வுற்றவையாக இருந்தன; உப்பியும் உயிரற்றும் இருந்தன. அவளின் மீதி முகம் அவள் கண்களுக்கான அலங்காரமாக இருந்தது: கண்களுக்குக் கீழே கவர்ச்சிகரமான கருவளையங்கள், பளீரென்ற பௌடர் மொத்தைகள், வாயில் பகட்டான வண்ணப் பூச்சு. வரலாற்றுக்கு முந்தைய அழுக்கிலிருந்து, மூர்க்க ஆதாரச் சேற்றிலிருந்து, சதுப்பின் சகதியிலிருந்து அவள் கண்கள் அவனை வெறித்துப் பார்ப்பதாகக் கற்பனை செய்தான்.

'பகலில் கொஞ்ச நேரம் தூங்குவது உங்களுக்குக் கெடுதல் செய்யாது. ஆனால், இந்தக் குறிப்பிட்ட இடத்தில் தூங்கக் கூடாது. இங்கே உங்கள் பணம் திருடுபோய்விடும்': அவள் முகம் கொஞ்சம் பிரகாசமானது. ஆனால், அது சிரிப்பா, இளிப்பா, வேறு ஏதாவதா என்பது N.க்கு உறுதியாகத் தெரியவில்லை. ஒரு மீனின் கண்கள் சிரித்தால் அப்படித்தான் இருக்கும்; யுகங்களுக்குத் தீர்மானிக்கப்பட்ட, பரிணாமத்தின் தவிர்க்கவியலாத பாதையைப் பின்பற்றிய சிரிப்பு.

'குடித்துக்கொண்டிருந்தீர்களா?' என்றாள். பதில் சொல்ல அவனுக்கு வாய்ப்புத் தராமல் சொன்னாள், 'ரொம்ப களைத்துப்போயிருக்கிறீர்கள்.'

பிறகு, சிறிதும் யோசிக்காமல், உலகிலேயே அதுதான் மிக இயல்பான விஷயம் என்பதைப் போல, தன் பாதத்தைக் கூர்ந்து பார்க்கப் பாவாடையை முழங்கால் தண்டுக்கு மேலே தூக்கினாள்.

'அழகான கால். குறிப்பாக, அது ஒருவரின்மீது உரசிக்கொண்டிருந்தால்,' என்று, N., தான் அப்படி நினைத்துக்கொண்டிருக்கிறோம் என்பதை உணராமல், வெளியே சொல்லிவிட்டான்.

'அப்படியா நினைக்கிறீர்கள்'? என்றாள் அவள்.

அவள் நெற்றியில் செதுக்கப்பட்ட கம்பிகள் போல இருந்த இறுகிய இரும்புக் கோடுகள்மீது முதன் முதலாக ஒரு மனிதச் சிரிப்பு வெடித்துக் கிளம்பியது.

'அப்படித்தான் நினைக்கிறேன்,' என்றான் N. இன்னொரு வாய்ப்புக் கிடைத்திருந்தால் அப்படிச் சொல்லியிருக்க மாட்டான். இந்தப் பிரச்சனையை ஆரம்பத்திலேயே எளிதாகத் தீர்த்திருக்கலாம் என்று நினைத்தான். இப்போது அது, கடைசியாக நடந்ததைப் போன்று, சிடுக்கில் சிக்கும், வலையில் அகப்படும், திருகலில் பின்னிக்கொள்ளும் ஆபத்தில் இருக்கிறது. ஒரு பெண்ணின் கால் ஏதோ பொதுச் சொத்தின் பிரிவு அல்லது வகைமாதிரி என்பதைப் போல பொதுப் பூங்காவில் அந்நியப் பெண் ஒருத்தியின் பெரிய காலைப் பற்றி ஏன் N. பேசிக்கொண்டிருக்க வேண்டும்? மேலும், வீட்டில் அவன் மனைவி பிரேதமாகக் கிடத்தப்பட்டிருக்கிறாள்.

'நொந்துபோயிருக்கிறீர்கள். பரிதாபத்துக்குரியவர் நீங்கள்,' என்றாள். பிறகு, தன் உள்ளங்கையைப் பாங்காக இயக்கி அவளுக்கு நெருக்கமாக இருந்த அவன் முழங்காலில் நிறுத்தினாள்.

'அதற்கு நீங்கள் தயாரென்றால், சாலைக்கு எதிர்ப்புறம்தான் என் இடம் இருக்கிறது.. அங்கே ஆசுவாசப்படுத்திக்கொள்ளலாம். திரும்பவும் அது உங்களை இயல்பு நிலைக்கு வரவைக்கலாம், மீண்டும் அதற்குத் தயாராக இருங்கள். அதற்குப் பிறகு நாம் கொஞ்சம் குடிக்கலாம், யாருக்குத் தெரியும்?'

அப்படியான உதவி முன்வருகை ஏதும் அப்போது இல்லாததால் N. அதை மறுக்கவில்லை. எப்படியும் அதிகம் தெரிந்திராத சந்துக்குள்தான் போவான். அவனைக் காணவில்லை என்ற அவசரச் செய்தியை அந்த அவலட்சணச் சகோதரிகள் பெரும்பாலும் வெளியிடுவார்கள். அவர்கள் அந்த மாதிரியானவர்கள்தாம்.

சம்பவங்களை அப்படியே போகவிடுவதில் N.க்கு மகிழ்ச்சியில்லை. வீட்டில் நடந்துகொண்டிருப்பது குறித்து ஏதாவது, எதையாவது செய்யவேண்டுமென்பதை உணர்ந்தான். அதே சமயம் அது என்ன என்பது பற்றி ஒரு குறிப்பும் அவனுக்குக் கிடைக்கவில்லை. என்ன செய்யப்பட வேண்டுமென்று புனிதரோ பாவியோ நல்லவனோ கெட்டவனோ அவனுக்குச் சொல்லவில்லை. இதோ இந்தப் பெண்ணிடம் தன் வாழ்க்கைச் சம்பவங்களைக் கிட்டத்தட்ட சொல்ல இருந்த அந்த நேரத்தில் தன்னைத் துல்லியமாகக் கட்டுப்படுத்தியது எது என்பதை அவனால் அறிய முடியவில்லை. ஆனால், அவளோடு பேசுவதும் பார்க் பெஞ்சில் உட்கார்ந்திருப்பதும் அர்த்தமுடையதா என்பது அவனுக்கு உண்மையில் தெரியுமா? தெரியாது என்று சொல்லிக்கொண்ட N. நேராக வீட்டுக்குப் போகத் தீர்மானித்தான்.

'எனக்கு அவசர வேலை இருக்கிறது.'

‘அதிருக்கட்டும். முதலில் கொஞ்ச நேரம் இளைப்பாறலாம், கொஞ்சம் சரசமாடலாம்…’

‘அது முக்கியம், முக்கிய வேலை. எங்கிருப்பாய்… எட்டு மணி போல?… இங்கே. பெஞ்சில்… நான் கண்டிப்பாக வருவேன். ஃபோனில் கூப்பிடுவது சரியாக இல்லை. அப்படியென்றால் அந்தக் கும்பல் பணத்தைப் பற்றி ஃபோனில் விவாதிக்க முயல்வார்கள். அப்புறம் நான் முகத்துக்கு நேராகப் பேச விரும்புவேன். நிறைய பணத்தைப் பற்றி நாம் பேசிக்கொண்டிருக்கிறோம்…’

N. பணப்பையைப் பற்றிப் பேசிக்கொண்டிருந்தான். எவ்வளவு சீக்கிரம் அவன் தன் செயலை ஒழுங்குபடுத்திக்கொள்கிறானோ அவ்வளவு சீக்கிரம் அவன் வேதனை கடந்துவிடும் என்பதை அந்த வெட்டிப் பேச்சு நினைவூட்டியது. தொலைபேசியில் கூப்பிட வேண்டும். ஈமச் சடங்கு பொறுப்பாளர்களையா? கல்லறைத் தோட்டத்தையா? தேவாலயத்தையா? வீட்டையா? வீட்டை அழைப்பதுதான் மிக எளிதானது, நல்லதுக்கும்கூட. சில ஏற்பாடுகளை தான் செய்துவிட்டதாகச் சொல்ல முடிந்தாலொழிய, அவற்றை ஏற்கனவே அங்குள்ளவர்கள் செய்துமுடித்திருந்தாலுமே, அவனால் அழைக்க முடியாது.

பூங்காவின் அடுத்த பக்கத்திலிருந்த தொலைபேசிக் கூண்டை N. ஏற்கனவே அடைந்திருந்தான். அது ஏதோ அவனை விழுங்கக் காத்திருந்த பிசுபிசுப்பான புழுவைப் போல அதிலிருந்து அஞ்சி ஒடுங்கிப் பின்வாங்கினான். நடைபாதையின் ஓரத்திலிருந்த இருக்கை ஒன்றில் அமர்ந்தான். தன் முன்னால் இருந்த எல்லா வாய்ப்புகளையும் ஆராய்ந்தான். தன் இரு கைகளும் தன் முதுகுக்குப் பின்னால் கட்டப்பட்டிருக்கின்றன என்பதும் அது ஊகிக்க முடியாத விஷயம் என்பதும் அவனுக்குத் தோன்றவில்லை. அது அப்படி ஆன பிறகு, அவனுக்கு என்று ஏதும் தெரிவு இருக்கிறதா? இந்த மாதிரி விஷயங்களில் உண்மையில் தெரிவு என்ற சூழல் உண்டா? அந்தப் பெண்ணின் சிரிப்பைப் போல, மொத்த நிகழ்வும் முன்கூட்டியே தீர்மானிக்கப்பட்ட ஒரு சம்பவக் கோர்வை மாதிரி இருந்தது; கடைசிக் கண்ணியை விடுங்கள், அந்தக் கோர்வையின் முதல் கண்ணி எது என்பதற்கான் குறிப்பும் அவனிடம் இல்லை. அவளை தேவாலயத்துக்குக் கொண்டுவருவதுதான் முதலில் செய்ய வேண்டிய ஏற்பாடு என்று அவனுக்குத் தோன்றியது; ஆனால் சவப் பெட்டி இல்லாமல் அதை எப்படிச் செய்ய முடியும்? அப்படியே சவப்பெட்டி இருந்தாலும் அவளை தேவாலயத்துக்குக் கொண்டு போக அவனுக்கு ஈமச் சடங்குப் பொறுப்பாளர் தேவைப்படுவாரே. ஈமச் சடங்குப் பொறுப்பாளர் யாரும் கிடைப்பது மாதிரி தெரியவில்லையே. அப்படி நடக்கும் பட்சத்தில், சவப் பெட்டியோ அல்லது தேவாலயமோகூட கிடைக்குமா என்பதைப் பற்றி அவனுக்குக் கொஞ்சமும் தெரியவில்லை. விஸ்கியும் தண்ணீரும் சேர்ந்த கலவையைக் குடிக்க முயன்று பிறகு அதில் எது விஸ்கி, எது தண்ணீர் என்று சொல்ல முயல்வதைப் போல இருந்தது அவன் நிலைமை. காரண காரியம் தொடர்பான ஒரு எளிதான பரிசீலனையில் அதே முடிவுக்கு N. வந்தான்: மிகவும் தாமதமாகிவிட்டது. சரியோ தப்போ மிக

எளிதாக ஒன்றை ஊகிக்கலாம், அதாவது வீட்டிலிருந்த அந்தக் கும்பல் தேவையானதைச் செய்யும்.

முகத்தில் சுருக்கம் விழுந்த ஒரு முதிய ஆணும் முதிய பெண் ஒருவரும் அவன் பக்கத்தில் அமர்ந்தார்கள்.

'குதிரைப் பந்தயத்தைக் கேட்டுக்கொண்டிருந்தேன். அவள்மீது பந்தயம் கட்ட என்னிடம் ஒரு சென்ட்கூட இல்லை. இருந்திருந்தால் ட்ராட்டெரைன்மீது கட்டியிருப்பேன்,' என்று அந்த முதியவர் சொல்லிக்கொண்டிருந்தார்.

'அவள்மீது பந்தயம் கட்டி நம் கெவின் ஏராளமான பணத்தை இழந்துவிட்டான். அவள் நாட்டின் பொருளாதாரத்தைச் சிதைத்து விட்டதாகச் சொன்னான் ... அந்தக் கார் விபத்தில் அவர்கள் இரண்டுபேரும் இறந்துபோனது கொடூரமல்லவா? . . . அதைப் பற்றி நான் எதுவும் கேள்விப்படவில்லை . . . இதைக் கவனி! அவன் மனைவி இறந்துபோன நிலையில் யாரோ ஒரு நபரைக் காணவில்லையாம். எங்கிருக்கிறான் என்பதே தெரியவில்லை. இங்கேதான் நகரத்தில்! . . .'

'எப்படித் தெரியாமல் போகும்?' என்று N. கேட்டான்.

'செய்தி ஏதும் கிடைக்குமா என்று அவர்கள் பார்த்துக்கொண் டிருந்தார்கள். யாருக்கும் செய்தி எதுவும் கிடைத்தால் அவர்கள் போலீஸிடம் சொல்ல வேண்டும். திருட்டு நடந்த நேரத்தில் பல்பொருள் அங்காடியில் யாராவது இருந்தார்களா என்று தெரிந்துகொள்ள போலீஸ் வெளியிட்டுள்ளார்கள் ...'

அதே நேரத்தில் மாலைச் செய்தித்தாளின் தலைப்புச் செய்திகளை ஒரு பையன் கூவிக்கொண்டு போனான்:

'பல்பொருள் அங்காடியில் பணப்பை திருட்டு!'

வேறு ஒருவரது வாழ்க்கையிலிருந்து N. எந்த அளவு ஒதுங்கி இருப்பானோ அந்த அளவு அந்த சம்பவத்திலிருந்து ஒதுங்கி இருந்தான். அவனுக்குள் ஏதும் பயம் இருந்தால் – பயத்தின் பதைபதைப்பு அவன் நாளங்களில் ஓடாமலில்லை – சாகசத் திரைப்படம் ஒன்றைப் பார்க்கும்போது அவன் உணர்ந்த பயத்தைப் போன்றதுதான் அது. அப்படியான ஒரு பாத்திரத்தோடு தன் கண்களோடும் உடம்போடும் அவன் ஒன்றியிருப்பான்; ஆனால், அவனும் அந்த இன்னொரு ஆளும் ஒரே நபர்தான் என்றும் அந்த நபரின் கண்ணீரும் சிரிப்பும் N. உடைய கண்ணீரும் சிரிப்பும்தாம் என்றும் அவனால் ஒருக்காலும் சொல்ல முடியாது. அந்த சம்பவத்தோடு முற்றிலும் சம்பந்தப்படாத நபரைப் போல நடந்ததைப் பற்றிப் பேசினான்.

'இறந்துபோன பெண்ணின் கணவனும் கடையில் திருட்டுக் கொடுத்த ஆளும் ஒரே நபர்தானா?'

'உனக்கெப்படித் தெரியும்?' என்று முதியவர் கேட்டார்.

'உண்மையில் எனக்குத் தெரியாது. ஆனால், ஒருவேளை அது ஒரே நபராக இருந்து, ஒருவேளை ஈமச் சடங்குக்கான பணம் அந்தப் பணப்பையில் இருந்து, ஒருவேளை அந்தப் பணம் இல்லாமல் வீட்டுக்குப் போக ரொம்ப அவமானமும் ரொம்ப பயமும் கொண்டு அல்லது அவமானமும் பயமும் ஒருசேர அடைந்து...'

ஜியோமிதி தேற்றம் ஒன்றின் முன்மொழிவைப் படிப்பதைப் போல N.இன் குரல் வறண்டு, இறுகி இருந்தது.

'அவன் பாக்கெட்டிலிருந்து அல்லது கையிலிருந்து அது திருடப்பட்டிருந்தால் அவன் அவமானப்பட வேண்டியதில்லை. அது அவன் தவறு இல்லையே.'

'ஆனால், ஒருவேளை மதுப் போத்தல் வாங்கவோ சவப்பெட்டி வாங்கவோ அவன் வைத்திருந்த மொத்தப் பணமும் அதுதான் என்றால்...'

'அதை அவனால் கடனுக்கு வாங்க முடியும்.'

'எங்கே?'

'ஈமச் சடங்குப் பொறுப்பாளரிடமிருந்துதான், வேறு யார்? மிட்டாய்க் கடையில் வாங்க முடியும் என்று நினைக்கிறாயா, என்ன?'

'சரி, ஒருவேளை அவனுக்கு எந்த ஈமச் சடங்குப் பொறுப்பாளரையும் தெரியாது என்றால்?'

'ஆஹா! ஒருவேளை, ஒருவேளை ஒருவேளை! அதை நீ ரொம்பவும் மிகைப்படுத்துகிறாய். ஒருவேளை அவனுக்கு ஒருவரையும் தெரியாது என்றால். அப்படியானால், அவன் எப்படி அவனுடைய மனைவியைச் சந்தித்திருக்க முடியும்? ஆனால், ஒருவேளை அவனுக்கு அவளைத் தெரியவே தெரியாது என்றால்? ஒருவேளை அவள் அவனுடைய மனைவியே இல்லையென்றால். ஒருவேளை அவள் இறக்கவும் இல்லையென்றால். ஒருவேளை மனைவி என்றே ஒருத்தி இல்லை யென்றால். ஒருவேளை நீ, நான், மதிப்புக்குரிய இந்த அம்மணி... நீ ஒரு சரியான முட்டாள்! யாராவது அவனுக்கு அறிவுரை சொல்வார்கள், விவரம் தெரிந்த ஆள் யாராவது...'

'ஆனால், அது சனிக்கிழமை மாலையாக இருந்தால்?'

'உனக்கு என்ன வேண்டும்? சனிக்கிழமை மாலை அவள் புதைக்கப்பட வேண்டுமென்று விரும்புகிறாயா! திங்கள்கிழமை காலைவரை பிரேதத்துக்குப் பக்கத்தில் தூங்காமல் உட்கார்ந்து பார்த்துக்கொள்ள வேண்டும்... நிச்சயம்,' என்று அந்த முதியவர் சொல்லிக்கொண் டிருந்தபோது N. போவதற்கு எழுந்தான். 'வேறென்ன? சனிக்கிழமை மாலை பிரேதத்தைப் புதைக்க வேண்டுமென்று கிராமத்தான்கள்தான் விரும்புவார்கள். காக்கைகள் கரைவதையும் வாத்துகள் கத்துவதையும் தவிர கேட்க வேறெதுவும் இல்லாமல் வீட்டுக்குள்ளேயே உட்கார்ந ் திருந்தால் நாட்டுப்புற ஆள்களுக்குப் பைத்தியம் பிடித்துவிடும். நகரம்

அவர்களைச் சரிசெய்துவிடும் என்று நினைத்து பிறகு இங்கே வருகிறார்கள். ஒரு தடவை நான் கில்காக் நகரத்தில் இருந்தேன்... ஓ, அந்த ஆளிடம் நான் சொல்லாதது வருத்தத்துக்கு உரியது. அந்த ஆளுக்கு நிச்சயமாக ஏதோ தெரிவது நல்லதுக்குத்தான். தெரிவது மாதிரிதான் தோன்றுகிறான். ஏய் மிஸ்டர்! ஏய் மிஸ்டர், உன்னைத்தான்! என் கிட்டே வா, வாவேன். குழுவாக முதலீடு செய்து தங்களுக்குள்ளேயே கடன் தந்துகொள்ளும் சங்கம் ஏதும் உனக்குத் தெரியுமா?... முயற்சி செய்து பாரேன், ஏதாவது ஒரு சங்கம், அப்புறம் பார்...'

அப்படியான சங்கம் எதுவும் N.க்குத் தெரியாது. தந்திரமான ஆள் யாராவது சூழ்ச்சி செய்து தன் பணத்தை ஒழித்துவிடுவான் என்ற பயம் எப்போதும் அவனுக்கு உண்டு. அந்த மாதிரி சங்கங்களை நடத்தும் ஆட்கள் சுயநல, தில்லுமுல்லுக் கூட்டம் என்பதைத் தன் மனைவியிடம் நிரூபிக்க அவள் இறப்பதற்கு முன்னால் பல இரவுகள் முயன்றிருக்கிறான். அதே சமயம் அவன் மனைவியின் தோழிகள், விஷ்ஃபீல்டு சாலையிலுள்ள சவுண்டு ஷார்ப் க்ரெடிட் யூனியனில் சேரச் சொல்லி அவளைத் தூண்டிக்கொண்டிருந்தார்கள். கல்லறைத் தோட்ட இன்ஷ்யூரன்ஸ் நிறுவனம் என்று அவன் அழைத்த ஒன்றில் அவள் சேருவதை ஒருவாறாகத் தடுத்தான். ஆனால், சவுண்டு ஷார்ப் சங்கத்தைப் பொறுத்தவரை அவள் தோழிகள் வெற்றி பெற்றார்கள். விஷ்ஃபீல்டு சாலை ரொம்ப தொலைவில் ஒன்றும் இல்லை. நினைவூட்டியதற்காக அந்தத் தோல் சுருங்கிய முதியவருக்கு அவன் நன்றி பாராட்டினான். அந்தச் சங்கம் எங்கிருக்கிறது என்பது அவனுக்குத் தெரியும். அப்படி ஒரு இடம் இருக்கிறது என்பதை நிரூபிப்பதற்காகவே முன்பொரு முறை அங்கே போயிருக்கிறான். கட்டடத்தின் கதவு திறந்திருந்தது. ஒல்லியான கழுத்தின்மீது ஆபத்தான நிலையில் உட்கார்ந்திருந்த பெரிய தலை கொண்ட ஒரு வயதான பெண், உலகத்தில் எதைப் பற்றிய கவலையும் இல்லாமல் நாற்காலி ஒன்றில் உட்கார்ந்திருந்தாள்:

'N., ஆக, உன் மனைவி இறந்துவிட்டாள். அவள் ஆன்மாமீது ஆண்டவர் அருள் புரிவாராக! அவள் எங்கள் சங்கத்துக்குப் பெரும் ஆதரவு கொடுத்தவள். நாங்கள் இரங்கல் தீர்மானம் நிறைவேற்ற வேண்டும். அநேகமாக செவ்வாய்க்கிழமை மாலை செய்தித்தாளில் வரச் செய்வோம். ... அவள் வெறும் உறுப்பினர்தானே, அப்படித்தானே இருந்தாள்...'

அவள் வெறும் உறுப்பினர்தான் என்பதன் வாடை, அந்தப் பெண் தான் சொன்ன வாக்கியத்தின் ஒவ்வொரு அசையிலும் வீசுமாறு செய்ததை N. கவனித்தான்.

'...எங்களாலான எல்லா உதவியையும் உறுப்பினர்களுக்குச் செய்கிறோம்; ஆனால் நீங்கள் உறுப்பினர் கிடையாது; N., நிச்சயம் நீங்கள் உறுப்பினர் கிடையாது... எப்படியும், சனிக்கிழமை ஒரு துரதிர்ஷ்டம் பிடித்த நாள், உண்மையில் துரதிர்ஷ்டமான நாள், அப்படித்தான் அது. கமிட்டி உறுப்பினர்கள் இன்று எங்கே இருக்கிறார்கள் என்று தெரிய

வில்லை. ஆக, எனக்குத் தெரியாது. சிலர் குதிரைப் பந்தயங்களுக்குப் போயிருக்கலாம்... N., நீ ஏன் என்னை அப்படிப் பார்க்கிறாய்? நான் சொல்வது உண்மைதான். பந்தயங்களுக்கு முன்பாக அவர்களைப் பிடிக்க உனக்கு வாய்ப்பே இல்லை, உன்னால் முடியாது. அவர்களை உன்னால் எங்கே பிடிக்க முடியும் என்பது ஆண்டவருக்குத்தான் தெரியும். நிச்சயம் திங்கள்கிழமை அவர்கள் திரும்பிவிடுவார்கள், வந்துவிடுவார்கள். அவர்கள் வந்துதான் ஆக வேண்டும். திங்கள்கிழமை மாலை கமிட்டிக் கூட்டம் இருக்கிறது. ஆனால் உன் மனைவியின் சேமிப்பு இப்போது விதிகளுக்கு உட்பட்டது; N., கடன் சங்கங்கள் சட்டத்துக்கும் உட்பட்டவை...' உண்மையில் அந்தப் பெண் மிகவும் பயந்துபோயிருந்தாள். 'ஆண்டவர் நம்மைக் காப்பாராக! நான் எப்பவும் சொல்வேன், அந்த மாதிரியான பல்பொருள் அங்காடிகளிலிருந்து மிகவும் தள்ளியிருக்க வேண்டும் என்று. நம் கடன் சங்கங்கள், நம்முடைய பணத்தைக்கொண்டு கடைகளை நடத்தினால் நன்றாக இருக்குமே! இன்றைக்கு வங்கி எதுவும் திறந்திருக்காது, கடன் கொடுப்பவர் யாரும் கிடைக்கமாட்டார்கள். ஆக, உன்னால் பணம் எதுவும் திரட்ட முடியாது. சிறிய அளவில் கடன் கொடுத்து இரத்தத்தை உறிஞ்சும் இந்தப் பணத் தேவிடியாக்கள், நீ கிரமமாகத் திருப்பித் தரவில்லையென்றால் கொஞ்சம்கூட விட்டுவைக்காமல் உன் கடைசிக் காசையும் கசக்கிப் பிடுங்கிவிடுவார்கள். ஏதாவது நடக்க வேண்டுமென்றால் எப்படியும் நீ திங்கள்கிழமைவரை காத்திருக்கத்தான் வேண்டும்...'

திங்கள்கிழமைவரை காத்திரு, திங்கள்கிழமை, திங்கள்கிழமை, நல்லதுக்கில்லை என்று நினைத்தான். முட்டாள்கள் அப்படித்தான் சொன்னார்கள், பெரும் குடிகாரர்கள் அப்படித்தான் சொன்னார்கள், அந்த விதவை வேடல் அப்படித்தான் சொன்னாள், சந்துகளில் இருக்கும் போக்கிரிப் பையன்கள் அப்படித்தான் சொன்னார்கள். திங்கள்கிழமைவரை நாம் காத்திருக்க வேண்டும் என்பது ஆண்டவரின் கட்டளையா? இறப்பைக் கட்டளையிட்டது நிச்சயம் ஆண்டவர்தான்; ஆனால் திங்கள்கிழமைவரை அது காத்திருக்க வேண்டும் என்று அவர் ஒருபோதும் சொல்லவில்லை. உண்மையில், சங்கத்திலிருந்த அவன் மனைவியின் பணத்தை எடுக்க N. விரும்பினான். ஊசல் நாற்றம் வீசும் பழந்துணிகளைச் சேமிக்கும் இடத்தைப் போலத் தூசியும் அழுக்குப் படலமும் நிரம்பிய நடைக்கூடம் கொண்ட அந்தக் கட்டடத்தை அவன் வெறுத்தான். அந்தப் பெண்ணுக்கும் பணத்துக்கும் எந்தத் தொடர்பும் இல்லாதிருப்பதிலும் அவன் மகிழ்ச்சிகொள்ளவில்லை. ஒல்லியான, கொக்கு மாதிரி இருந்த அவள் கழுத்திலிருந்து அவள் பெரிய, கொழுத்த தலை மேலெழும்புவதற்கு முன்பாக அனுபவமே இல்லாத திருடன்கூட ஒரு பென்னியும் பாக்கிவைக்காமல் களவாடியிருக்க முடியும். குதிரைப் பந்தயங்களில் பணத்தைப் பறிகொடுத்த அந்த ஒய்யார ஷோக்குப் பேர்வழிகளைப் பற்றி அந்தப் பெண்மணி சொன்னதை அவன் பொருட்படுத்தவில்லை. சங்கத்தின் எல்லாப் பணத்தையும் அவர்கள் ட்ராட்டெரைன்மீது கட்டியிருந்தால்கூட அவன் ஆச்சரியப்பட்டிருக்க மாட்டான்...

அவனுக்கு முன்னாலிருந்த ஒரு ஆள் கால்வாய்க்குள் எட்டிப் பார்த்துக்கொண்டிருந்தான். அவன் எதைப் பார்த்துக்கொண்டிருந்தான் என்பது பற்றி N.க்கு எதுவும் தெரியவில்லை. ஆனால், குறிப்பிட்ட பகுதியை ஆராய்பவன் போல அந்த ஆள் எதையோ கூர்ந்து ஆராய்ந்ததைக் கவனித்தான். அந்த ஆளிடம் ஒரு கேள்வி கேட்கவும் தான் கவனிப்பதில் குறுக்கிடவும் அதுதான் சரியான சமயம் என்று N. நினைத்தான்.

கால்வாயின் கழிவிலிருந்து கண்களை உயர்த்தி N.ஐப் பார்க்காமலேயே, 'வேறென்ன நீ செய்வாய்?' என்று அந்த ஆள் கேட்டான். 'போலீஸிடம் உன்னை ஒப்படைத்துக்கொள்வாய், அப்படித்தானோ? அவர்கள் உன்னைத் தேடுகிறார்கள். உன்னைச் சிறையில் அடைத்தார்களென்றால் உன்னால் வீட்டுக்குப் போக முடியாது; அப்படியே அவர்கள் தங்கள் அவாவினாலும் ஆண்டவரின் விருப்பத்தாலும் உன்னை விட்டுவிட்டால் வீட்டில் யாரும் உன்னிடம் குறை காண முடியாது. அப்படி நடந்தால், போலீஸ் விசாரணைக்கு நீ உதவலாம். அதற்கு முன்னால் நீ வீடு போயிருக்க முடியாது. அதாவது, சரியாகச் சொன்னால், நீ உண்மையில் வீடு போய்ச் சேர்ந்த நேரத்துக்கு முன்பாக. இப்படிச் சொல்லலாம். அதாவது, ஒரு பைத்தியக்காரன் மட்டுமே அல்லது முழுப் பைத்தியக்காரன் மட்டுமே உன் தாமதத்தைப் பிரச்சனையாக்குவான். மாறாக, ஒருவேளை அவர்கள் உன்னைச் சிறையிலிருந்து வெளியே விட்டு, நீ வீட்டுக்குப் போகாமல் இருந்து, அவர்கள் உன்னைத் தேடிவந்து, நீ வெட்டியாகச் சுற்றிக்கொண்டிருப்பதைக் கண்டு மீண்டும் உன்னைச் சிறைக்குக் கொண்டுபோயிருந்தால்: இதைப் பற்றிக் கேட்கப்பட வேண்டிய முதல் கேள்வி, அந்தக் கேள்வி ஒருவேளை தன்னை மீண்டும் மீண்டும் புதுப்பித்துக்கொண்டே இருந்தால், நீ சிறையில் இருந்தாயா அல்லது வெளியே இருந்தாயா, அல்லது உன்னில் ஒரு பகுதி மட்டும் சிறையில் இருந்ததா, அதாவது, உண்மையில் நீ அங்கே இருக்கவில்லையா? முழு நிலா தன் முதல் கால் பகுதியைச் சென்று அடைந்துவிடும் என்பதை எப்போதாவது யோசித்திருக்கிறாயா? இதையே ஏடாகூடமாகக் கேட்டால், முன்னேறுவதற்கும் முன்செல்வதற்கும் பதிலாகப் பின்வாங்குவது எப்படியிருக்கும் என்பதை உன்னால் உண்மையில் உணர முடிகிறதா?'

'ஆனால் உண்மையில் நிலாவே பின்வாங்கவில்லையா, பின்செல்லவில்லையா என்றுதான் நான் நினைத்தேன்,' என்று N. சொன்னபோது, அந்த ஆள் உற்று நோக்கிப் பார்த்துக்கொண்டிருந்த நதியின் பகுதியில் அவன் கண்களும் நிலைத்திருந்தன.

'நீ சொன்னது தப்பு,' என்றான் அந்த ஆள். 'அது பின்வாங்கலாகவோ பின்செல்லலாகவோ அவன் பிரயாணத்தில் இதுவரை அவன் அடைந்த இடத்திலிருந்து திரும்புதலாகவோ தோன்றினாலும் அதுவே முன்னேற்றமாகவும், ஏன் முன்செல்லலாகவும்கூட கருதப்படும். அதை இன்னும் வலுவாக்குவதில் எந்த அர்த்தமுமில்லை: செயல்களை அவை நிகழும் முறையில் மேம்படுத்தலுக்கும் அல்லது பெரிதாக்கலுக்கும் அல்லது சேர்த்தலுக்கும் உள்ளாக்கினால் அது முன்னேற்றம் அல்லது முன்னோக்கிய வளர்ச்சி; உலர்ந்து, சுருங்கி, சிறிதாகி, மறைந்துபோவதற்கு

நேரெதிரானது அது. ஏனென்றால், கருத்தூன்றிப் பார்க்கும்போது, பகுதிகளைவிட முழுமை பெரியது என்று சொல்வதில் அர்த்தமில்லை. அகலம், நீளம், அளவு, எண்ணிக்கை ஆகியவை உள்ள ஒன்றைக் குறித்து நீ அப்படி ஏதாவது சொல்லலாம்; ஆனால் அகலத்திலும் நீளத்திலும் அளவிலும் எண்ணிக்கையிலும் அளக்க முடியாததைப் பற்றி நீ என்ன சொல்வாய்? உன்னைப் பொறுத்தவரை, பகுதிகளின் சக்தி முழுமையின் சக்தியைவிட மிக மேலானது; குறிப்பாக, சிப்பாய்களின் பாசறையில் உள்ள சீர்திருத்தச் சிறையின் எந்தப் பகுதியை விட்டு நீங்கி மீண்டும் அங்கேயே நீ திரும்பினாயோ அந்தப் பகுதி முழுமையைவிட முக்கிய மானது; ஏனென்றால், துப்பாக்கி சுடும் பயிற்சியில் ஈடுபட்டுள்ள அந்த மொத்த ஜனமும் தங்கள் இலக்கை அடைவதை அது தடுக்கும்; புரிகிறதா உனக்கு, (அது ஒரு முழுமையான வர்ணனையாக இருப்பதை ஒழிக்கும்; தான் தன்னளவிலும் தன்னைப் பற்றியும் ஒரு முழு வர்ணனை என்று அது பாசாங்கு செய்வதற்கு அதுதான் ஒரே வழி.) உனக்கு உண்மையிலேயே புரிந்தால், அது வெறும் கற்பனையின் சிறகடிப்பு, விரும்பி வெற்றாகத் திரிதல், வதந்தியின் மீஉணர்ச்சி இசை, சிந்தனையில்லாத கற்பனை, பருப்பொருள் அல்லாத எதுவோ அது. பகுதிகளை முழுமையுடன் ஒப்பிடுவதை நாம் தீவிரமாகச் செய்யவேயில்லை; அவற்றை இரண்டு தனித்தனி பகுதிகளாகத்தான்...

N. தன் வேதனைப் பெருமூச்சை அடக்கிக்கொண்டான். அந்த ஆளுக்கு இன்னும் பெருமூச்சு வரவில்லை:

'தொடக்கத்துக்குத் திரும்பிப்போய் ஏதாவது ஒருவகை ஒழுங்கு முறைகளை நம்மால் காண முடிகிறதா இல்லையா என்பதை உறுதிப்படுத்திக்கொள்வது நமக்கு அவசியம். நீ சிறையிலிருந்து விடுவிக்கப் படுவாய் என்பது நிச்சயம், ஏற்கனவே முடிவுசெய்யப்பட்ட ஒன்று. ஆனால் நீ திரும்பவும் சிறைக்குக் கொண்டுபோகப்படுவாய்; எனவே, அலை வந்து வந்து போவது எத்தனை நிச்சயமோ அத்தனை நிச்சயம் நாம் மீண்டும் நிகழப்போவதற்குத் திரும்புவது. இது என்றென்றைக்கும் தன்னை திரும்பத் திரும்ப நிகழ்த்திக்கொள்ளும் என்று நாம் ஊகித்துக் கொள்ள வேண்டும். அல்லது அது வெறும் ஒரு முக்கோணமாக, இரு பக்க சம நீளங்கள் கொண்ட டெல்டா முக்கோணமாக இருக்கலாம்; ஒரு வரலாற்றுத் தகவல் என்பதற்கு மேல் அதில் அதன் தொடக்கமும் தெரியாது, முடிவும் தெரியாது. அதாவது, எங்கே அதன் தொடக்கத்துக்குப் போகிறாயோ அதே இடத்திலிருந்துதான் முடிவுக்குப் போக மீண்டும் ஆரம்பிக்க வேண்டும். அதே சமயம், இந்தச் சம்பவத்தைப் பொறுத்தவரை, உரிய கலைச் சொல் நமக்கு இல்லை; ஏனென்றால், அங்கே தொடக்கமும் இல்லை, முடிவும் இல்லை; முன்னேற்றமும் இல்லை, பின்னடைவும் இல்லை. இதையே வேறு வகையில் சொன்னால், நீ விடுதலை செய்யப்பட்ட பிறகு உன் வீட்டுக்கு மிக அருகில் இருக்கும் சிறையே நீ அடையப்போகும் அந்தப் புள்ளி என்று (அது ஒரு முழுமையான தகவல் தொகுப்பாக இருப்பதை, தான் தன்னளவிலும் தன்னைப் பற்றியும் ஒரு முழுத் தகவல் தொகுப்பு என்று பாசாங்கு செய்வதற்கான அந்த ஒரே வழியை

அது இல்லாமலாக்கும்.) சொல்லலாம்; ஆனால், அதே சிறையில் அடைக்கப்பட்டிருந்தபோது நீ இருந்த அதே புள்ளிதான் அது.'

'அதே சிறையிலா? என் சொந்த வீட்டிலா?' போலியாகக் கொட்டாவி விடுவது போல N. தாடையை விரித்தான்; இறந்து பிறந்த சிசுவை ஒரு நபர் என்று எப்படி நீங்கள் சொல்லமாட்டீர்களோ அப்படி, கெட்டியான பொருள்கள் மோதும் சத்தத்தைப்போல அவன் வெளியிட்ட ஒன்றைப் பேச்சு என்று உங்களால் சொல்ல முடியாது.

'வீடு போய்ச் சேரவேண்டுமென்று சொன்னாயா, சொன்னாயா என்ன? நீ ஒருபோதும் மீண்டும் வீடு போகப் போவதில்லை. அதற்கும் சிறைக்கும் இடையேதான் நீ எப்போதும் இருப்பாய். அப்படியான ஒரு சூழலை ஒருவரால் நம்பவோ கற்பனை செய்யவோ முடியாது. நான் கொஞ்சம் முன் விளக்கிச் சொன்னபடி, நீ எப்போது சிறையிலிருக்கிறாய், எப்போது இல்லை என்பதைத் துல்லியமாக உன்னால் தெரிந்துகொள்ள முடியாது. சிறையும் போலீஸும் பூமியில் இருக்கும்வரை அது நடக்கும். சிறையும் போலீஸும் உலகத்திலிருந்து மறையும்வரை, அது நிகழ்வது உரிய காலத்தில் சாத்தியமே, இந்தக் குறிப்பிட்ட சூழ்நிலை ஒருபோதும் முடிவுறாது. சாவுக்குரிய இந்த உடலை நீயே தூக்கியெறியாமல் போகும் நிலையை, அதாவது நீ இறக்காமல் போகும் நிலையை உன்னால் கற்பனை செய்ய முடிந்தால், முன்சொன்ன சிறைகளைக் குறிப்பிடும் இரண்டு ஒப்புமை கொண்ட புள்ளிகளுக்கிடையே நீ அடிக்கடி ஊசலாடிக்கொண்டிருப்பாய் என்பதைப் புரிந்துகொள்ளலாம்...

'என்னால் வீட்டுக்குப் போகவே முடியாது என்று சொல்ல வருகிறீர்களா? எனக்கென்று சொந்தமாக விருப்பம் ஏதும் இல்லை யென்று சொல்ல வருகிறீர்களா?'

'நீ ஒரு மக்கு, முட்டாள், பெரிய சோம்பேறி. நான் சொல்வதைக் கவனி. புத்தியைத் தொலைத்தவன் நீ. வீட்டுக்குப் போய்ச் சேரும்போது எல்லாம் சரியாக நடக்கும் என்று நம்புகிறாய். நீ யோசிக்கும் மடத்தனம் அப்படியானதுதான். விஞ்ஞானம், தர்க்கவியல், பௌதீகம், இயற்கைப் பொருள்களின் வாழ்வு சார்ந்த அண்மைக்கால அறிவு ஆகியவற்றின் கணித விதிகளின்படி நான் உன் நிலையை விவரித்துக்கொண்டிருந்தேன். நீ என்னடாவென்றால் சுயேச்சை விருப்பம் பற்றியும் வீட்டுக்குப் போய்த்தொலைவதைப் பற்றியும் கேணத்தனமாகப் பேசிக்கொண் டிருக்கிறாய்...'

'சரி... அப்படியானால், என் பணப்பை எப்போது எனக்குத் திரும்பக் கிடைத்து, அப்புறம் நான் உண்மையில் வீட்டுக்குப் போவது?'

'உன் பணப்பை உனக்கு எப்போது கிடைக்கும் என்பது எனக்கு எப்படித் தெரியும்? ஒருபோதும் கிடைக்காமல் போகலாம். ஒருவேளை திங்கள்கிழமை கிடைக்கலாம். இதே மாதிரியான வேறு சில சம்பவங்களை நான் நினைவுகூர்வதை நீ பொறுத்துக்கொண்டால் –

'எனக்கு ஒரு மயிரும் வேண்டாம்,' என்று சொன்ன N., கால்வாயில் மிகுந்த மகிழ்ச்சியுடன் மிதந்துகொண்டிருந்த சட்டங்களின், விதிமுறைகளின் கிணற்றுக்குள் மாட்டிக்கொண்ட தன் தலையுடன் அந்த நபரை விட்டு நீங்கினான்.

உண்மையைச் சொன்னால், அடுத்து தான் என்ன செய்ய வேண்டும் என்பது குறித்து N.க்கு அணுவளவும் தெரியவில்லை. கடைசியாகப் பார்த்த அந்த ஆள் அவனை ரொம்ப நேரத்துக்கு எரிச்சல் படுத்திவிட்டான். அந்தச் சந்திப்பு விநோதமும் திகிலும் கலந்த ஒன்றாக இருந்ததால் ஒருவேளை அது தீமையின் அறிகுறியோ என்று நினைக்கத் தொடங்கினான். தான் வீடு போய்ச் சேரமாட்டோம் என்பது முன்பே தீர்மானிக்கப்பட்ட ஒன்று என்ற விஷயத்தை மட்டுமே அந்த ஆள் மூலம் அவன் புரிந்து கொள்ளலாமோ. அந்த ஆளைப் பற்றி நீங்கள் வேறு என்ன சொன்னாலும் சரி, அவன் ஒன்றும் முழு முட்டாளல்ல. தன்னை வீட்டுக்குப் போ என்று சொல்லும் யாரையாவது பார்ப்பதே உண்மையில் அவனுக்கு மகிழ்ச்சி தருவது.

கால்வாயின் ஆழம் குறைந்த பகுதியை ஒட்டி இன்னொரு ஆள் கால்களைத் தொங்கப்போட்டு உட்கார்ந்திருந்தான். கையில் பைப்புடன், எந்தக் கவலையும் அக்கறையும் இன்றி அவன் இருந்தான். கால்வாய்க்குள் பார்த்தானா, தன் கால்சட்டையின் முன்புறத் திறப்பைப் பார்த்தானா என்பது முக்கியமில்லை; கிட்டத்தட்ட இறந்துபோனது மாதிரியிருந்த அவன் கண்கள் வேறெங்கோ மகிழ்ச்சியுடன் பார்ப்பது மாதிரி தோன்றின. அவன் பைப்பிலிருந்து புகை வந்து தூரக் காற்றில் கலக்காமல் இருந்திருந்தால் அந்த ஆள் ஒரு வகையில் சிலை என்றே, தண்ணீரில் செய்யப்பட்ட சிலை என்றுகூட, நீங்கள் நினைப்பீர்கள். இந்த மாதிரியான நபர் விவேகமான ஆலோசனை ஏதாவது, கௌரவமான ஒன்றாகக்கூட அது இருக்கலாம், தரலாம் என்று N. நினைத்துக்கொண்டான்.

யாரிடமோ எதையோ சொல்லயிருப்பதைப் போல வாயிலிருந்து பைப்பை எடுத்த அந்த ஆள் கால்களைத் தூக்கி நடைபாதையில் வைத்து N. போகும் பாதையிலேயே நடக்கத் தொடங்கினான்; தான் அந்த ஆளை விரைந்து எட்டமுடியும் என்று N. கருதவேயில்லை. சில நிமிடங்கள் கழித்து அவர்கள் இருவரிடையே இருந்த இடைவெளி பெரிதாகிக் கொண்டே போனதை அவன் உணர்ந்தான். அவன் நடக்கும் வேகத்தை அதிகரித்தால் அந்த நபரும் அதே மாதிரி செய்தான். தான் ஓடத் தொடங்கினால் அந்த நபரும் ஓடுவானோ என்று N. நினைத்தான். எங்கோ படித்த கதை ஒன்று அவன் நினைவுக்கு வந்தது. தன்னால் எட்டிப் பிடிக்க முடியவில்லையென்றால் அந்த ஆளின் ஆயுள் நீட்டிக்கப்படும் என்று மரணம் அந்தக் கதையில் ஒருவனுக்கு உறுதியளித்தது. அந்த ஆளை மரணம் சுற்றிச் சுற்றி வந்து வேட்டையாடியது. கடைசியில் அவன் தன்னை விரல் கவசம் ஒன்றின் கீழ்ப்பகுதியில் சிக்கவைத்துக்கொண்டான். ஆனால் அது தையல்காரன் தைக்கும்போது அணியும் விரல் கவசம். அவன் அதன் கீழ்ப் பகுதி வழியாகத் தப்பிப்பான்; ஆனாலும் மரணம் அவனைத் தொடரும். அவன் தலைகுப்புறத் திரும்பவும் பாய்ந்து மீண்டும் கீழ்ப்பகுதி வழியாக

யாரும் அறியாமல் தப்பித்துவிடுவான்... கடைசியில் மரணம் அவனோடு ஒருவகையான ஒப்பந்தத்தை ஏற்படுத்திக்கொள்ள வேண்டியிருந்தது...

இந்தக் கதையில் நடப்பதைப் போலவே, சிறையிலிருந்து தான் விடுதலையடைந்தால் பிறகு சுற்றிக்கொண்டிருக்கும் தன்னைப் பார்க்கும் போலீஸ்காரர்கள் மீண்டும் தன்னைச் சிறைக்குக்கொண்டுபோவது, பின் விடுதலை அடைவது என்று மாற்றி மாற்றித் தொடர்ந்து நடந்து கொண்டேயிருக்கும் என்று N.க்கு உடனடியாகத் தோன்றியது. தொலைக்காட்சி நிகழ்ச்சித் தயாரிப்புக்கு உதவும் மற்ற புத்தகங்களைப் போலவே அவன் ஒரு தடவை நூலகத்திலிருந்து *Dainty's Dream* பிரதியையும் வாங்கிப் படித்திருந்தான். அதில் அவனை வதைக்குள்ளாக்கும் டன் கணக்கான நரகச் சித்திரவதைகள் விவரிக்கப்பட்டிருந்தன. ஆனால் இது அதில் இல்லை. இது இறப்புக்குப் பின் பாவம் போக்கப்படும் நிலையும் அதற்குப் பிறகானதுமான இடம்; சந்தேகமேயில்லை! எப்போதைக்குமானது, நித்தியமானது.

அதைப் பற்றி N. எவ்வளவுதான் நினைத்தாலும், சற்று முன் சந்தித்த அந்த ஆள், இதுவரையில் மறைந்திருந்து அப்போது தோன்றிய ஒரு வகை வெளிப்பாடு இல்லை என்பதை அவனால் தன் மூளையிலிருந்து அகற்ற முடியவில்லை. தனக்குக் கீழே உள்ள நரகத்தின் பயங்கரங்களைப் பார்ப்பவனைப் போலவும் நரகத்தில் பாவம் போக்கும் இடத்தில் சித்திரவதையாளன் ஆன்மாவைத் துகிலுரித்து வதைக்குள்ளாக்கும் போது அதைக் கவிதை மொழியில் விவரிப்பவன் போலவும் அவன் இருந்தான். அதாவது, அந்த இடம் ஏற்கனவே நரகமாக இல்லாதிருந்தால். நுணுக்க மான விவரங்களை நினைவுகூர முயன்றபோது, அந்த மூர்க்கமான நேர்ப் பார்வையும் ஒரு வகையில் சித்திரவதை என்றே அவனுக்குத் தீர்மானமாகத் தோன்றிய பேச்சும் மட்டுமே அவன் நினைவுக்கு வந்தன. N. பயத்தில் நடுங்கினான். ஒரு வகையில் அவனுக்கு நேரப்போகும் தீயவை அனைத்தின் முன்னுணர்வா இது? பின்னால் திரும்பிப் பார்த்தான். அந்த ஆளை எங்கும் காணவில்லை.

அவனைச் சுற்றி இருந்த பிற வடிவங்களிலிருந்து முழுக்கவும் வேறுபடுத்திப் பார்க்க இயலாது என்றில்லாத, ஆனாலும் தெளிவற்ற ஒரு வகை வடிவத்தை அந்த இன்னொரு நபர் உருவாக்கிக்கொண்டிருந்தான். இருந்தும் அவன் இன்னும் அதிகத் தொலைவில்தான் இருந்தான். அவன் யாரையோ N.க்கு நினைவுபடுத்தினான். அந்த நல்ல மனிதன், அவனுக்கு மது வாங்கிக் கொடுத்த அந்த நல்லவன் திடீரென்று அவன் நினைவுக்கு வந்தான். ஒரு வேளை அவன்தானோ? திரும்பிப் பார்த்த உடனேயே N.க்குத் தெரிந்துபோயிற்று, அதே மாதிரி நடை, உடலசைவு, தோள் குலுக்கல், முக வெட்டு, எல்லாம் முன்பே பார்த்தவைதான். உறுதியளித்தது போல N. வீட்டுக்குப் போகாததால் அவனை அந்த மனிதன் தவிர்க்க முயல்கிறானோ? இதுவரை இருந்ததைவிட தன்மீது அதிக உணர்ச்சிக் கட்டுப்பாட்டைப் பிரயோகிக்க N. முயன்றான். ஒரு வேளை, அவனிட மிருந்து தப்பி ஓடுகிற, அவனைக் கைவிட்டுப் போகிற, தண்டனை பெற கசையடி கொடுப்பவர்களிடமும் சித்திரவதையாளர்களிடமும் அவனை ஒப்புவிக்கிற தேவ குமாரனோ அவன், யாருக்குத் தெரியும்..?

கால்வாயின் இரண்டு கிளைகள் நன்மை, தீமை என்பவை போல அவன் முன்னால் நீண்டிருந்தன. நல்லவனுக்கானது என்று அவன் கற்பனை செய்த இந்தப் பக்கத்தை அவன் தேர்ந்தெடுத்தான். இவ்வளவும் நடந்த பிறகு, செய்வதற்கு எது மிக உகந்தது என்று தீர்மானிக்கும் முன்பாக நேரத்தைப் போக்க இப்படியும் அப்படியுமாக அவன் திரிந்தான். வெறுமனே தொடர்ந்து நடந்துகொண்டிருப்பதே இருப்பதிலேயே மிகச் சிறந்தது. நகர்ந்துகொண்டே இருப்பவர்கள்மீது போலீஸ்காரர்கள் அதிகம் கவனம் செலுத்த மாட்டார்கள். மனச்சோர்வில் அலைந்துகொண்டிருக்கும்போது, நோக்கத்தோடு சுற்றிக்கொண்டிருந்தால்கூட, போலீஸ் அவனைப் பிடித்தால் அந்தக் கடைசி குற்றத்துக்காக அவர்கள் அவனைச் சிறையில் அடைக்கக்கூடும். இன்னும் மோசமாக, அவர்கள் அவனை வீட்டுக்குக் கொண்டுபோகவும் கூடும். அங்கிருக்கும் கும்பல் அவன் செய்யாத குற்றத்தைக்கூட அவன்மீது சுமத்தலாம். எனவே, அவன் வழியில், அவனுக்கான நேரத்தில் அவனாகவே வீட்டுக்குப் போவதே நல்லது. போலீஸ்காரன் ஒருவன் கூட வர அவன் சொந்த வீட்டுக்கே போனாலும்கூட அண்டை வீட்டுக்காரர்கள் அதையும் இதையும் கற்பனை செய்து முடிவே இல்லாமல் உளறிப் பொழுதுபோக்குவார்கள். அவன் சண்டைபோட்டுக்கொண்டிருந்தான், குடித்துக்கொண்டிருந்தான், மனைவியின் சாவைக் கொண்டாடிக்கொண்டிருந்தான் என்றெல்லாம் அவன் வாசற்படியை மிதிக்கும்போது முணுமுணுப்பார்கள்.

ஒரு வீட்டின் சுவரில் பெயர் பொறிக்கப்பட்ட கல் ஒன்றின் முன்னால் *N.* நின்றான்: வின்செண்ட் த பால்: அஸ்ஸிஸி நகரத்து ஃப்ரான்ஸிஸின் குழு என்று பொறிக்கப்பட்டிருந்தது. நல்ல விஷயம். அந்த இரண்டு பேரும் எப்போதும் யாருக்கும் எதையும் மறுத்ததில்லை. வயதான ஒருவர் கதவைத் திறந்தார். அவர் உடை, பேசிய விதம், நின்ற விதம், இன்னும் சொன்னால் அவரிடமிருந்து வந்த மணம் ஆகியவை அவர் ஒரு அரசாங்க அலுவலராக இருக்கலாம் என்று *N.*ஐ யோசிக்க வைத்தன. ஆரம்பத்தில் *N.*இன் முகத்தைத் தவிர்த்த அவர் பொறுமையில்லாமல் ஒரு காலால் தரையைத் தட்டினார். ஆனால் கடைசியில் அவனை ஒரு அறைக்குள் அழைத்துச் சென்றார்.

‘உண்மையில் அது சோகமான, உண்மையில் சோகமான ஒரு கதை,’ என்று அவர் *N.*இடம் சொன்னார். அரசாங்க அலுவலர்களோடு அவன் தொடர்புபடுத்தியிருந்த ஒரு மணத்தின் வீச்சு, அழிவின் தொடக்கம் என்று சொல்லப்பட்ட மணம் அது, அவரிடமிருந்து வந்ததாக அவன் நினைத்தான். ‘அது மிக சோகமானது. ஆனால் நாங்கள் அன்றாடம் கேட்கும் பல டஜன் சோகக் கதைகளில் ஒன்றுதான் அது.’

தன் சொந்தக் கதை இன்னொரு சாதாரணமான கதையாகவோ கொழுப்பால் உண்டாகும் தசைமுண்டுகளைக் குணமாக்கும் எண்ணெயின் ஆயிரக்கணக்கான துளிகளில் ஒன்றைப் போலவோ கருதப்படுகிறது என்ற எண்ணமே *N.*க்குப் பிடிக்கவில்லை. உண்மையில் உலகத்தில் ஏராளமான சோகக் கதைகள் உள்ளன என்ற செய்தியை மறுக்க *N.* தயாராக இருந்தான்; சாவு நம் எல்லாருக்கும் பொதுவானது, அதிலிருந்து தப்பிக்க முடியாது என்பதைப் போல, அந்தக் கதைகள் ஒரே மாதிரியானவை,

சமமான இரக்கத்துக்கு அவை உரியவை என்பதையும் அவன் ஏற்றுக் கொள்ள மாட்டான். எப்படியோ ஒரு வகையில் எல்லாக் கதைகளும் சோகக் கதைகளே என்பது உண்மையானால் தன் சுயசரிதையை எழுதுவதில் எந்த அர்த்தமும் இல்லை என்று N.க்குப் புலப்பட்டது.

'சரி, நீ ஏன் வீடுபோய்ச் சேரவில்லை? நீ வீட்டுக்குப் போகவில்லை என்பது ஆச்சரியமாக இருக்கிறது.'

N. சொன்னான், 'ஏதாவது உதவி கிடைக்கும், இப்போதைக்கு உங்களிடமிருந்து கொஞ்சம் பணம் கிடைக்கும். அதற்கப்புறம் வீட்டுக்குப் போய்விடலாம் என்று யோசித்துக்கொண்டிருந்தேன்.'

'வின்சென்ட் த பால், ஏழைகளுக்கானது, கதியற்றவர்களுக்கானது, எந்த ஆதரவும் இல்லாதவர்களுக்கானது.'

'சிறைக்கைதியின் உடையின்மேல் இருக்கும் அம்பின்[1] அளவுக்கே நானும் அனாதரவானவன்.'

'உன்னிடம் பணம் இருந்தபோது அதை நீ கொஞ்சம் ஜாக்கிரதை யாகப் பாதுகாத்திருக்க வேண்டும். நீ ஒன்றும் ஏழை கிடையாது.'

தனக்குள் எழுந்த எரிச்சலை அடக்கிக்கொள்ள மேஜையின் விளிம்பைப் பிடித்துக்கொண்டு N. கேட்டான், 'ஏழை என்பவன் யார் என்று நினைக்கிறீர்கள்?'

'யார் ஏழை, யார் ஏழை இல்லை என்பது இங்கிருக்கும் எங்களுக்குத் தெரியும். நீ அரசாங்க அலுவலர்தானே? உனக்கு அரசாங்கமும் மக்களும் சம்பளம் கொடுக்கிறார்கள். எளிதாக விரயமாகும் பணம் அது –'

'எல்லாம் வல்ல ஆண்டவர்மீது சத்தியமாக–'

'அந்த மாதிரியான பேச்சை நிறுத்து... புனித வின்சென்ட் த பால் சங்கம் அந்த மாதிரியான வேலைகளைச் செய்வதில்லை... பின் என்ன செய்கிறோம் என்று கேட்கிறாயா? உனக்கு அவ்வளவுதான் தெரியுமா? ஆண்டவரின் அன்பு, மனித நேயம் போன்றவை. கிறிஸ்துவின் குழந்தைகளுக்கு ஆடை அணிவித்து, உணவு ஊட்டுவதன் மூலம் கிறிஸ்துவுக்கு ஆடை அணிவித்து, உணவு ஊட்டும் செயல்... என்னைத் தவிர இங்கே வேறு யாருமில்லை. மற்றவர்கள் பாவ மன்னிப்பிலும் ஜெபத்திலும் மும்முரமாக இருக்கிறார்கள். கார்ன் திருச்சபை வட்டாரத்தில் இன்றிரவு அருட்பணி முடியும். அதைச் சரிவர முடிக்க அவர்கள் விரும்புகிறார்கள். சனிக்கிழமை இரவை ஓய்வுக் காலமாக பாவிப்பது சங்க உறுப்பினர்களின் வழக்கம். கிடைக்கும் அந்த ஒரு இரவில்தான் அவர்கள் தங்கள் மனைவிகளோடு சீட்டாடுவார்கள் ... சனிக்கிழமை இரவுவரை கமிட்டி கூடாது. உன்னுடைய விஷயம் மத்தியக் கமிட்டி முன்பாக வைக்கப்பட வேண்டுமென்று

1. ஐக்கிய முடியரசு நாட்டில் போன நூற்றாண்டுவரை கைதிகளின் சீருடையில் விரிந்த அம்பு படமாகப் பொறிக்கப்பட்டிருக்கும், அது அரச உடைமை என்ற பொருளில். கைதியை அவமானப்படுத்துவதும் அதன் நோக்கமாக இருந்துள்ளது. (த.மொ.)

நினைக்கிறேன். நீ ஒரு விண்ணப்பப் படிவத்தை நிரப்பித் தருகிறாயா? தந்தால் அதைத் திங்கள்கிழமை கமிட்டியிடம் சமர்ப்பிப்பேன்.'

'சரி, திங்கள்கிழமை நிரந்தரமாகப் போய்க்கொண்டேதான் இருக்கும். என்ன நடந்தால் என்ன, நீங்கள் எல்லாரும் ஒருவரையொருவர் புணர்வீர்கள். இதுதான் நடக்கும்,' என்றான் N. 'என்னிடம் மட்டும் போதுமான பணமிருந்தால் கொள்ளைக்கூட்டம் ஒன்றை அமர்த்தி உங்களிடமிருந்து பணத்தைப் பறிப்பேன். அந்த நல்ல மனிதரான கிறிஸ்து என்னை மன்னிப்பார் என்பது எனக்குத் தெரியும்.'

திங்கள்கிழமை! இனிமேல் அவன் தன்னை அப்படித்தான் அழைத்துக் கொள்ளப் போகிறான். ஆனல் அந்த எண்ணத்தை அசைபோடும் அளவு அவனுக்கு நேரமில்லை. வின்சென்ட் த பால் சங்கத்தின் நன்னெறிக் கயவாளிகள் அவன்மீது போலீஸை ஏவுவது பெரும்பாலும் நடக்கும். வந்த முதல் பேருந்தில் தாவி ஏறிய அவன் டிக்கட் வாங்காமல் முதல் இரண்டு நிறுத்தங்களைக் கடந்தான்; டிக்கட் வாங்கச் சொல்லி கண்டக்டர் சொடக்கு போட்டபடி வந்தபோது N.ஐக் காணோம். அந்த நிறுத்தம் ஒரு தேவாலயத்துக்குப் பக்கத்திலேயே இருந்தது. இது ஒரு நல்ல அறிகுறி என்று N. நினைத்தான். ஆண்டவர் அவனோடு இருக்கிறார்: பாவ மன்னிப்பு கேட்க அவன் போக வேண்டிய இடத்துக்கு சரியாக வழிகாட்டுகிறார் அவர்.

கால்வாயின் மேல் அந்த நல்ல மனிதனோடு நிகழ்ந்த சந்திப்பால் சேகரித்த நல்லெண்ணத்தை வீணடித்துவிட்டதாக N. வருந்தத் தொடங்கினான். மொத்த உலகமுமே பாவமன்னிப்பு கோர தேவாலயத்துக்குப் போய்க்கொண்டிருந்தது. யாரையாவது தேடி போலீஸ் போகும் கடைசி இடம் தேவாலயமாகத்தான் இருக்கும் என்பதே N.க்கு முதலில் வந்த நினைவு. சிலைகளைச் சுற்றி மெழுகுவர்த்திகள் மங்கலாக மினுங்கின. வெளியே இருந்த பிரகாசமான வெளிச்சத்தோடு ஒப்பிட்டால் இங்கே கொஞ்சம் இருளடர்ந்து இருந்தது. இந்த மென்மையான அந்தி ஒளி ஏதோ சிறிது அமைதியை அவனுக்குக் கொண்டுவருவதாகத் தோன்றியது. வெளியே கொட்டும் மழையில் வேறு உடையில் நனைந்த பிறகு அணிந்துகொள்ளும் கதகதப்பான உடையைப் போல அது இருந்தது. அந்த இடத்தின் சூழல் காரணமாகவும் சுற்றியிருந்தவர்களின் சாந்தம் காரணமாகவும் தானே பாவ மன்னிப்புக்குப் போவதாகக் கிட்டத்தட்ட உணர்ந்தான். அப்படிப் போவது குடும்பப் பொறுப்புகளிலிருந்து தன்னை விடுவிக்கும் என்றும் அதிலிருந்து துணிச்சல் கிடைக்கும் என்றும் அது ஏதோ புனித ஆவி வழங்கிய பரிசுகளில் ஒன்று என்பதால் பயமில்லாமல் வீட்டுக்குப் போக இயலும் என்றும் அவனுக்குப் பட்டது.

அன்று நிகழ்ந்த சம்பவங்களை ஒவ்வொன்றாக நினைத்துப் பார்த்தான். திருட்டுக் கொடுத்ததும் அதனால் விளைந்த சம்பவங்கள் அனைத்தும் முழுக்க தன் தவறால் நிகழவில்லை என்று தன்னையே நம்பவைப்பதில் அவன் வெற்றிபெறவில்லை. அதைப் பற்றி அவன் சொன்னவர்களில் யாருமே, தன்னிடமிருந்து திருடும்படி திருடனிடம் அவன் கேட்கவில்லை என்று தங்கள் மனதின் ஒரு மூலையில் வெளிப்படையாகவோ ரகசியமாகவோ

நினைக்கவில்லை. பணத்தைக் கூடவே வைத்துக்கொண்டுதான் அவன் சுற்றவேண்டியிருந்தது. அதை வைக்க மிகக் குறைந்த பாதுகாப்பு உள்ள இடம் வீடுதான்…

தேவாலயத்தில் ஒரு வகை இருண்ட அடிநிலக் கல்லறையைத் தன் முன்னால் பார்த்தான். உச்சியிலிருந்து ஒரு ஒளிக்கீற்று உள்ளே வந்தது. அந்த வகையான ஒளிக்கீற்றுக்கு குறியீட்டு அர்த்தம் இருக்கும் என்று N. கற்பனை செய்தான். ஆனால் குறியீடுகளைத் தேடிச் செல்ல முடியாதபடி அவன் பெரிதும் களைப்படைந்திருந்தான். தான் பள்ளியில் கற்ற கவிதையான *Lead Kindly Light* ஐ நினைவுகூர்ந்தான். அந்த அடிநிலக் கல்லறை சவப்பெட்டிகளுக்கானது என்று உறுதியாக நம்பினான். அந்த மாதிரியான கல்லறைக்குத்தான் அவன் மனைவி கொண்டுவரப்படுவாள். அவசரம் அவசரமாக சில ஜெபங்கள் சொல்லப்படும். அப்புறம் எல்லாரும் அவரவர் வீட்டுக்குப் போய்விடுவார்கள். ஆனால் N. வீட்டுக்குப் போகமாட்டான். அந்த சகோதரிகள்மீது ஒரு பிரேதம் கட்டுப்பாடு எதையும் பிரயோகிக்கும் வாய்ப்புகள் எவ்வளவு குறைவாக இருந்தாலும், வீட்டில் பிரேதம் இல்லாதபோது அந்தப் பெண்கள் முற்றிலுமாகப் பைத்தியமாகிவிடுவார்கள். எதிர்பார்த்ததைவிட நிச்சயம் அவன் மேலதிக சிரமங்களைச் சந்திக்க வேண்டியிருக்கும். அவர்கள் சகோதரனும் மோசமானவன்தான். தான் அவனைக் கடுமையாகத் தாக்கினால்கூட N. ஆச்சரியப்பட மாட்டான். தண்டனையிலிருந்து தப்ப முடிந்தால் நிச்சயம் அவனை அடிப்பான். தொலைக்காட்சிக் குழுவோடு இன்றிரவு வெளியூர் போய்விடுவதுதான் மிக நல்ல காரியமாக இருக்கும்.

அந்த இருண்ட மூலையை அவன் பார்த்துக்கொண்டிருந்தபோது கடுமையான குத்து ஒன்று அவனைத் தாக்கியதாக உணர்ந்தான். அது உண்மையானது என்று அவனால் சொல்ல முடியாவிட்டாலும் மிக அசௌகரியமான உணர்வுக்கு அவனை அது தள்ளியது. பக்கவாட்டுக் கதவு ஒன்றின் வழியாக வெளியேறினான். தாக்குதலின் விளைவு மறையும்வரை முற்றத்தின் சுவர்மீது தன் இடதுகையைச் சாய்த்து வைத்தான். சில நொடிகள் போலத்தான் அப்படி நின்றான்.

எங்கிருந்தோ பாதிரியார் தோன்றினார். அவர் வயது, மென்மையாக அவர் அவனை அணுகிய விதம், அல்லது ஒருவேளை, விளிம்பின் மூன்று இடங்களில் மேல்நோக்கி வளைந்த அவருடைய தொப்பி, சூழலை முற்றிலுமாக அப்போதுதான் ஒதுக்கித்தள்ளிவிட்டு தன் போக்கிலேயே நடப்பது போல நகர்ந்த அவர் கசியவிட்ட எளிய, நேர்மறையான பாங்கு ஆகியவை காரணமாக அவர் பங்குத் தந்தையாக இருக்கவேண்டுமென்று அவன் புரிந்துகொண்டான். ஜெப நூலைப் படித்தவாறு அவர் முற்றத்தில் மேலும் கீழுமாக நடந்துகொண்டிருந்தார். இன்னும் சிறிது நேரத்தில் தன்னால் சரியாகிவிட முடியுமென்று அவரிடம் சொன்னான். ஏற்கனவே அவன் சரியாகத்தான் இருந்தான்: இப்போது அவனுக்கு வேண்டியது, பாதிரியாரை எப்படி இதமாக்குவது என்பதைத் திட்டமிடத் தேவையான நேரம்தான். அவர் வழங்கிய ஒரு கிளாஸ் தண்ணீரைப் பெற்றுக்கொண்டான். N.க்குத் தண்ணீர் தேவைப்பட்ட மாதிரி

தோன்றவில்லை. ஆனாலும், குடித்த பிறகு தேவலையாகவே உணர்ந்தான். பாவ மன்னிப்பில் ஒருபோதும் சொல்லப்போகாததை முற்றத்தில் வைத்து பாதிரியாரிடம் அவன் சொன்னான். இறுதிவரை சொல்லப் பொறுமையற்று பிரேதத்தை அவருடைய தேவாலயத்தில் ஏற்றுக் கொள்வாரா என்று கேட்டுவிட்டான். ஏற்றுக்கொள்ள மாட்டார்: பிரேதம் அவனுக்குரிய வட்டார தேவாலயத்துக்குத்தான் கொண்டுபோகப்பட வேண்டும். *N.*க்குரிய பங்குத் தந்தை கனிவும் அன்பும் நியாயமும் நிரம்பியவர்; வட்டாரத் திருச்சபை எல்லைக்குள் வசிப்பவர்களுக்குத் தன்னாலான உதவிகளைச் செய்பவர். யாருக்கும் தான் செய்ய வேண்டிய கடமையை மகிழ்ச்சியுடன் செய்வார், குறிப்பாக பிரேதத்துடன் வரும் ஒருவனுக்கு . . . ஆனால் இன்றிரவு எந்த தேவாலயமும் அதை ஏற்றுக் கொள்ளாது. ரொம்ப காலதாமதமாகிவிட்டது. திங்கள்கிழமைவரை அவன் காத்திருக்கத்தான் வேண்டும் . . .

அவர் இன்னும் சில விஷயங்களை *N.*க்குச் சொன்னார். அவற்றில் சில கசப்பானவை. அவனுக்குப் பணம் எதுவும் தர முடியாது என்பதைப் பூசி மெழுகாமல் சொல்லிவிட்டார். ஒவ்வொரு பென்னிக்கும் உரிய கணக்கை வட்டாரத் திருச்சபைக்கும் பிஷப்புக்கும் அவர் சமர்ப்பிக்க வேண்டும். பண விஷயத்தில் பிஷப் மிகவும் கறார் காட்டுகிறவர். அங்கிருந்து கிளம்பிப்போன நேரத்தில், திங்கள்கிழமையைப் பற்றி பாதிரியார் எதுவும் அதிகம் சொன்னமாதிரியே *N.*க்கு நினைவு வரவில்லை. அதைப் பற்றி எவ்வளவுதான் கேட்டாலும் அது அவன் மனதுக்குள் இன்னும் சரியாக இறங்கவில்லை. திங்கள்கிழமைமீது ஆண்டவருக்கு அதிகாரம் எதுவும் இருக்கப்போவதில்லை என்றும் அரசாங்கப் பணியின் பிரத்யேக மொழிவழக்கில் அவருடைய அதிகாரம் நிறுத்திவைக்கப்பட்டு அது வங்கிகள், கல்லறைத் தோட்டங்கள், ஈமச் சடங்குப் பொறுப்பாளர்கள், இன்னும் சில விசித்திர இடங்களில் நிலைகொண்டிருக்கும் என்றும் நினைக்கத் தொடங்கினான். திங்கள்கிழமை தொடர்பாக ஆண்டவரைப் பிரார்த்திப்பதில் அர்த்தமில்லை. பிரார்த்திக்கவேண்டியது அந்த மற்ற விசித்திர மனிதர்களிடமும் இடங்களிடமும்தாம் . . .

பாவ மன்னிப்புக்குப் போக வேண்டும் என்ற *N.*இன் உணர்வு முழுக்கக் காணாமல் போய்விட்டது. அன்றைய காலைக்குப் பிறகு பலரிடமும் அவன் தன் தவறுகளை ஒப்புக்கொண்டுவிட்டான். அவர்கள் அனைவரும் சொல்ல விரும்பியது, தவறெல்லாம் அவனுடையது என்பதைத்தான். கூடத்தில் அந்தத் துரோகி திருடியபோது அங்கே போலீஸ் இல்லாததைவிட அவன் குற்றம் பெரிதில்லை என்பதை அவர்களால் எப்படித் தெரிந்து கொள்ள இயலும்? அவன் ஏங்கிக்கொண்டிருந்த மதுவை வாங்கிக் கொடுத்து மன்னிப்பையும் வழங்கிய அந்த மனிதன்தான் அவனைப் பொறுத்தருளிய ஒரே நபர். அவன் விஸ்கி வாங்கிக் கொடுத்தான்; பாதிரியார் மோசமான தண்ணீர் கொடுத்தார். மிகுந்த துயரம் கொண்டவனாகவும் குற்ற உணர்வு உடையவனாகவும் அவன் இருந்த காரணத்தால் ஆண்டவரிடமிருந்து அவனால் மன்னிப்பை எதிர்பார்க்க முடியாதென்றும் ஆண்டவர் அவன் சொல்வதைக் காது கொடுத்துக்கூட கேட்கமாட்டாரென்றும் சொல்வதற்கே மற்றவர்கள் மிகவும் விரும்பினார்கள். அவனை மன்னித்த

அந்த ஆள், தான் ஏதாவது திருச்சபையைச் சேர்ந்தவன் அல்லது ஆண்டவர்மீது அலுவல் ரீதியான அன்பு கொண்டவன் என்பதற்கான குறிப்பையோ ஜாடையையோ காட்டவேயில்லை. சம்பிரதாயமான திருச்சபைகளையும் ஆன்மீக ரீதியில் வெறுமையானவர்களையும் கிறிஸ்து எப்போதும் ஏற்றுக்கொள்ள மறுத்துவந்தார். கடன் வழங்கும் சங்கத்திலோ புனித வின்சென்ட் த பால் குழுவிலோ கிறிஸ்து ஒருபோதும் அதிகாரியாக இருந்திருக்க மாட்டார்... அல்லது ஒரு பாதிரியாராக...

பாலத்தைச் சுற்றி ஒரு சிறு கும்பல் கூடியிருந்தது. சிலர் மது விடுதியிலிருந்து வெளியே வந்தார்கள், சிலர் உள்ளே போனார்கள். தெருவின் அடுத்த பக்கத்தில் ரட்சண்ய சேனையின் உறுப்பினர்கள் பாடிக்கொண்டிருந்த பாடல்களைக் கேட்க இரு சாராருமே கொஞ்சம் தாமதப்படுத்தியே நகர்ந்தார்கள். N. அவர்களை நோக்கி நடந்தான். அவனுடைய மனைவியின் உடைகள் குறித்து அன்று காலையில் அவர்களைக் கூப்பிட்டிருக்க வேண்டியது அவன் நினைவுக்கு வந்தது. அவன் கதையைக் கவனமாகக் கேட்ட சேனையின் பிரதான நபர் அவன்மீது பெரிதும் இரக்கம் காட்டினார். இரவு தங்க இடமும் சாப்பிடக் கொஞ்சம் உணவும் குடிக்க சிறிது மதுவும் அவனுக்குத் தர அவர் முன்வந்தார். பணம் எதுவும் தருவதில் அவருக்கு அவ்வளவு உறுதியில்லை. உண்மையில் அவராக எந்த முடிவும் எடுக்க இயலவில்லை. உணவுச் சங்கிலியில் உயரே இருந்த யாரோ ஒருவர் அதை முடிவு செய்வார்; ஆனாலும், திங்கள்கிழமைவரை அதை ஒத்திப்போடத்தான் வேண்டும்.

'திங்கள்கிழமை வரையா!' என்று N. உணர்ச்சி பொங்கச் சொன்னான். அரசாங்கப் பணியில் அவன் முயன்று கற்ற பொறுமை, வெள்ள நீருக்கு எதிராக ஒரு பலவீனமான நீச்சல் அசைவுதான். 'சரி, ஏன் திங்கள்கிழமை?'

'ஏனென்றால் இது சனிக்கிழமை இரவு. நாளை ஞாயிற்றுக்கிழமை. வார ஓய்வுத் திருநாள்.'

'சரி, கிறிஸ்து எப்பவாவது வார ஓய்வுத் திருநாளை அனுசரித்தாரா? அந்த நாளன்று நோயுற்றவர்களை சொஸ்தப்படுத்தினார். ஓய்வுத் திருநாளன்று அருட்பணிகளைச் செய்தார். ஓய்வுத் திருநாளைப் பற்றி முடிவேயில்லாமல், சலிப்பூட்டும் வகையில் பேசிக்கொண்டிருந்த, மத நம்பிக்கையைப் பகட்டாகக் காட்டிக்கொண்டிருந்த ஆட்களையும் புனித மேரி மக்தலீன்களையும் ஏழு பிசாசுகளால் நிரப்பினார்.[2] உங்கள் மேலதிகாரி வரும்வரை நீங்கள் ஏன் காத்திருக்க வேண்டும்? மற்றவர் அளவுக்கே நீங்களும் நல்ல கிறித்துவராக இருந்தால் நீங்கள் ஏன் உங்கள் பாக்கெட்டுக்குள் நீங்களே கையை இறக்கக்கூடாது...'

---

2 பார்க்க: புதிய ஏற்பாடு, மாற்கு 16:9, 10 – லூக்கா 8: 1, 2, 3. இந்த வசனங்கள் மக்தலீனிடமிருந்த ஏழு பிசாசுகளைக் கிறிஸ்து துரத்தியிருந்ததைச் சொல்கின்றன. தனக்கு அவசர உதவி தேவைப்படும் ஞாயிற்றுக்கிழமை ஓய்வு நாளாக இருப்பதில் எரிச்சல்படும் N., விவிலிய சம்பவத்தைத் திரித்துச் சொல்கிறான் என்று தோன்றுகிறது. பன்மையின் பயன்பாட்டையும் கவனிக்கவும். (தமிழ் மொ.பெ.)

‘அது காலியாகத்தான் வெளியே வரும். அன்பரே, அதை நான் தவிர்க்க முடியாது. எப்படி நிலைமை இருக்கிறது என்பதைத்தான் உனக்குச் சொன்னேன். அது குறித்து என்னால் எதுவும் செய்ய முடியாது. அப்படித்தான் நிலவரம் இருக்கிறது.’

என்ன நடக்கிறது என்பதைப் பார்த்த ஜனங்கள் சுற்றியும் கூடினார்கள். முழுக்க இயல்பாக உணர முடியாத ரட்சண்ய சேனையின் ஆள், அந்தக் காட்சியைக் கைவிடுபவர்போலத் தோன்றாமல் கிடைத்த முதல் சந்தர்ப்பத்தில் அங்கிருந்து நழுவினார். யாரோ N.இன் சட்டைக் கையைப் பிடித்து இழுத்தார்கள். அவனைச் சுற்றிக் கூட்டமாகப் பலர் நின்று கொண்டும் அவனை நச்சரித்தபடியும் இருந்ததால் அந்த நபரின் இரண்டு கண்களை மட்டுமே அவனால் பார்க்க முடிந்தது.

‘முழுதும் இரங்கத்தக்க விஷயமாக இல்லையா,’ என்று அந்த நபர் N.இடம் சொன்னான். ஏற்கனவே இன்று இன்னொரு ஆளுக்கு இதே விஷயத்தைச் செய்தேன் என்பது ஆச்சரியமாக இல்லை? இரண்டு மணி நேரத்துக்கு முன்பு எனக்குத் தெரிந்திருந்தால் ... இன்று இரவே அவள் தேவாலயத்துக்குப் போயிருப்பாள் ... ஓ, எனக்கு உண்மையில் தெரியவில்லை. எப்படியிருந்தாலும் இப்போது ரொம்ப கால தாமதமாகி விட்டது ...’

தான் அப்போது சொன்னதில் சந்தேகம் கொண்டவன்போல அவன் தன் கைக்கடிகாரத்தைப் பார்த்தான்.

‘அதுவேதான். எனக்கு மட்டும் இரண்டு மணி நேரத்துக்கு முன்னால் தெரிந்திருந்தாலும் போதுமே! நீ வந்து என்னைப் பார்க்காதது உண்மையில் வருத்தத்துக்குரியது இல்லையா? . . . என்னைப் பற்றி உனக்குத் தெரியாதா? ஆ, மொத்தமும் கொடுமை இல்லையா! இந்நேரத்துக்குள் எந்தப் பிரச்சனையுமில்லாமல் அவள் தேவாலயத்தில் வைக்கப்பட்டிருப்பாள், நீயும் வீடுபோய்ச் சேர்ந்திருப்பாய். திரும்பவும் இதே மாதிரி உனக்கு ஏதும் தொந்தரவு உண்டானால் எனக்குக் கண்டிப்பாகச் சொல்லிவிடு. இது என்னுடைய எண் ...’

N. தன்னுடைய கைக்கடிகாரத்தைப் பார்த்துக்கொண்டிருந்தபோது அந்த நபர் மறைந்துவிட்டான். அவன் போன திசை என்று நினைத்ததில் வேகமாகப் போன N., சுற்றிலுமிருந்த தெருக்களில் நுழைந்து நுழைந்து வெளியே வந்தான். அந்த நபரின் சுவடே தெரியவில்லை. மது விடுதிக் குள்ளும் தேடினான். அந்த நபரைப் பற்றி விசாரித்தான். அப்புறம்தான் உணர்ந்தான், தான் அவனுடைய கண்களை மட்டுமே பார்த்திருந்ததை. அவை பிரத்யேகத் தன்மை கொண்டவை. மென்மையும் பரிவும் கொண்டவை. ஆனால் மணிக்கற்களைப் போல இருந்த அவற்றின் நோக்கு, ஏதோ ஒரு ரகசியத்தை மறைப்பதைப் போல முன்னும் பின்னுமாக மாறி அசைந்தது. அந்த நபர் தன் முதுகைக் காட்டி நகர்ந்தவுடன் எப்படியோ அந்தக் கண்கள் காணாமல் போயின. சற்று நேரத்துக்கு முன்னால் கால்வாயை ஒட்டிப் பார்த்த ஆள் விரைவாகக் காணாமல் போன மாதிரியே

இந்த நபரும் காணாமல் போய்விட்டதாக N.க்குத் தோன்றியது. அது, அவனிடமிருந்து மர்மமான முறையில் பறிக்கப்பட்ட அதிர்ஷ்டத்தின் இன்னொரு துண்டு. அவனிடம் விரும்பிக் கேட்க N.க்கு ஆயிரம் விஷயங்கள் இருந்தன.

இப்போது அவன் சிக்கிக்கொண்டிருந்த குளறுபடியை எப்படிச் சரிசெய்வது என்று அந்த நபர் நிச்சயம் சொல்வான். அவனுடைய கண்களின் அமைப்பை மட்டுமே N.ஆல் நினைவுக்குக் கொண்டுவர முடிந்தது. அப்படியிருந்தும், அந்த நல்ல மனிதனை விடவும் கால்வாயை ஒட்டி சந்தித்த இன்னொரு ஆளை விடவும் இந்த நபர் அவன் மனதில் மேலும் தெளிவாகப் பதிந்திருந்தான். N.ஐ அவனுடைய இக்கட்டிலிருந்து எப்படி வெளியே கொண்டு வருவது என்பது தெரிந்த முதல் நபர் அவன் மட்டுமே. நீங்கள் சிக்கியுள்ள இடர்ப்பாடுகளிலிருந்தும் ஆபத்துகளிலிருந்தும் தப்பிப்பது எப்படி என்பதை உங்களுக்குச் சொல்லும் சாகசக் கதைகளின் பாத்திரங்களான 'விவேகமுள்ள முதியவர்,' 'நல்ல மனது கொண்ட வெகுளியான மனிதன்' ஆகியோரைப் போன்ற இவன் ஒரு நபர், உண்மையில் ஓர் உயிருரு. அந்த நல்ல மனிதனுக்கிருந்த தயக்கங்களும் மறைபொருள்களும் அற்ற அவனுடைய மறு அவதாரம் இந்த நபர். இப்படி ஒருவரைப் பார்ப்பது இனி அசாத்தியம். கடந்த ஒரு மணி நேரத்தில் நிறையப் பேர், குறிப்பாக அவன் இப்போது 'நல்ல மனது கொண்ட வெகுளியான ஆள்' என்று பெயர் சூட்டியுள்ளவரிடம் அவன் பேசிக்கொண்டிருந்த நேரத்தில், அவன் கதையைக் கேட்டு விட்டார்கள் என்று N. பயந்தான். அன்றைய நாளில், அவசியம் என்று உணராதபோது அவன் யாரிடமும் சொல்லவில்லை; நம்பலாம் என்று அவன் நினைத்தவரிடம் சொன்னான். இந்த ஒரு நபர் அன்றி அவன் கதையைக் கேட்ட பலர் இருந்தும் அவனைத் தொல்லைப்படுத்திய ஏதோ ஒன்றை அவனால் புரிந்துகொள்ள முடியவில்லை.

அந்தத் துண்டுத் தாளைக் கையில் படபடப்புடன் வைத்திருந்த N. அந்த எண்ணில் அந்த நபரைக் கூப்பிடத் தீர்மானித்தான். அவன் இன்னும் வீடுபோய்ச் சேர வாய்ப்பில்லை.. தேவாலயத்தை நோக்கி நடக்கத் தொடங்கினான். அங்கே அவன் பாதுகாப்பாக இருப்பான். வீட்டுக்கு அருகில் இருக்கும்போது அவர்கள் அவனைப் பிடித்தால் அது பெரிய பிரச்சனையாகிவிடும். தான் எப்போதுமே கொஞ்சம் மூடநம்பிக்கை உடையவன் என்பது N.க்குத் தெரியும். நல்லது, கெட்டது இரண்டுமே அவனைச் சேர்ந்தே ஒரேயடியாகத் தாக்கும்.

கொஞ்சம் முன்னால் அவன் மேற்கொள்ள இருந்த பாவ மன்னிப்பு குறித்து, அதனால் அவனுக்கு நல்லது கிடைக்க இருந்தும், சிறிது விநோதமாக உணர்ந்தான். அது இன்னும் அதிகமான மூடநம்பிக்கை என்று ஊகித்தான். ஆண்டவரின் கண்ணுக்குத் தெரியாத விரல்கள் வழியாகப் பிரச்சனைகளை நழுவ விடுவதைவிட அவற்றைக் காணாமல் போக்க மேலான வழி எதுவும் கிடையாது. இப்படி இருந்தும், மனித மட்டத்திலேயே உடனே, மிக எளிதாகப் பிரச்சனைகளைத் தீர்க்க முடியும். அவனிடம் தன் தொலைபேசி எண்ணைக் கொடுத்த நபர் இந்த மட்டத்தில்

பணியாற்றுபவர் – 'நல்ல மனது கொண்ட வெகுளியான ஆள்'தான் அவன். ஏராளமான தேய்வழக்குகள் N.இன் மனதை மொய்த்தன. அந்தத் தேய்வழக்குகள்தாம் அவனுடைய எல்லாச் செயல்களுக்கும் அடிப்படை என்று அவன் மனைவி சொல்வது வழக்கம். ஆனாலும் அவன் தேய்வழக்குக் குடும்பத்தில் நிறைய சந்ததிகள் என்று N. நினைத்தான். உனக்கு என்ன தெரியும் என்பது முக்கியமில்லை, யாரைத் தெரியும் என்பதே முக்கியம். சரியான ஆட்களைத் தெரிந்த சரியான ஆளை உனக்குத் தெரிந்தால் எதையும் செய்யலாம்! ஆகா, இவ்வளவுதான் விஷயம்: அவனிடம் தன் எண்ணைக் கொடுத்த அந்த நபர் திங்கள்கிழமை பற்றி 'கீச்' என்றுகூட சத்தம் விடவில்லையே!

அந்த சரியான ஆள் கொண்டிருந்திருக்கக்கூடிய மந்திரப் பண்புகளைக் குறித்து யோசித்தே N. பல கால் மணி நேரங்களின் பெரும் பாகத்தைச் செலவழித்தான்; சொர்க்கத்தைக் கீழே பூமிக்குக் கொண்டுவந்து பூமியைச் சொர்க்கத்தின் மட்டத்துக்கு உயர்த்தி அதனால் சொர்க்கம் பூமியாகவும் பூமி சொர்க்கமாகவும் இருக்கும்படி செய்ய அவனால் இயலும். இந்த மிகப் பொருத்தமான பகற்கனவின் இடையே கொஞ்சமும் பொருத்தமற்ற தேய்வழக்குகளில் ஒன்று திருட்டுத்தனமாக எங்கிருந்தோ அவன் மனதுக்குள் நுழைந்தது. 'நடப்பதெல்லாம் ஆண்டவர் சித்தம்.' அலுவலகத்தில் யாராவது சொல்லியிருப்பார்கள். மகிமை பொருந்திய ஆண்டவர் இவ்வளவு கடும் முயற்சி மேற்கொண்டு குண்டியை ஏன் கண்டுபிடித்தார் என்றோ ஒரு எந்திரத்துக்கான கழிவுக் குழாயைக் கொண்டிருக்கிறது என்ற உண்மையைத் தவிர அந்த வடிவமற்ற, பிரயோஜனமில்லாத ஒரு களங்கத்துக்கு, ஆண்டவர்தான் அதைப் படைத்தார் என்பதை நீங்கள் கற்பனை செய்யவே முடியாத ஒன்றுக்கு அவர் ஏன் அவ்வளவு முக்கியத்துவம் கொடுத்தார் என்றோ எப்போதும் ஆச்சரியப்பட்ட அதே ஆளாக இருக்கலாம். பிறகு வருத்தம் மேலிட தலையை ஆட்டுவான்: 'எந்த அதிகார வர்க்கத்தையும் போலவே மேலே இருக்கும் அதிகார வர்க்கமும் தன்னைப் பற்றியே அவ்வளவு உறுதிகொண்டதாக இல்லை போலத் தோன்றும்!...'

தொலைபேசிக் கூண்டு ஒன்றைக் கண்டான். ரொம்ப நேரம் ஒலித்தும் எதிர்முனையிலிருந்து எந்த மறுமொழியும் இல்லை. அரை மணி நேரத்தை சும்மா சுற்றுவதில் கழித்துவிட்டுத் திரும்பவும் கூப்பிட்டான். அதேதான் நடந்தது. தான் ஏமாந்துவிட்டோமா இல்லையா என்பதை அவனால் முடிவு செய்ய இயலவில்லை. சொர்க்கத்திலிருக்கும் ஆண்டவரை யாராவது தொலைபேசியில் கூப்பிட்டாலும் மறுமொழி இல்லாமல் எல்லாக் காலத்துக்கும் ஒலித்துக்கொண்டிருக்கும் என்று நினைத்தான், அங்ஙனமே ஆகுக. அவனால் இப்போது எதையும் செய்ய முடியாது என்பதற்கான அறிகுறி அது. இறுதியில் அந்தக் கடைசி நம்பிக்கைக் கயிறும் துண்டிக்கப்பட்டுவிட்டது...

அன்று மாலை தான் வர்ணனை செய்யப்போவதைத் தொலைக்காட்சிக் குழுவினரைக் கூப்பிட்டு நினைவூட்ட வேண்டும் என்பது N.இன் நினைவுக்கு வந்தது. அவசர உதவி கோரும் செய்தியை

கோம் ஒருவேளை கேட்டிருக்கக்கூடும். அப்படி இருந்தால், எவ்வளவுதான் வீட்டில் தங்க விரும்பினாலும், அந்தப் பணியைச் செய்ய ஒப்பந்தத்தில் கையெழுத்திட்டிருப்பதால் தன்னால் அப்படித் தங்க முடியாது என்பதை அவனிடம் சொல்வான். நகரத்துக்கு வெளியே அவர்கள் போகும் வழியில் பாலத்துக்குப் பக்கத்தில் ஜாலி ரோஜர் மதுவிடுதியில் அவர்களைச் சந்திப்பான். சந்திப்பை அங்குதான் திட்டமிட்டிருந்தார்கள். அவனை வீட்டிலிருந்து அழைத்துப் போவது எளிதானது என்றும் அவனுடைய சின்ன கார் ஜாலி ரோஜர்வரை வரும் தொந்தரவு தேவையில்லை என்றும் கோம் சொல்லியிருந்தான். அந்த மது விடுதியில் *N.*க்கு இன்னொரு சந்திப்பு இருந்ததால் எப்படியும் அங்கே போகவேண்டியிருந்தது.

கோமுக்கு அவசர உதவி கோரும் செய்தி போய்ச் சேரவில்லை என்பதை *N.* உடனே புரிந்துகொண்டான். அதுவும் நல்லதுக்குத்தான். மற்ற ஆட்களுக்கும் செய்தி கிடைக்கவில்லை என்பது *N.*க்கு உறுதியானது. இன்னொரு தேய்வழக்கை நினைவுபடுத்திக்கொள்ள அவன் ஐந்து நிமிடங்கள் செலவழித்தான்: எந்த ஒரு தொலைக்காட்சி நபரும் தன் நிகழ்ச்சியைத் தவிர, தன் நிகழ்ச்சியிலும் தன் பங்கு வரும் சிறு துணுக்கைத் தவிர வேறு எந்த நிகழ்ச்சியையும் எப்போதும் கேட்டதோ பார்த்ததோ கிடையாது. ஒரு பார்பரிடம் போய் முடி வெட்டிக்கொண்டு, சவரம் முடித்து, கழுவி, நல்ல தோற்றத்தைப் பெறுவதில் தனக்கு ஒன்றும் ஆட்சேபணை இல்லை என்று *N.* நினைத்தான். தன்னிடம் பணம் இல்லையென்பதையும் உடனே உணர்ந்தான். ஆனால், தேவையென்றால் அவர்கள் நகரத்தைவிட்டுப் போகும் முன்னால் கோம் அவனை சலூனுக்கு இட்டுச் சென்று வேலையை முடிக்கவைப்பான். செலவெல்லாம் பில்லில் சேர்க்கப்படும்…

சந்துகள் வழியாகக் குறுக்கு வழியில் *N.* ஜாலி ரோஜருக்குப் போனான். வர்ணனையை முடிக்கும் முன்பாகப் பிடிபட்டுவிட அவன் இப்போது விரும்பவில்லை. ஜாலி ரோஜர் பாதுகாப்பானது, ரொம்ப தொலைவிலும் இல்லை…

அந்தப் பெரிய ஆடம்பரமான காரில் அவன் உட்கார்ந்த போது கோம்–ன் காரியதரிசியான பொன்னிற முடி கொண்ட ஸ்க்விம்ஸி, அவளுடைய அதிகாரியான கோம் வடக்குக் காற்றால் உருக்குலைக்கப் பட்டவனைப் போல சிடுசிடுப்பான ஆள் என்று அவன் காதில் கிசுகிசுத்தாள். காலையிலிருந்து அவனே ஒரு குழப்பமான நெருக்கடியிலிருந்து மற்றொன்றுக்கு வீசியடிக்கப்பட்டிருக்கிறான்: பணமில்லை, பயம், முரண்பட்ட ஆலோசனை, அவநம்பிக்கை, விரக்தி: ஒவ்வொரு தேனீயும், தப்பித்து வெளியே செல்ல முடியாதவாறு சவப்பெட்டிக்குள் வைத்துப் பூட்டப்பட்டதாக அவன் கற்பனை செய்யும்வரை, பரபரப்பாக அதனதன் ஈடுபாட்டோடு அவனைக் குத்திக் கொட்ட முயன்றன. வேறு எதுவும் நடக்காத நேரத்தில், அலுவலகத்தில் உள்ள நண்பர்களிடமும் அண்டை வீட்டுக்காரர்களிடமும் காரின் அளவு, சொகுசு பற்றி அவர்கள் பொறாமை கொள்ளும்படி *N.* சொல்வான். அவர்களில் யாரும் எப்போதுமே அனுபவப்படாத வகையில், மயக்கும் அழகு கொண்ட

இந்தக் காரில் இப்படிக் கவர்ச்சியான ஒய்யாரத்துடன் உட்காருவதே ஒரு விதத்தில் சாதனைதான். அமைச்சருக்குக்கூட அவருடைய துறையில் இதைவிட மேலான ஒன்று கிடைக்காது. ஆவித்தோற்றம் போல, பேயுரு போல, அல்லது சாகசச் சின்னம் போல, கழுத்தில் அணிவிக்கப்பட்ட ஒலிம்பிக் பதக்கம் போல *N.* அதைத் தன் ஆளுமையின் விரிவாக்கமாகப் பார்க்கத் தொடங்கினான். ஒரு தடவை அலுவலகத்தில் அப்படிச் சொல்ல நினைத்த போது எரிச்சலூட்டும் புத்திகொண்ட ஒரு அரசாங்க அதிகாரி வசைத்துணுக்கு ஒன்றைச் சொல்லி அவன் வாயை அடைத்துவிட்டான்: 'அம்மாதிரியான சொகுசின் முழு மதிப்பைப் பெற உனக்கு இரண்டு பிருஷ்டங்கள் தேவைப்படும்.'

அவ்வப்போது, இந்தக் காரிலோ இது மாதிரி இன்னொன்றிலோகூட இருக்கும்போது, பகுத்தறிவுக்குப் புறம்பான ஒரு பயம் *N.*ஐப் பற்றிக் கொள்ளும். கார் சுருங்கத் தொடங்குவது போலவோ வரியால் கசக்கிப் பிழியப்பட்ட ஊழியன் வதங்குவது போலவோ அது தோன்றும்; அல்லது, நத்தையின் ஓட்டைப் போலத் தனக்குள் தானே மறைவது போலவோ ஊர்ந்து செல்லும் உயிரினத்தின் நொய்மையான கூட்டைப் போலவோ அல்லது, நொய்மையான சவப்பெட்டியின் மூடி – இந்த சவப்பெட்டியில் *Dainty's Dream*இல் விவரிக்கப்படும் நரகமோ வேறெதுவோ இல்லை, உண்மையில் எந்த சித்திரவதைப் பணியும் வழங்கப்பட்ட நரகமும் இல்லை – முடிவேயில்லாமல் சிறுகச் சிறுக அவன் மீது நெருக்கி மூடுவதைப் போலவோ அவன் கற்பனை செய்தான். வேறு சமயங்களில் இதைவிடத் தொந்தரவு தரும் பயம் அவனுக்கு உண்டாகும். எச்சரிக்கை எதுவும் செய்யாமல் திடீரென்று அவன் வாழ்வு முடிவதைப் போன்ற பயம், இனி நித்தியமாகச் சூழும் இருளே அவனுக்கான உண்மையான, ஒரே பிரசன்னமாக இருக்கும் என்ற பயம். அது ஒரு கையை அல்லது ஒரு பாதத்தை அல்லது ஒரு காலை அல்லது ஒரு கண்ணை இழப்பது போல...

இந்த பயம் இன்றிரவு அவனை அலைக்கழித்தது. அது ரொம்பவும் உண்மை: கோம் மிக மோசமான மனநிலையில் இருந்தான். அறுக்கும் ரம்பத்திலிருந்து மரச் சிராய்த்தூள் பறப்பது மாதிரி சபித்துக்கொண்டும் சிடுசிடுப்பாகவும் வசைமாரி பொழிந்தபடியும் இருந்தான். வேறு யாரும் வாயைத் திறக்கும் வாய்ப்பே அங்கே இல்லை...

'இந்தக் கண்றாவி சதுப்பு நிலத்தில், பீக் குழியில் இந்த நேரத்தில் நம் குண்டியைக் குந்தவைத்து வேலைபார்க்க வேண்டியிருக்கிறது; காரணம், யாரோ ஒரு குடிகார, தன் குறியையே சப்புகிற முட்டாள் பார்லிமெண்ட் உறுப்பினருக்கும்[3] அந்த ஆளுடைய பெண்குறிப் பாராளுமன்றத் தொகுதியின் தந்திரமான பெண்குறிக் கன்னிமாடத் துக்கும் இந்தக் கேவலமான இடமும் நேரமும்தான் பொருத்தமாக இருக்கின்றனவாம்,' என்றான் அவன்.

3. ஆங்கிலத்தில் TD என்று உள்ளது. Teachta Dala என்ற ஐரிஷ் பதத்தின் சுருக்கம். ஐரிஷ் பாராளுமன்றத்தின் கீழ்சபை உறுப்பினர் என்று பொருள். அந்தச் சபையின் பிரதிநிதி – Deputy – என்றும் அழைக்கப்படுபவர். Bootleg என்ற அவருடைய பெயரில் உள்ள கிண்டலைக் கவனிக்கவும். (தமிழ் மொ.பெ.)

பாதி விழிப்புக்கும் முழு போதைத் தூக்கத்துக்கும் இடையே இருந்த எல்லையைத் தாண்ட அவனுடைய தளர்ந்த உடலின் சுகமான சோம்பேறித்தனம் முயன்ற நேரத்தில், 'ஆமாம், சரிதான், நிச்சயமாக,' என்றான் *N.* 'பொருத்தமான ஆளால் அதைச் செய்யமுடியும்,' என்று அவன் சொன்னபோது அவனுடைய நாக்கையும் வாயையும் தவிர உடலின் மற்ற பாகங்களை விழிக்கும்படி அவன் கேட்கவில்லை.

'சம்பந்தா சம்பந்தமில்லாமல் என்ன மயிரு மாதிரி உளறுகிறாய்? வாந்தித் தொட்டியில் மூழ்குவது, மலக் குன்றில் தடுமாறி ஏறுவது இவற்றில் எது சௌகரியம் என்று நீ முடிவு செய்யும்வரை உன்னைத் தலைகீழாகத் தூக்கி எறிவேன்.'

N. விழித்தான். அவன் உடலின் எல்லாப் பாகங்களும் விழித்தன. ஸ்க்விம்ஸி அவன் கையைத் தன் கையில் பற்றியபோது அவன் உடலில் பாய்ந்த சிறு மின்சார அதிர்ச்சி அவனை அந்த நேரத்தில் உயிரோடு வைத்திருந்தது.

புது சூட் அணிந்தபடி அந்த பார்லிமெண்ட் உறுப்பினர் பூட்லெக் அவர்களுக்காகக் காத்திருந்தார். எந்த நேரத்திலும் எந்த இடத்திலும் எதையாவது சொல்லவேண்டியிருக்குமே அதை சலிப்பு உண்டாக்கும் வகையில் அந்த ஆள் சொல்லிக்கொண்டிருந்தார்.

'தொலைக்காட்சியில் அவர்கள் தோன்றினால் தரித்திரம் பிடித்த இந்த ஏழைகள் வாழ்வில் ஒரு பெரிய முன்னேற்றம் உண்டாகும்,' என்றார் அவர்.

அழகுநயமிக்க ஒரு தொப்பிமீது மனம்போன போக்கில் பறக்கும் ஒரு பறவை தன் எச்சத்தைப் படியவிடுவது போல கோம், தன் கையிலிருந்த சிகரெட்டின் அடித் துண்டைச் சுண்டி எறிந்தபடி, 'மற்றவர்க்கும்கூட,' என்றான்.

'முதல் காட்சியில் அவர்கள் எல்லாரையும் ஒன்றாகச் சேர்ப்போம்,' என்றார் பூட்லெக்.

கோம் சொன்னான், 'பாராளுமன்றப் பிரதிநிதியான பூட்லெக் அவர்களே, என்னை மன்னியுங்கள். சரியாகப் பார்த்தால், இது உங்கள் தொகுதித் தொழிலாளர்களின் உள்ளூர்ப் படமல்ல. இங்கே எல்லாவற்றுக்கும் நான்தான் பொறுப்பு . சதுப்பு நிலத்தின் பரப்பை, அதன் அளவு, நீளம், எவ்வளவு தொலைவுக்குப் போய் அது முடிகிறது என்றெல்லாம் காட்டப்போகிறோம். அப்புறம் அது எவ்வளவு ஆழத்துக்குப் போகிறது என்பதையும்தான் காட்ட வேண்டும். ஆனால் அந்த ஆழத்தின் பயங்கரங்களை கேமராவால் காட்ட முடியாது என்று நினைக்கிறேன். அந்த மாதிரி ஒரு கேமரா கிடைத்தால் பாராளுமன்றம் இருக்கும் லெய்ன்ஸ்டர் ஹவுஸின் ஆழத்தை அளந்துவிடலாம்; அதை அப்புறம் பார்த்துக்கொள்ளலாம். இப்போதைக்கு இந்தக் கணத்தில் இங்கே நடப்பதைக் கவனிக்கலாம். அதன் உள்பகுதியை அப்புறம்

பார்க்கலாம். நாம் இப்போது அதன் மேல்பகுதியைச் சுரண்டி எடுப்போம்.' கண்ணில் வன்மம் வெளிப்பட அவன் பூட்லெக்கை உறுத்துப் பார்த்தான். 'அதிருக்கட்டும், இப்போது முதலில் *N.* பேசட்டும்.'

பூட்லெக், 'இப்படி ஒருவேளை இருந்தால் நன்றாக இருக்குமோ என்று நினைத்தேன்,...' என்றார்.

'பாராளுமன்றப் பிரதிநிதியான பூட்லெக் அவர்களே, இங்கே எது நல்லது, எது நல்லதல்ல என்பதைத் தீர்மானிப்பவன் நான்தான்.'

கோம் இப்படி நேரடியாகப் பேச்சுக்குப் போன விதம் *N.*க்குப் பிடிக்கவில்லை. தன்னை வேலையிலிருந்து நீக்கவோ பணியிட மாற்றம் செய்யவோ அல்லது அப்படிச் செய்து பதவி நிலையைக் குறைக்கவோ அதிகாரமுடையவர் பூட்லெக் என்பது பற்றி அவன் கொஞ்சம் பயப்பட்டான். அவன் எல்லாருடனும் கொஞ்சம் முட்டாள்தனமாக நடந்துகொள்பவன் என்பது கோமுக்குத் தெரியும். ஆனால் நல்லவன். எப்போதாவது அவன் நடத்தை மோசமாக மாறினால் அவனுக்குப் பதிலாக முற்றிலும் புதிதாக ஒரு ஆளைத்தான் போடவேண்டியிருக்குமென்றும் பகுதிநேரப் பணியாள் சரிப்படமாட்டார் என்றும் தொலைக்காட்சியினர் அடிக்கடி நினைத்தார்கள் ...

'கேமரா இங்கே தயாராக இருக்கட்டும் ... இங்கே ... அப்புறம் இங்கே ... *N.*, ஏதாவது சில வார்த்தைகள் பேசு. குரலின் தர நிலையைச் சோதிக்கத்தான். இந்த சதுப்பு நிலங்கள் அயர்லாந்துக்கு எவ்வளவு முக்கியம், இதுவரை அவை எப்படி இருந்தன, இனிமேல் எவ்வாறு அவை மேம்படும் என்பதைப் பற்றி ஏதாவது பேசு ... ரெடி! ... நாங்கள் சோதிக்கும்வரை நீ பேசிக்கொண்டே இரு ...'

'இன்று வரையிலும் அயர்லாந்தில் ஜனங்கள் புல்கரி[4] வெட்டு கிறார்கள்.' அவன் சொன்னதில் அசாதாரணமாக எதுவும் இல்லை; ஆனால் *N.* 'இன்று' என்ற வார்த்தையில், வேறு யாரோ ஒரு நபர் அவன் நாக்கைத் தளர்த்துவது போலவும் வாயை அசைப்பதைப் போலவும், கொஞ்சம் கால நீட்டிப்பு செய்தது அந்த வார்த்தையை மாயத்தன்மை கொண்டதாகவும் எதிர்காலத்தை முன்கூறுவதாகவும் ஆக்கியது: 'ஆனால் திங்கள்கிழமை வரையிலும் புல்தரை எதுவும் புரட்டப்படாது, கல்லறை எதுவும் தோண்டப்படாது.'

'திங்கள்கிழமை வரையிலும் என்றா சொன்னாய், அல்லது வேறு நாள் வரையிலுமா? இரண்டுமே சரி, ஏன் அப்படிச் சொன்னாய்? ... திங்கள்கிழமை வரையிலும் என்றுதான் சொன்னாய், அப்படித்தான் ... ஆமாம், அதுதான் உண்மை, கல்லறை எதுவும் தோண்டப்படாது ... பூமி உள்ளவரை இல்லை! ஆனாலும், எப்படியானாலும் ...'

---

4. ஆங்கில வார்த்தை Turf. சேற்றுநிலப் பகுதியில் விழும் தாவரக் கழிவுகள் நாளடைவில் மட்கி பழுப்பு நிறத்தில் கட்டிதட்டிப் போகும். அதை வெட்டியெடுத்து வெயிலில் உலர்த்தி வீடுகளின் உட்புறத்தை வெதுவெதுப்பாக வைத்துக்கொள்ளவும் சமைக்கவும் எரிபொருளாகப் பயன்படுத்துவது கிராமப்புற அயர்லாந்து மக்களின் வழக்கம்

கோமின் வழிகாட்டலில் பிரச்சனை எதுவும் இல்லாமல் N. தன்னுடைய வர்ணனையைத் தொடர்ந்தான். மற்ற நேரங்களில் திரையில் பெரிய எந்திரங்கள் இருந்திருக்குமென்றும் அப்போது, அது நடந்தபடியே, அவை இல்லையென்றும் சலிப்பூட்டும் வகையில் அவன் ஏதேதோ பேசினான்:

தீர்க்கதரிசியைப் போல மேடைப்பேச்சின் உணர்ச்சியுடன், 'ஆனால் அவை திங்கள்கிழமை மீண்டும் இருக்கும்,' என்று N. சொன்னான்.

'நீயும் நீ பேசுவதும் நாசமாய்ப் போக! ஏதோ ஒரு வகையில், திரும்பத் திரும்பத் திங்கள்கிழமை என்று சொல்லும்படி உன் மண்டைக்குள் என்னதான் நுழைந்தது? திங்கள்கிழமை பற்றி என்னதான் உன்னை இப்படி எரிச்சலுண்டாக்குபவனாக மாற்றுகிறது? ஆனாலும் நீ சொல்வது சரிதான். வேறு ஏதோ ஒரு நாளைப் போல, நாம் ஒருவேளை வரவேண்டி இருந்தால், நாம் இங்கே திங்கள்கிழமை வரலாம். அப்படித்தான் நடக்கும். பூட்லெக்கின் குண்டி நக்கிகள், அவனை அண்டிப்பிழைப்பவர்கள், அவன் அல்லக்கைகள் ஆகியோரால் அன்றாட பேதியிலிருந்து ஒரு மணி நேரம்கூட அந்த ஆளை விலக்கிவைக்க முடியவில்லை. குறிப்பாக, இந்த நிகழ்ச்சியை அவனுடைய தொகுதி சதுப்புநில ஆட்கள் தயாரிக்க வில்லை என்னும்போது. ஆனால் N., திங்கள்கிழமை காலை நீயே இங்கே இருக்க முடியுமா என்பதில் எனக்கு நிச்சயமில்லை.'

திரும்பி வரும் வழியில் கோம் ஒரு வார்த்தையும் பேசவில்லை.

'திங்கள்கிழமை வரை ஒரு குறி வேலையும் இல்லை,' என்று, கேட்டவரையும் பார்த்தவரையும் மன வருத்தம் கொள்ளும்படி ஒரு அருவருப்பான இளிப்புடன் அவன் சொன்னான். 'மொத்தத்தையும் ரொம்ப மோசமாகச் செய்துவிட்டேன். பன்றியின் குண்டி, மிகக் கேவலமாக எடுக்கப்பட்ட படம். பூட்லெக் ஒரு வெட்டி ஆள். அவன் என் குண்டியை முத்தட்டும். அவனுடைய பழங்கால, பயங்கரமான குண்டி. யாருக்குத் தெரியும், இந்தக் கேவலமான சதுப்பு நிலத்திலிருந்து ஒரு கயவாளி சாகசக்காரனாக அந்த நாய் வளர்ந்திருக்கலாம்...'

இந்த வண்டைப் பேச்சு N.ஐ நிலைகுலைய வைத்தது. கோமின் உண்மையான உணர்வுகளைத் தெரிந்த யாராவது இதையெல்லாம் பூட்லெக்கிடம் சொல்லலாம். அல்லது ஒரு கிசு கிசு இன்னொன்றாக மாறிக் கடைசியில் பூட்லெக்கின் காதில் விழலாம். அமைதியும் நல்லெண்ணமும் நிலவவும் எல்லாரின் ஆதரவைப் பெறவும் பூட்லெக்கை எரிச்சலூட்டாமல் இருப்பது நல்லது என்று N. நினைத்தான். சதுப்பு நிலத்திலிருந்து அவர்கள் புறப்பட இருந்த நேரத்தில் அவன் கோமிடம் தன் எண்ணத்தைச் சொன்னவுடன் அவனைக் கொடூரமாகப் பார்த்தான்:

'அவனிடம் ஏற்கனவே உறைந்த மலக் கட்டிகள் இருந்தும் நான் பீய்ச்சியடிக்கும் மலமும் வேண்டுமென்று அவன் கேட்டாலும் கொடுக்க மாட்டேன். அப்படியொன்றும் அவன் அதைத் தேட வேண்டியதில்லை. அவன் செய்ய வேண்டியதெல்லாம் அவனுடைய மூத்திர விந்து ஆளுமையைப் பார்த்துக்கொள்வதுதான்...'

ஸ்க்விம்ஸியை அவளுடைய வீட்டில் இறக்கிவிட்ட பிறகு வேகமாகக் கிளம்ப ஆரம்பித்த கோம், கதவருகில் N. அவளோடு பேசிக் கொண்டிருந்ததைக் கேட்டதாக உணர்ந்தான்.

அவனுடைய வழக்கமான பாணியில் கோம் தகாத முறையில், 'உள்ளே உட்கார்கிறாயா, இல்லை இறங்கிவிடுகிறாயா?' என்று N.இடம் கத்தினான். 'வெளியே போகிறாயா? சரி, ஒழிந்துபோ!...' கார்க் கதவை அறைந்து சாத்தினான் கோம். தன்னையும் அவன் 'நித்திய இருட்டு'க்குள் அறைந்து தள்ளிவிடுகிறான் என்று N. தனக்குள் சொல்லிக்கொண்டான்.

ஓவென்று வெடித்து அழவேண்டும்போல N.க்குத் தோன்றியது. அன்றைய நாளில் அவன் ஏன் எதுவுமே செய்யவில்லை? ஒரு சொட்டுத் தண்ணீர் வேண்டி தாகத்தில் தவிக்கும் ஒருவன் தண்ணீரைக் கண்டும் தன் கைகளை எங்கோ விட்டுவிட்டு வந்ததையும் அந்த இடம் எது என்பதை முற்றிலும் மறந்துபோனதையும் கண்டதைப்போல அவன் தன்னை எதற்கும் பயனற்றவனாக உணர்ந்தான்.

'என் மனைவி இறந்துவிட்டாள்,' என்று ஒரே மூச்சில் திடீரென்று ஸ்க்விம்ஸியிடம் சொன்னான். அவளிடம் சொல்லவேண்டும் என்று உணர்ந்தபோது அதைச் சொன்னான்.

கதவைத் திறந்து அதை லேசாக ஒருக்களித்து வைக்கும்போது, 'N., நீ இரக்கத்துக்குரியவன்,' என்றாள். அப்புறம் அவனிடம் திரும்பவும் சொன்னாள்:

'படிக்கட்டில் சத்தம் எழுப்பாதே... சொல், N., ரொம்ப வருந்துகிறாயா?' என்று கதவுக்கருகே இருக்கும் ஸ்விட்சைத் தடவியபடி சொன்னாள். பதிலுக்காகக் காத்திருக்காமல்: 'இன்று காலை முதலே நீ எதுவும் சாப்பிட்டிருக்க மாட்டாய், குடித்தும் இருக்கமாட்டாய் என்று நினைக்கிறேன் – இருந்தாலும் அதிகமிருக்காது. இன்று இரவு அது வெளிப்படையாகத் தெரிந்தது. உண்மையில் உனக்காக நான் வருந்தினேன். நீ என்னை நம்புவதில்லை. உன் கண்கள் அவற்றின் குழிகளுக்குள் மறைந்துபோய்விட்டன. யாரோ ஒருவரின் வார்த்தைகளை உச்சரிக்கும் எவரோ ஒருவர் போல நீ பேசும் விதம் இருக்கிறது. கோம் மிகக் கேவலமானவன், பெரிய புடுங்கி என்று அவனுக்கு நினைப்பு. அவன் பூட்லெக்கை சதுப்பு நிலத்தின் கயவாளி என்றோ அல்லது அது மாதிரி வேறேதோ சொல்லிக் குறிப்பிட்டான்தானே? அதைப் பதிவிலிருந்து அவன் நீக்க வேண்டியிருக்கும். அவனை மொத்தமாகக் குற்றம் சொல்லவும் முடியாது. அவனுக்கு நல்ல மனசுதான். ஒன்றுமே தெரியாத முட்டாள்கள் அவனுடைய வேலையில் குறுக்கிட்டால் அவனுக்குக் கண்மண் தெரியாத கோபம் வருகிறது. ஒரு நிமிஷம் பொறு, உனக்கு ஒன்று வைத்திருக்கிறேன்.'

கத்தியையும் முள்கரண்டியையும் சுற்றி சாண்ட்விச்சுகள் அவன் முன்னால் மலைபோலக் குவிக்கப்பட்டிருந்தன.

நிரம்பி வழியும்படி அடுக்கி வைக்கப்பட்டிருந்த அலமாரியிலிருந்து ஒரு ஜின் பாட்டிலை வெளியே எடுத்த அவள், 'எனக்கும் கொஞ்சம் ஊற்று. முதலில் குடி, அப்புறமாகச் சாப்பிடு. அதுதான் நல்லது. ஒரு பாட்டிலில் ரொம்பக் குறைவாக எலுமிச்சைச் சாறு இருக்கிறது. ஆனால் அதை டீயில் கலந்துவிடலாம்.'

'எது தேவையோ அது உன்னிடம் எப்போதும் குறைவில்லாமல் இருக்கிறது.' எதையாவது சொல்லவேண்டுமென்று உணர்ந்த அவன் வாயிலிருந்து இந்தச் சொற்றொடர் தாவிக் குதித்தது. உணவும் மதுவும் உதவி செய்ய, சற்று நேரத்தில் வேறு சில சொற்றொடர்களும் தேய்வழக்குகளும் சரளமாக வந்தன.

'நீ செய்யும் உதவியால் கொஞ்சம் நெகிழ்வாக உணர்கிறேன்.'

'அவள் இறந்துபோயிருந்தாலும்கூட,' என்றாள் ஸ்க்விம்ஸி.

இந்த மாதிரியான ஒரு விஷயத்தோடு போராட அவனுக்கு உண்டாகியிருந்த நிறை போதை அவனை அனுமதிக்கவில்லை. ஆனாலும் அன்று நடந்த சம்பவங்களைச் சொன்ன அவன், அவளிடம் தான் பணம் எதுவும் இரந்து பெற முயல்கிறோம் என்ற எண்ணம் அவளுக்கு உண்டாகாதவாறு சூட்டிகையுடன் பேசினான். அவன் விரும்புவது எது என்பதும் ஆனால் அது அவனுக்கு ஒருபோதும் கிடைக்காது என்பதும் அவனுக்கு நன்றாகத் தெரியும். ஸ்க்விம்ஸி ஒரு முன்கூட்டியே தேதியிட்ட காசோலை போன்றவள் என்றும் பொது ஜனத் தொடர்பு அலுவலர்களிடமும் தொலைக்காட்சித் துறைக்கான குணங்களைக் கொண்டு அதில் நுழைய முயல்பவர்களிடமும் சில தந்திரங்களைப் பயன்படுத்தி அந்த முட்டாள்களைத் தனக்கு மது வாங்கித் தரவைப்பதில் வெற்றியடைபவள் என்றும் கோம் எப்போதுமே சொல்வான். அதே சமயம் அந்த மாதிரியான ஆட்கள் குறைந்துகொண்டே வருகிறார்கள் என்பதையும் அவள் ஒத்துக்கொள்வாள். எப்போதும் ஒரு வார நோட்டீஸில் அறையைக் காலிசெய்ய வேண்டுமென்று சொல்லிக்கொண்டே யிருக்கும் அவளுடைய இரக்கமற்ற வீட்டு உரிமையாளரிடமிருந்து அவளைக் காக்க N. அவனுக்குரிய கட்டணத்திலிருந்து பெரும் பகுதியை எடுக்கவேண்டியிருந்தது.

N. தன் வாழ்க்கையைச் சிந்தித்துப் பார்த்தான். அதைப் பற்றித் தெரிந்துகொள்ள வாசகர்கள் விரும்புவார்கள். ஆனால் அதை அவனால் பிரசுரிக்க முடியுமா? அப்படிப் பிரசுரித்தால் அவன் மனைவியின் சகோதரிகள் அவனைக் கோர்ட்டுக்கு இழுத்துத் தங்களையும் அவனையும் அவமானப்படுத்துவதோடு கோர்ட் செலவுகளையும் அவனிடமிருந்து அநியாயமாகப் பிடுங்கப் பார்ப்பார்கள். வழக்கமாக இருப்பவை போல அல்லாமல் அவள் கண்கள் கொஞ்சம் உயிர்ப்பற்றவையாக மாறி யிருப்பதைக் கவனித்தான். ஒரே ஒரு சொட்டு எலுமிச்சைச் சாறுதான் மீதமிருந்தது. டீ தயாரிக்க அவர்கள் மெனக்கெடவில்லை. ஸ்க்விம்ஸியை வெறித்துப் பார்த்த ஜின் அவளைத் தொந்தரவுக்குள்ளாக்கத் தொடங்கியது.

கடைசியில் அவன் இடுப்பைப் பற்றிய அவள், கிளாஸை அவனுடைய உதடுகளை ஒட்டி வைக்கும்படி சொன்னாள். அவள் கண்கள் இதற்குள் முழுக்க மூடியிருந்தன. பின் திடீரென்று எழுந்த அவள் வீட்டில் அணியும் நெகிழ்வான தன் அழுக்குக் காப்பு மேலாடையைக் கழற்றி எறிந்தாள். வேறு எந்தச் சரியான பெயரையும் அந்த ஆடைக்கு யோசிக்க முடியாத N. அதைக் 'கேடயம்' என்றே அழைத்தான். 'அதை ஏன் "கேடயம்" என்று அழைக்கிறேன் என்று தெரியவில்லை; உன் ஆடையை அழுக்கிலிருந்து காக்க இருக்கலாம்; அப்புறம், கற்பைக் காக்கும் கச்சையாகச் செயல்புரியும் அளவுக்கு அது பயமுறுத்துவதாகவும் தோன்றலாம், அப்படித்தான் அது என்று இல்லாத பட்சத்தில்.'

படுக்கை விரிப்புகளை ஒதுக்கி வைத்துவிட்டு தன் நீலநிறக் கால்சட்டையை முழங்கால்களைச் சுற்றி இறக்கிவிட்டாள். முழங்கால்களை மேலே தூக்கிக்கொண்டு பின் நோக்கிச் சாய்ந்து படுத்தாள். படுக்கையின் பக்கவாட்டில் உட்கார்ந்த அவன் இன்னொரு மிடறு மதுவை கிளாஸில் ஊற்றினான். அவன் அதை அவள் உதடருகே கொண்டுவந்தபோது லேசாக வெடித்து இருமினாள். அவள் சுவாசம் திரும்பவும் இயல்பு நிலைக்குத் திரும்பியது. சீப்பைத் துழாவிக் கண்டுபிடிக்கக் கையை நீட்டினாள், அல்லது அப்படிச் சொன்னாள்; ஆனால் அவன் கையைப் பற்றியதில் அது முடிந்தது.

அந்த நல்ல மனிதன் பல மாறு வேடங்களில் சுற்றியலைந்த வெளிஸையும் அதன் நீர்க் கால்வாய்களையும் N.இன் அரைப் பிரக்ஞை கற்பனை செய்தது. ஒரு புதுத் தீவின் கரை சேர மாலுமி ஒருவனைத் தேட முயலும் கொலம்பஸைப் போல அவன் உணர்ந்தான். கடலின் அடியிலிருந்து கூக்குரல் எழுப்பும் ஒரு பரிதாபமான, அதிர்ஷ்டம் கெட்ட ஒருவனாகவே அவனால் நினைக்க முடிந்த ஒரு முதிய மாலுமியைப்போல (Ancient Mariner) அவன் ஆனான்: 'போலீஸில் சரணடைவதைவிட உனக்கு வேறேது வழி?' பிறகு அந்தத் திகிலிலிருந்து தப்பிய அவன் சமுத்திரத்தில் தன்னந்தனியாக சிறு படகில் அலையும் ஒரு மாலுமியாகத்தான் ஆனான். அதைத் தன் கதையில் சேர்த்த வேண்டும் என N. நினைத்தான். அப்புறம் அவன் ஒரு பாலைவனத் தீவுக்கு வந்தான். கரையில் கால் வைத்ததும் அவன் வடிவம் மாறியது – அவன் ஒரு பச்சை மனிதனாக ஆனான்! ஆனால் அவன் இன்னொரு மாற்றத்துக்கும் உள்ளானான். எப்போதும் அவன் N. ஆகவே இருந்தான். கீழ்த்தரமான, அதீத பாலியல் வேட்கைகொண்ட, பேராசை பிடித்த, சோம்பேறித்தனமான, கோபமுடைய, காமம் நிரம்பிய அந்த N. அந்த நல்ல மனிதன் அவன்தான்! அந்தத் தீவு முழுதும் அவனுக்கு மட்டுமே சொந்தம். ஆசையூட்டலுக்கோ அவன் பேதைமையை அழித்தலுக்கோ இட்டுச் செல்லும் தீங்கும் பாவமும் நிரம்பிய மனிதக் கப்பல் எதுவும் சுற்று வட்டாரத்திலேயே இல்லை. அவனுக்கே சொந்தமான, நல்ல, பண்பான மனித நேயத்தையும் அதைப் பற்றி எல்லாக் காலத்திலும் சுகமாக நினைப்பதையும் தவிர யோசிக்க வேறேதும் இல்லை! அவனுடைய நல்ல சிந்தனைகளில் குறுக்கிட பணமோ மதுவோ கோபமோ கேவலமான நோக்கங்களோ இல்லை.

அவனுக்கே அவற்றில் சலிப்பு உண்டாவது வேண்டுமானால் நடக்கலாம்! இந்தப் புனிதத் தீவிலிருந்து துரத்தப்பட்டு, பாவக் கடலில் மீண்டும் பயணித்து, விவேகத்தின் சீரழிந்த, தீய தீவுக்குத் திரும்பும் கெட்ட மனிதனாக ஆனால் அவனுக்கு நல்லதாக இருக்கலாம் . . .

பயணம் செய்துகொண்டிருந்த கப்பலிலிருந்து பொன்னிற மூடுபனியினூடே அவன் பார்த்துக்கொண்டிருந்தான்;

வேல்பரைசோ[5]விலிருந்து வந்தது ஒரு கப்பல்

விரிகுடாவில் அதன் பாய்கள் சுருட்டப்பட்டன

எப்படி இவ்வாறு தண்ணீர் தன் மனதை ஆட்டிப்படைக்கிறது என்பது *N.*க்குப் புரியவே இல்லை. புனிதத் தீவைக் கைவிட்ட குற்றத்துக்கு *Dainty*இல் சொல்லப்பட்ட ஒரு வகை தண்டனை. தண்ணீர், எங்கு பார்த்தாலும் தண்ணீர், தண்ணீரின் பெரும் பரப்பு. அதில் அவன் குறுக்கும் நெடுக்குமாகப் பயணம் செய்கிறான். அவன் உடலில் ஏதோ ஒட்டிக்கொண்டிருக்கிறது: கூடுதல் கைகால்களைப் போல, கயிறுகள், உத்தரங்கள், படகிலிருந்து பாய்கள், வேறென்ன?

உறக்கத்தின் பொன்னிறக் குளங்களின் மேல்

பொன்னிறப் பாய்மரக் கழிகளோடு போனது நீண்டகாலம் முன்பு

---

5. Paradise Valley என்று ஸ்பானிஷ் மொழியில் பொருள். சொர்க்கத்தின் பள்ளத்தாக்கு. அட்லாண்டிக் பெருங்கடலிலுள்ள ஒரு துறைமுகம். இதைத் தொடர்ந்து ஒரு புனிதப் பறவை, பழங்காலக் கடலோடி ஆகியோர் குறித்த தொன்மம் மறைமுகமாகக் குறிப்பிடப்படுகிறது. தென் துருவத்தை நோக்கிப் போகும் கப்பல் ஒன்று புயலில் சிக்கிய பிறகு குளிரும் பனிமலைகளும் சூழ கடலில் ஸ்தம்பித்து நிற்கிறது. ஆல்பட்ராஸ் என்ற பறவை தென்பட்டு காற்று அடிக்கிறது. கடலோடிகளுக்கு நம்பிக்கை பிறந்து பயணம் தொடர்கிறது. அதில் ஒரு முதிய மாலுமி என்ன காரணம் என்று தெரியாமலேயே அந்தப் பறவையை அம்பெய்து கொன்றுவிடுகிறான். பிறர் அது ஆபத்தின் அறிகுறி என்று அச்சமடைய, பனிப்படலம் நீங்கிப் பயணம் தொடர்கிறது. ஒரு கட்டத்தில் காற்று நின்றுபோய் பல நாள்கள் உயிர்ப்பற்ற கடலில் கப்பல் சிக்கிக்கொள்கிறது. பறவையைக் கொன்றதற்கான தண்டனை என்று கடலோடிகள் கருதுகிறார்கள். இறந்த பறவையை அந்தக் கடலோடியின் கழுத்தில் கட்டித் தொங்கவிடுகின்றனர். கடும் தாகத்தில் பேசக்கூட முடியாமல் எல்லாரும் அவதிப்பட, பறவையைக் கொன்றவன் தன் உடலின் ஒரு பாகத்தை வெட்டி அதில் கொப்பளிக்கும் இரத்தத்தைக் குடித்துவிட்டு உரக்கக் கத்தி காற்றே இல்லாமல் தூரத்தில் போகும் கப்பலின் கவனத்தை ஈர்க்கிறான். அதில் மரணமும் மரணத்தில் வாழும் வாழ்வும் பயணிக்கின்றன. பின்னது பறவையைக் கொன்றவனின் ஆன்மாவை வெல்கிறது. பிற கடலோடிகள் அனைவரும் ஒருவர் பின் ஒருவராக இறந்து விழுகின்றனர். தப்பிய அவன் கப்பலுக்கருகில் தண்ணீர்ப் பாம்புகள் நீந்துவதைக் காண்கிறான். கடவுள் படைத்த எல்லா உயிர்களையும் மதிக்க வேண்டுமென்ற ஆன்மீக உணர்தல் அவனுக்கு ஏற்படுகிறது. கடவுளைப் பிரார்த்திக்கிறான். கழுத்திலிருந்த பறவை கழன்று கடலுக்குள் விழுகிறது. மதிமயக்கம் அடைகிறான் அந்தக் கடலோடி. விழித்த பின் இறந்தவர்கள் உயிர் பெறுகிறார்கள். அதன் பிறகு அவன் தன் கதையைப் பார்த்தவர்களிடமெல்லாம் சொல்ல வேண்டும் என்ற கட்டாயத்துக்கு உள்ளாகிறான். இந்தத் தொன்மத்தை பிரிட்டிஷ் கவிஞர் கோல்ட்ரிஜ் (1772–1834) The Rime of Ancient Mariner என்ற கவிதையாக மாற்றியிருக்கிறார். ‘painted ship,’ ‘water, water everywhere, nor any drop to drink’ போன்ற தொடர்கள் இக் கவிதையில் வருகின்றன. சற்று முன்பும் தொடரும் N.இன் எண்ணங்களிலும் அதன் சாயல்கள் தென்படுவதைக் காணலாம். (தமிழ் மொ.பெ.)

நீலநிறக் கடலின் இரவுக்குள்

பின் நட்சத்திரங்களில் கண்டடைந்தது தன் பழங்கதையை.

அவன் அவற்றைக் கண்டடைவான். அவன் வாழ்க்கையின் கதையில். ரேடியோவில், தொலைக்காட்சியில். ஏன் அவன் செய்யக்கூடாது? இந்த நாறும் சதுப்பு நிலத்தைக் காட்டிலும், அயர்லாந்து என்னும் கேவலமான இடத்தைக் காட்டிலும் அவன் கதை மகிழ்ச்சியளிக்காதா? அதைப் படிக்க இருந்த நேரத்தில் யாரோ அவன் பிடரியைப் பிடித்தார்கள் – பூட்லெக், குண்டிக் கால், அருவருப்பான தவளைக் காட்டான். புட்டத்தில் வாங்கிய உதை உடம்புக்குள் நுழைந்தது போல அவனை ரேடியோவுக்கு வெளியே விழவைத்தது! அட நாயே! குண்டிக் காலே, முட்டித் தள்ளுகிறாயோ! உன் குறியின் மேல் விரிசல் விட்ட ஆணுறை, பூட்லெக்! நாயே!...

N.க்கு சுய நினைவு திரும்பியது. ஒரு கனவைப் பற்றிய லேசான ஞாபகம் மட்டுமே அவனுக்கிருந்தது. ஆனால் அதில் வால்பரைசோ வந்தது அவனுக்கு நன்றாகத் தெரிந்திருந்தது. எழுந்த போது ரேடியோ வடிவம் ஒன்றை ஒழுங்கமைக்க முயலும் உணர்வு பீறிட்டது. முழு பிரக்ஞையும் வந்தபோது வேல்பரைசோ அப்படி ஒன்றும் மோசமில்லை என்று தோன்றியது. அவனுடைய தொலைக்காட்சி நிகழ்ச்சியை அந்தப் பசப்புக்கார பூட்லெக் தணிக்கை செய்வதாக இருந்தால் வேறு உத்திகளையும் திட்டங்களையும் அவன் யோசிக்க வேண்டியிருக்கும். தூக்கத்தின் நிழல்கள் அவன் மீது படரத் தொடங்கிய போது ‘ஆபரணம் போல ஜொலிக்கும் அந்த இருளடர்ந்த நகர’த்தை – பணப்பையைப் பறிப்பவர்களும் ஜேப்படி திருடர்களும் நிரம்பிய நகரம் – எப்படி தான் வர்ணிப்போம் என்று அவன் கற்பனை செய்ய முயன்றான்.

அது நிம்மதியான தூக்கமாக இல்லை. எதையோ தேடியவாறு கால்வாய்க்குள் பார்த்த அவனால் பிறகு இன்னொரு தடவை கண்களை மேலே உயர்த்த முடியவில்லை. ஒரு கருந்துளையிலோ அருவி விழும் குறுகிய பாறை இடுக்கிலோ மாட்டிக்கொண்டிருந்தான். தான் ஏன் அப்படி மாட்டிக்கொண்டிருக்கிறோம் என்பதை அவனால் புரிந்துகொள்ள முடியவில்லை. ஒருவேளை சிறுநீர் கழிக்க வேண்டியிருக்கலாமோ. விருப்பத்துக்கு மாறாக அவனை அவர்கள் வைத்திருப்பதற்குத்தான் அதிக வாய்ப்பு.

அவனுக்கு மேலே ஒருவன், பூட்லெக்கைப் போல அவன் இருந்தான், அவனுடைய ஆன்மாவை ஒருபோதும் விற்கக்கூடாது என்று N.ஐ அச்சுறுத்தவும் எச்சரிக்கவும் செய்துகொண்டிருந்தான்.

இருந்தாலும், அங்கே அவன் இருப்பது எப்படி நடந்ததோ, அப்படி இங்கே இப்போது அவன் இருக்கிறான்; எப்படி வெளியேறுவது என்பது அவனுக்குப் புலப்படவில்லை. ஒரு காலைத் தூக்கியவுடன் அடுத்தது வலுவாக மாட்டிக்கொண்டது. அப்புறமாக எந்தத் துளையிலிருந்தும் எந்தக் காலையும் அவனால் எடுக்க முடியவில்லை. அந்தச் சேற்றுத்

துளையிலிருந்து அவனைப் பிடுங்கியெடுக்கும் நபருக்கு எவ்வளவு தகுமோ அதைத் தரத் தயாராக இருந்தான். உத்திரவாதமாகத் தன் பணப்பையை எடுத்துக் காட்டினான். ஆனால், அந்த ஆள் அவன் பணப்பையை, அதற்குள் இருந்த எல்லாவற்றோடும், பறித்துக்கொண்டு ஓடிவிட்டான்! அந்தத் துளைக்குள் இன்னும் ஆழமாக வழுக்கி, நழுவி தான் போய்க்கொண்டிருப்பதை உணர்ந்தான். அங்கே ஒரு உண்மையான, சிடுசிடுப்பான பெண் சவப்பெட்டியில் கிடத்தப்பட்டிருக்கிறாள், தலை நரைத்து, பெருத்த புட்டத்துடன். கொழுப்புச் சதை என்ற அளவில் ஒப்பிட முடியாத ஒரு தசை வள திடீர் மினுக்கத்துக்குப் பக்கத்தில் N. படுக்க இருந்தான். அதே போல, அந்தத் தசை வள திடீர் மினுக்கம் வின்சென்ட் த பால் அமைப்பிலிருந்து வந்த அந்த மனிதனுக்கு இருளான மினுக்கமாக ஆனது. ஆனால், முழுக்கவும் அல்ல. சதுப்பு நிலத்தின் மங்கலின் ஊடாகவும் அழுக்குப் பகுதியின் முகத்தின் வழியாகவும் பாதிரியாரை N.ஆல் அடையாளம் காண முடிந்தது. அதிக நேரமில்லாததால் வந்து பாவ மன்னிப்புக் கேட்டு ஆண்டவரோடு சமாதானம் ஆகும்படி N.ஐப் பார்த்து அவர் கத்தினார். எதிர்பார்த்ததைப் போலவே, கை விலங்குகள் சடசடக்க ஒரு போலீஸ்காரனைப் போல அவர் கிட்டே வந்துகொண்டிருந்தார்...

N. திடுக்கிட்டு எழுந்தான். ஸ்க்விம்ஸியும் எழுந்திருந்தாள்: 'நடந்தது உனக்குத் தெரியுமா? பள்ளிக்கூடத்தில் என் புத்தகங்களில் இருந்த எல்லாக் கவிதைகளையும் நீ ஒப்பித்தாய்... நீ உதிர்த்த உளறலுக்கும், கேவலப் பேச்சுக்கும் கோம் என்ன வேண்டுமானாலும் கொடுப்பான்... எனக்கு அது தெரியாது... N., அதை நீ கேட்காதே... அந்தப் பேச்சின் ஒவ்வொரு துணுக்கு, அப்புறம் பூட்லெக் குண்டிக் கால். பிறகு வின்சென்ட் த பால், ரட்சண்ய சேனை, பாதிரியார்கள், குதிரைகள், குண்டிகள்...

அதைப் புரிந்துகொள்ளவும் பூமிக்கு அவனைத் திரும்ப அழைத்து வரவும், ஸ்க்விம்ஸியின் சௌந்தரியமும் சரசமும் நிரம்பிய உதடுகளின் மேல் ஒரு நீண்ட உணர்ச்சிகரமான கூடுகை அவனுக்குத் தேவைப்படும்.

அவனுக்குள்ளிருந்த பழைய, இன்ப வேட்கை வஸ்து அவனுக்கு ஒரு வகை புலன்தெளிவைக் கொடுத்தது. அறையின் மூலைகளில் பிரகாசம் இருட்டை அடித்துக்கொண்டிருந்தது. சூரிய ஒளி அறையைக் கொஞ்சம் குளிப்பாட்டும்வரை N. நகரவில்லை. பிறகு படுக்கை விரிப்புகளை ஸ்க்விம்ஸின் நீண்ட கால்களுக்குக் குறுக்கே போர்த்தினான். ஆர்வத்துடன் விளையாண்ட அந்தக் கால்கள் தற்போது, வெளிறிய காலை நேர பனித்துளியின் பேய்த்தோற்ற வெண்மையில் படுக்கை விரிப்புகளிலிருந்து பிரித்தறிய முடியாதபடி இருந்தன.

அவை மற்ற விஷயங்களைப் பற்றி யோசிக்கும்படி அவனைச் செய்தன; பெரும்பாலும் அவை வெறுப்பு உண்டாக்குபவை: பல்பொருள் அங்காடியிலிருந்த ஹீட்டர், வெளிறிய, குழைவான காளான்கள், பிரேதத்தின் அருகே வைக்கப்படுவதற்காகப் பல ஆண்டுகளாகச் சேமித்து வைக்கப்பட்ட, வலுவிழந்த மெழுகுவர்த்திகள், புதிதாக இழைக்கப்பட்டபோது உண்டான மரத் துகள்களை இன்னும் வைத்திருக்கும் மரத் துண்டுகள்

அல்லது பலகைகள். சத்தான உணவை ஸ்க்விம்ஸி சாப்பிடுவதில்லை என்பது மிக வெளிப்படையாகத் தெரிந்தது. சம்பளத்தை என்னதான் செய்தாள்? குடியிருக்கும் வீட்டு உரிமையாளர்க்கு மூக்கால் அழுதுகொண்டு கொடுத்ததோ கடைகளில் தாராளமாகச் செலவு செய்ததோ இல்லை. துணிமணிகளுக்கும் செலவு செய்தது மாதிரி தெரியவில்லை; பெரும்பாலான நேரம் பாதி உடம்பு தெரியத்தான் உடுத்துகிறாள். குடிக்கும் செலவு செய்ததில்லை. குடிக்கிறாள்தான், ஆனால், சொந்தப் பணத்தை அதற்குச் செலவழித்ததில்லை.

தொலைக்காட்சி நிகழ்ச்சிகள் குறித்த நினைவை *N*.ஆல் அகற்ற முடியவில்லை. அவன் கனவுகளில் எங்கோ தோன்றிய ஒரு சவப்பெட்டி பற்றிய மங்கலான ஞாபகம் வந்தது. இது கொஞ்சம் சங்கடமான விஷயங்களைக் கொண்டுவந்தது. ஸ்க்விம்ஸியை எழுப்பாமலேயே அவளுடைய உடையைச் சரிசெய்தான். மிச்சமிருந்த ஜின்னைக் குடித்துத் தீர்த்தான்; கூரான கம்பி ஒன்று அவன் குடலைக் குறுக்காக உரசிக் கிழித்த மாதிரி இருந்தது. கடும் தேநீர் தயாரித்து அதை ஒரே முழுங்கில் குடித்தான்; மூச்சைத் திரும்பப் பெறும்வரை உடம்பைக் குலுக்கிக்கொண்டான். எல்லாவற்றையும் மீறி அவனுக்கு நிம்மதியான தூக்கத்தைக் கொடுத்த அந்தப் பெரிய, சௌகரியமான படுக்கையின் மீதாவது பார்வையைச் செலுத்த விரும்பினான். ஸ்க்விம்ஸியைப் பார்க்க தான் ஏன் விரும்பவில்லை என்று அவனுக்கு உண்மையில் தெரியவில்லை. மரப் பலகையின் நிறம் அவளுக்கு; கவனமுடன் சிவப்பாக்கப்பட்ட ஒப்பனைக்குக் கீழ் உள்ள வெளுக்கப்பட்ட மங்கல் ஒளியின் தோற்றத்தை இதுவரை அவன் கவனித்ததே இல்லை. அவன் தலையை அவன் தோள்களுக்கு மேலே நடனமாட வைத்தது அந்த ஜின்தான் என்று சொல்லிக் கொண்டான். மாடிப்படி வழியே தடுமாறி, சத்தமில்லாமல் இறங்கியவன் கதவைக் கவனத்துடன் மூடினான்…

காலைநேரத்தில் வீசிய இளங்காற்று அவன் தலையிலிருந்து போதை யின் கசடை விலக்கித் தள்ளியது.

சுற்றியும் யாருமே இல்லாத அந்தப் புறநகர்த் தெருவில் தான் மட்டுமே இருந்ததைக் கண்ட அவனுக்கு, அன்றைய காலை நன்றாக விடிந்து தெருவில் ஆள் நடமாட்டம் இன்னும் கூடி வரும்வரை தான் ஸ்க்விம்ஸியின் இடத்தை விட்டு வந்திருக்க வேண்டியதில்லை என்பது உறைத்தது. சும்மா சுற்றிக்கொண்டிருந்த போது ஒரு போலீஸ்காரர் மீது மோதியது பற்றி அவன் அதிகம் கவலைப்படவில்லை. இரவு வெகுநேரம் குடித்துவிட்டு வீட்டுக்குத் தடுமாறியபடி போகும் ஆள் என்பதை அவர் புரிந்துகொள்வார். போலீஸ்காரர் பொறாமைகூட படுவார்: அவரைத் தவிர மொத்த உலகமும் குடித்துவிட்டுப் பாலுறவில் ஈடுபட்டிருக்கும். ஜன்னலை உடைக்க முயல்வது அல்லது கன்னிகாஸ்திரீ மடத்துச் சுவர் மீது சிறுநீர் கழிப்பது, மலம் கழிப்பது என்று யாராவது மோசமான குற்றத்தைச் செய்யும்போது கையும் களவுமுமாகப் பிடித்தாலொழிய யாரைப் பற்றியும் அதிகம் அக்கறைப்படாத அளவுக்கு இப்போது அவர் சோர்வடைந்திருப்பார். கடைசியாகச் சொன்னதைச் செய்பவனைப்

பெரும்பாலும் நன்றாக மொத்திக் கொஞ்சம் மலத்தை வெளியேற்றிவிட்டுப் போகவிட்டுவிடுவார்.

காரில் இருந்த போலீஸ் அதிகாரிகளே பிரச்சனை. யாரையாவது கேள்வி கேட்டு அவனைத் தூக்கிச் சிறையில் போடுவதற்காகத் தங்கள் புட்டங்களைக்கூட அசைக்க வேண்டிய அவசியம் அவர்களுக்கு இல்லை. தாங்களும் வேலை பார்க்கிறோம் என்று சும்மாவாகிலும் அவர்கள் காட்ட வேண்டும். தங்கள் பகுதியில் கொலையோ திருட்டோ அடிதடியோ அல்லது வன்புணர்ச்சியோ நடந்திருந்தால் அவர்கள் அதைப் பார்த்திருக்க வேண்டும்; ஆனால், அவர்கள் பார்த்திருக்க மாட்டார்கள். பணி நேரம் முடியும் வேளையில்தான் அவர்கள் பரபரப்பார்கள். அதற்குள் அவர்கள் சிலரையாவது கைதுசெய்திருக்க வேண்டும்.

சீக்கிரமாகத் தொலைவான இடத்துக்குப் போகவேண்டி கார்களால் பின்தொடர முடியாத குறுகிய சந்துகள் ஊடாக *N.* பதுங்கி நழுவினான். அவன் கால்களால் தொடர்ந்து நடக்க முடியும்போது, முழுக்கத் தெளிவாக இல்லாவிட்டாலும் ஏதோ ஒரு முடிவு அவன் பார்வையில் தென்பட்ட மாதிரி இருந்தது. யாராவது ஒருவர் அவனைத் தாமதப்படுத்த முயலும் வாய்ப்பைத் தவிர்க்க அதிகம் தாமதம் செய்யாமலும் அதே சமயம் வேகமாக நடக்காமலும் அவன் போய்க்கொண் டிருந்தான். இன்று அவனுக்கு யாராவது பிரச்சனையை உண்டாக்கினால் நேற்றையதைவிட நிலைமை மோசமாக இருக்கும். நேற்றைய பாவங்கள் அந்த நாளினுடையவை மட்டுமே; இன்றையவை இரவின் இறுதி வரைக்கும் போனவை. நேற்று போல தான் முழுக்கக் குற்றமற்றவன் என்று அவன் உணரவுமில்லை.

சந்துகள், முட்டுச் சந்துகள், இரண்டு பக்கச் சுவர்களுக்கிடையேயான குறுகிய வழிகள் என்ற அடர்த்தியான புதிர்ப் பாதையமைப்பின் ஊடாக தன் பயணத்தின் முடிவை அவன் கற்பனை செய்துகொண்டிருந்தான். அவனுக்குத் தேவைப்படுவது அந்த 'நல்ல மனது கொண்ட வெகுளியான மனிதர்' – அவர் யாராக இருந்தாலும் சரி. எல்லா நேரத்திலும் அவர் அங்கேதான் இருக்கிறார். என்ன, அவரைத் தேடிக் கண்டுபிடிக்க வேண்டும். உரிய நேரத்தில் அவரைக் கண்டுபிடித்தால், நிச்சயம் அவர் அவனுடைய ரட்சகராக இருப்பார். இன்று அவனுக்கு அதிர்ஷ்டமில்லாத நாள் என்று யார் சொன்னது? நேற்று செய்ய முடியாத ஏதோ ஒரு பெரிய விஷயத்தை இன்று அவனால் செய்ய முடியாது என்று யார் சொன்னது? ஆண்டவர் உங்கள் பக்கத்தில் இருக்கும்போது உங்களால் செய்ய முடியாதது எதுவும் இல்லை.

தான் தறுதலையாக இருந்த காலத்துக்காக வருந்தி ஆண்டவரிடம் *N.* பிரார்த்தித்தான். இன்னும் மோசமான ஆளாகக்கூட தான் இருந்திருக்கலாம் என்பதை அவன் அறிந்தே இருந்தான். உதாரணமாக, இந்தப் பரந்த உலகத்தில் அது ஒன்றுதான் ஒருவருக்கிருந்த எல்லாமும் என்றான பணப்பையை அவரிடமிருந்து அவன் திருடியிருந்தால்? விதவைகளிடம் குரூரமாக நடப்பவர்களுக்குப் பிரத்யேக தண்டனையை

ஆண்டவர் உறுதியளித்திருக்கிறார்... வேறெவரையும்விட ஆண்டவர் அதிகம் புரிந்துகொள்பவர் என்று ஸ்க்விம்ஸி அவனிடம் சொல்லி யிருக்கிறாள். தொலைக்காட்சியில் வரும் விளம்பரத்தை ஒருவர் கண்டு கொள்ளாததைப்போல ஆண்டவர் கொஞ்சமும் பொருட்படுத்தாத பாவங்கள் பல உண்டு; ஆனால், எப்படி என்றே உங்களுக்குத் தெரியாது, அவருடைய ஆண்டவர் அலைவரிசையில் திடீரென்று ஏதாவது ஒன்று தோன்றி அவரை ஈர்த்துவிட்டால் கவனிக்க ஆரம்பித்துவிடுவார், மூக்கு விடைக்க, கண்கள் விரிய, உதடுகள் எச்சில் வடிக்க, எதற்கும் தயாராக... எல்லாரும் சொல்வது போல, ஆண்டவருக்கும் ஸ்க்விம்ஸிக்கும் நல்ல புரிதல் இருந்தது. ஆனால், உண்மையில் அவளை நம்ப முடியாது. அவள் ஜின் குடித்ததால் N.க்கு அவளிடம் ஏதோ எதிரான உணர்வு இருந்தது. முந்தைய இரவு எல்லாம் நல்லபடியாக நடந்தது உண்மைதான். அவனுக்கு சாப்பாடு, மது, இருக்க இடம், மற்ற எல்லாமும் அவள் கொடுத்தாள். அவளில்லாவிட்டால் இதற்குள் அவனைக் கைது செய்து சிறையில் அடைத்திருப்பார்கள்.

கிளைச் சாலைகள், சிறு தெருக்கள் ஊடாக நடந்துகொண் டிருப்பதில் ஏதோ காரணத்தால் எந்த முன்னேற்றமும் ஏற்பட்ட மாதிரி தெரியவில்லை. அவையெல்லாம் கார்களுக்கானவை. இந்த நேரத்தில் போலீஸ்காரர்களுக்கான பாதையில் தன்னை இருக்க வைத்துக்கொள்வது என்ன கண்றாவிக்காக? ‘நல்ல மனது கொண்ட வெகுளியான மனித’ரின் உதவி. அவரைத் தேட வேண்டுமென்பதையும் அவரைச் சந்திக்க முடிகிற இடத்தில் இருக்க வேண்டுமென்பதையும் தன் மனதின் இடுக்குகளில் அவன் பூட்டி வைத்திருந்தான். முந்தைய மாலையில் அந்த நல்ல மனிதரைச் சந்தித்த அந்தப் பாலத்தை நோக்கித் தான் போய்க்கொண்டிருக்க வில்லை என்பதில் அவனுக்கு முழு உறுதியில்லை. அவர் இங்கிருக்கலாம், அங்கிருக்கலாம், வேறெங்கு வேண்டுமானாலும் இருக்கலாம் . . .

முன்னும் பின்னுமாக சுற்றிலுமாக இருந்தார் அவர்

நீர்க் குழாயின் மீது ஏறிக்கொண்டிருந்தார் அவர்

ராட்டினத்தில் ஏறி உலகைச் சுற்றினார்

ஆனால் திரும்பி வந்தார் முன்னிருந்த இடத்துக்கு..

எந்த இடத்திலும் அவரைச் சந்திக்கலாம், அல்லது எங்கிருந்து வேண்டுமானாலும் அவரைக் கூப்பிடலாம்.

அப்புறமாக அவரைக் கூப்பிடலாம் என்று N. நினைத்தான். ஆனால் ரொம்ப தாமதமாகிவிடவும் கூடாது. அவர் போய்விடுவார். பாக்கெட்டுகளுக்குள் துழாவினான். அவர் எண் அகப்படவில்லை. அது ஸ்க்விம்ஸியின் வீட்டில் விழுந்திருக்கலாம் என்ற எண்ணமே அவனை எரிச்சலடைய வைத்தது. ஸ்க்விம்ஸி, உண்மையில், அவனுடைய பாவத்தின் சந்தர்ப்பம், அழிவார்ந்த பலவீனம், ஜின்னும் குழப்பபடியும் மற்ற பிறவும் சேர்ந்தவள். திடீரென்று மின்னல் மாதிரி ஒரு விஷயம் அவனுக்குத் தோன்றியது. ஸ்க்விம்ஸியின் வீடோ வேறு இடமோ அந்த எண்ணோடு எந்தத் தொடர்பும் கொண்டது அல்ல. எல்லாமும் அவை இருந்த

மாதிரியேதான் இருந்தன. மளிகைக் கடைக்காரருடைய, டாக்டருடைய, அல்லது ஈமச் சடங்குப் பொறுப்பாளருடைய எண் ஒருவருக்குக் கிடைப்பது போல அது அடி மாடு வாங்கும் வியாபாரி கைக்குப் போய்விடக் கூடாது. அந்த நல்லவர் பிரத்யேகமானவர். N.இன் துணிச்சல் கொஞ்சமும் தளரவில்லை. ஏற்கனவே அவனுக்கு ஒரு நல்ல மனிதரையும், அப்புறம் ஸ்க்விம்சியையும் அனுப்பிய உன்னத ஆண்டவர் அவன் பாதையில் இன்னும் பலரையும் அனுப்பலாம். அவர்களைத் தேடிப் போவது உண்மையில் கால விரயம். நம்பிக்கையோடு, நடப்பதை சகித்துக்கொண்டு காத்திருந்தால் அவன் என்ன செய்ய வேண்டும் என்று சொல்லும் ஒருவரை ஆண்டவர் அனுப்பி வைப்பார். பிறகு வீட்டுக்குப் போய் சரிசெய்ய வேண்டியதையெல்லாம் சரிசெய்வான். மிகமோசமான நிலை ஏற்பட்டால் நேற்று இட்டுக்கட்டிய அதே சாக்கை இன்றைக்கும் அவனால் பயன்படுத்த முடியும்.

இன்றைக்குக் காலையில் பார்த்ததிலேயே பெரிய சாலை ஒன்றை அடைந்தான். அது எது என்று அவனால் அடையாளம் காண முடிய வில்லை. பெரிய பூங்கா ஒன்றும் சாலையின் முடிவில் அவனுக்கு எதிர்த்தாற்போல கவனத்தை ஈர்க்கும் வீடு ஒன்றும் இருந்தன. பூங்கா முழுக்க அங்கங்கே மரங்களும் குத்துச் செடிகளும் புதர்ச் செடிகளும் தென்பட்டன. ஒரு புதருக்கு அல்லது குத்துச் செடிக்குக் கீழ் ஒளிந்துகொண்டு இந்தக் குறிப்பிட்ட ஞாயிற்றுக்கிழமை காலைக்கு நகரம் விழித்துக்கொள்ளும்வரை காத்திருப்பது அவனைப் போன்ற ஒருவனுக்கு ஒரு அருமையான வாய்ப்பு என்று N. நினைத்தான். அவனுக்கு இருந்தவற்றிலேயே அதுதான் மிகச் சிறந்த தெரிவாகப் பட்டது.

பூங்காவின் சுற்றெல்லையை மெதுவாக நடந்து கடந்த அவன் தாவிக் குதிக்கும் அளவுக்கு உயரம் கம்மியான ஒரு இடத்தைக் கண்டான். புதரை அவன் மிக நெருக்கத்தில் பார்க்கவில்லை. தேவையானால் சாலையிலிருந்தோ அந்த வீட்டிலிருந்தோ பார்த்தால் தெரியாதபடி அவனை ஒளித்து வைக்கும் அளவுக்கு இலைகள் நிறைந்ததாக அது இருந்தால் போதும். தப்பிக்கும் இந்த முயற்சியில் மறைந்து திரியும் குற்றவாளியைப் போல இதுவரை அவன் உணர்ந்ததேயில்லை! அலுவலகத்தில் அவர்கள் என்ன இழவையெல்லாம் சொல்வார்கள்? அவனை வேலையிலிருந்து நீக்கிவிட சிலர் நிச்சயம் விரும்புவார்கள். எப்படியோ, இதுதான் அவன் செய்ய வேண்டியது. புதருக்குக் கீழ் இப்படிப் பதுங்கி இருக்கும்போது, அதிகாலைப் பனித் துளியும் காலைக் குளிரும் வெப்பத்தைத் தடுத்த அடர்ந்த இலைதழைக்குக் கீழ் அவன் இருந்த ஈர நிலமும் அவன் உடம்புக்குள் ஒரு நடுக்கத்தை உண்டாக்கின. ஒரு பக்கம் தலையை வெளியே நீட்டினான். சூரியன் கிழக்கில் உதிக்கும் போது அதன் பிரகாசமான கண் அவனைப் பார்த்து அங்கே கண் சிமிட்டும்.

குளிரும் கவலையும் ரொம்ப நேரம் நீடிக்கவில்லை. சோர்வுற்ற, விறைப்பான அவன் கைகால்களைப் பரிவின் எண்ணெய் தடவி இதமாக வருடுவது போன்று பாதுகாப்பின் கதகதப்பான அணைப்பு ஒன்று அவனைச் சூழ்ந்ததை விரைவில் உணர்ந்தான். ஸ்க்விம்ஸி ஒரு பக்கம், அவன் கனவுகளில் அலைந்த பிணந்தின்னிப் பேய்கள் இன்னொரு பக்கம்

என்று இருந்ததால் நேற்று இரவு அவனுக்கு சரியான தூக்கம் கிடைக்க வில்லை. மறுகட்டமைப்புக்கு உட்படுத்த அவன் விரும்பிய அந்தக் கனவை மீண்டும் கொண்டுவர முயன்றான். அதைக் கிறுக்கி வைக்க வாய்ப்பு கிடைக்கும்வரை நினைவில் வைத்திருக்க வேண்டும். கப்பலில் வேல்பரைசோவுக்குப் போவதற்கோ அல்லது அங்கிருந்து வருவதற்கோ தன் தூக்கத்தின் ஒரு பகுதியை அவன் செலவழித்தான். அது உண்மை இல்லையென்பதுதான் அதில் இன்னும் பரிதாபம். அது கிட்டத்தட்ட எல்லாவற்றையும் சரிசெய்யும். ஆனால் அந்தக் கப்பலுக்கென்று பிரச்சனைகள் இருந்தன. காற்றும் அலையும் இல்லாத கடலுக்குள் அது நுழைந்துவிட்டது. உயிர்ப்பற்று, தாமிர வானத்தின் கீழ் வெப்பமுற்று, வண்ணம் பூசப்பட்டு இருந்த அந்தக் கடலை நோக்கிப் போனதைப் போல இருந்ததால் எளிதாக எழ முடியாத மந்தமான தூக்கத்துக்குள் எல்லாரும் அமிழ்ந்தார்கள். ஆனால் அது அமைதியான தூக்கமில்லை. அவன் பணப்பையைப் பறிக்கப் புகைபோக்கி வழியாக நீளும் நீண்ட, பயமுறுத்தும் அந்நியக் கை ஒன்றை N.ஆல் உணர முடிந்தது. தூக்கத்தில்கூட தான் பயத்தில் பயங்கரமாக நடுங்குவதை N.ஆல் உணர முடிந்தது. ஆனால், தன்னைச் சுற்றி தன் உடலையே இன்னும் இறுக்கமாகப் போர்த்திக்கொள்ளும் ஸ்க்விம்ஸிதான் அது. அவனுக்கு முன்னால் மடங்கி, வளைந்த ஒரு பிரேதம் இருந்த படுக்கையை அவன் பார்த்தான். அதன் கண்களை அவனால் பார்க்க முடியவில்லை. ஆனால், ஈர மணலின் வெற்று வண்ணத்தை அடைந்திருந்த முகத்தை அவனால் பார்க்க முடிந்தது. அவன் கண் முன்னாலேயே அந்த மணல் குறிப்பிட்ட வண்ணத்தைப் பெறத் தொடங்கியது – அது கறுப்பாக மாறிக்கொண்டிருந்தது. சுற்றிலும் பெண்கள் சிலர் நின்றுகொண்டிருந்தார்கள். அவர்களில் ஒருத்தி படுக்கை யிலிருந்த கண்களைத் தன் விரலால் சுட்டிக் காட்டினாள். இப்போது அவை முன்பு இருந்ததைவிட உயிர்ப்புடன், மிகத் தெளிவாக இருந்ததாக அவன் நினைத்தான். அவள் உயிரோடு இருந்தபோதேகூட அவை ஒடுங்கிய, சிறிய கண்கள்தாம்.

‘இனிமேல் அவை எப்போதும் மூடாது,’ என்று குற்றம் சாட்டிய விரல் சொன்னது. ‘அவற்றைச் சரியான நேரத்தில் மூடாததே காரணம். அவர்களால் அவள் உடம்பை நேராக்கவும் முடியாது. அவள் முழுக்க முறுக்கிக்கொண்டுவிட்டாள். எப்படி அவர்கள் அவளை சவப்பெட்டிக்குள் கிடத்துவார்கள்? … இப்போது பிரத்யேகமான ஒன்றைத்தான் செய்ய வேண்டியிருக்கும். இப்படி மொத்தைக் குவியலாக இருக்கும் அவளைக் கிடத்தப் பொருத்தமான சவப்பெட்டியைச் செய்யவே முடியாது.’

‘அவளைச் சிறு துண்டுகளாக்கி, அங்குலம் அங்குலமாக நகர்த்தி,’ என்று சொன்ன இன்னொருத்தி N.ஐப் பார்த்துக்கொண்டே வெறிச் சத்தத்துடன் சிரித்தாள். ‘அவள் எலும்புகளைக் கடகடவென்று ஆட்டி சின்ன துண்டுகளாக்கிவிட்டால் எந்தப் பெட்டியில் வேண்டுமானாலும் அவை பொருந்திவிடும்.’

பெரிய உலோகச் சம்மட்டி ஒன்று அவனை நோக்கிச் சுழன்று வருவதாகவும், ஆனால் அவன் பின்னால் நகர்ந்து தலையைத் தாழ்த்தி அதிலிருந்து தப்புவதாகவும் N. கற்பனை செய்தான்.

முதலாமவள் சொன்னாள், ‘தன் அப்பாவிடமிருந்து பணம் பெற்றுக்கொண்டு எங்கோ போய் நிறைய செல்வம் சேர்க்க அல்லது தன்னைத் தானே அறிந்துகொள்ள முயன்ற ஊதாரி மகனைப் பற்றி நாம் எல்லாரும் கேள்விப்பட்டிருக்கிறோம். அவன் எவ்வளவுதான் மோசமானவனாக இருந்தாலும் அவன் மனைவி இறந்த அதே இரவில் அவன் ஒழுக்கமில்லாத பெண்களைத் துரத்தவோ விபச்சாரிகளைத் தொந்தரவுக்குள்ளாக்கவோ இல்லை.’

புதர் வேர்கள் ஊடாக மறைந்திருந்து பார்த்த சூரியன் அவன் கண்ணைக் கூசச் செய்ய தூக்கம் சட்டென்று அறுபட்டு விழித்த N. தன் பக்கத்தில் ஸ்க்விம்ஸி படுத்திருப்பதாக, கொஞ்ச நேரத்துக்கேனும், நினைத்தான். சூரியன் அன்றி, உற்சாகம் நிரம்பிய இன்னொரு கண் அவனை வெறித்துப் பார்த்துக்கொண்டிருந்தது. அந்த மனிதரின் கையில் ஆடிக்கொண்டிருந்த நீண்ட தடியை வைத்து அவர் ஒரு வகைப் பாதுகாப்பு அதிகாரி என்று ஊகிப்பது சிரமமாக இல்லை.

அந்த நபரின் இறுக்கமான பிடியிலிருந்து தன் தோளை விடுவிக்க விரயமாக முயன்ற N., ‘ஹாய், என்னை போலீஸ்காரர்களிடம் ஒப்படைக்கமாட்டீர்கள்தானே?’ என்றான்.

‘என்ன செய்ய உத்தேசிக்கிறாய்?’

‘போலீஸ்காரர்களிடமிருந்து தப்பிக்க.’

‘என்ன குற்றம் செய்தாய்?’

‘என்ன குற்றம் செய்தேன்?’

‘என்ன நினைத்துக்கொண்டிருக்கிறாய்? என்ன செய்தாய்? அப்பட்டமாகத் தெரிகிறதே. உன் முகத்திலேயே எழுதியிருக்கிறது. உன் கால்சட்டையின் முன்புறத் திறப்பு உன் வாய்வரை திறந்திருக்கிறது.’

உண்மைதான். ஸ்க்விம்ஸியின் வீட்டிலிருந்து கிளம்பும்போது ஜிப் போட மறந்துவிட்டான். ‘ஐயா, நல்லவரே, இது பங்குத் தந்தைக்குக்கூட நடக்கலாம்…’

அந்தப் பாதுகாப்பு அதிகாரி, இரவுக் காவலர், ஒரு உறுமல் சத்தத்தை வெளியிட்டார். அவன் சொன்னதை ஒத்துக்கொண்டதாகவோ மறுப்பதாகவோ அந்த உறுமல் இருக்கலாம். அவர் எதுவும் பேசவில்லை.

‘சார், நான் சொல்வதெல்லாம் உண்மை. தப்பாக எதுவும் நான் செய்யவில்லை. தப்புக் காரியங்கள் எனக்குத்தான் செய்யப்பட்டன. உதாரணமாக, நேற்று திருட்டுக்கொடுத்துவிட்டேன்.’

‘அப்புறம் ஏன் போலீஸிடமிருந்து தப்பி ஓடுகிறாய்?”

‘ஆமாம், உண்மைதான். அவசர உதவி கோரும் செய்தி வெளியாகியுள்ளது…’

‘நேற்று ஏதோ கேள்விப்பட்டேன். மனைவி இறந்துபோன ஒரு ஆளைப் பற்றிய விஷயம்.’

‘வீட்டுக்குக் கூட்டிக்கொண்டு போக போலீஸ்காரர்கள் என்னைத் தேடுகிறார்கள்.’

என்ன செய்கிறோம், என்ன எதிர்பார்க்கிறோம் என்பதைத் தெளிவாகப் புரிந்துகொள்ள கொஞ்சம்கூட குறிப்பு தராத அளவுக்குக் கவலையும் தளர்ந்துபோன கைகால்களும் இருந்தாலும் அவன் அந்த இரவுக் காவலருக்குத் தன் கதையைச் சொல்ல முயன்றான்.

‘எப்படியிருந்தாலும் நீ இங்கே சுற்றிக்கொண்டிருக்க முடியாது,’ என்றார் அந்த இரவுக் காவலர். ‘அதோ அங்கே இருக்கும் கட்டடம் நகரத்தின் பல்வேறு பகுதிகளில் வேலை பார்க்கும் இளம் பெண்களுக்கான விடுதி. சூரியன் மேலே ஏறி வரும்போது காலைநேர வெளிச்சத்தில் அவர்களில் ஒருத்தி ஜன்னல் வழியே தற்செயலாக உன் கால்சட்டையின் பெரிய முன் திறப்பு அவளை வெறிப்பதைப் பார்ப்பது பெரிய அதிசயமாக இருக்கும் என்பது நிச்சயம்... ஏய், இந்த இடத்தில் நான் பிடிக்கும் முதல் ஆள் நீதான் என்று நினைக்காதே. ஆனால், தூங்கிக்கொண்டிருக்கும்போது அவர்களில் பெரும்பாலானவர்களை நான் பிடிப்பதில்லை. அதற்குப் பின்னால் திருச்சபை குருமார் பயிற்சி மாணவர்களுக்கான விடுதி ஒன்று இருக்கிறது. விடுதிக்கு முன்னால், இந்தக் கட்டடத்துகுப் பின்னால், ஒரு வாயில் உள்ளது. நான் செய்யும் முதல் வேலை இந்த வாயிலை ஒவ்வொரு இரவும் பூட்டுவதுதான். அப்படியும்கூட ஒரு சாமர்த்தியசாலி என்ன ஆனாலும் சரியென்று அதைத் திறந்துவிடுகிறான். ஆசை காட்டும் இந்தக் கைகாரிகளுக்கு சில தந்திரங்கள் உண்டு. தங்கள் இருப்பிடத்தின் பின்னாலிருந்து அவ்வப்போது விளக்கு அடிப்பதன் மூலம் அந்தப் பயிற்சியாளர்களுக்கு சைகை காட்டுகிறார்கள். ஜன்னல் வழியாக ஏற முயலும் கயவாளிகளில் ஒருவனை அடிக்கடி பிடிக்கிறேன். அந்தப் பெண்கள் செய்வது மோசம் என்பது ஒருபுறம் இருக்க, அவர்களில் சிலர் அழகாகவும் இருக்கிறார்கள், அவர்களில் பலரும் மத நிந்தனையாளர்கள், உண்மையான கருப்புப் புராடெஸ்டண்ட் மத நிந்தனையாளர்கள். ஜன்னல் வழியே போன குருமார் பயிற்சி மாணவன் ஒருவனின் விரைகளைப் போனவாரம்தான் பிடித்தேன். அவனை வெளியே இழுத்தேன். ஒன்றும் சொல்லாத அவன் என் தொண்டையைப் பிடித்தான். நானே சொல்லிக்கொண்டாலும், நானும் ஒரு காலத்தில் முரட்டு இளைஞனாகத்தான் இருந்தேன். ராணுவத்தில் நான் சாம்பியன். அதுவுமன்றி, ஆணிகளைப் போல உறுதியானவன்; *The Midnight Court*[6] இன் எல்லா வார்த்தைகளையும் அடிமாறாமல் என்னால் உரக்க ஒப்பிக்க முடியும்...’

---

6. Brian Merriman (1747-1805) என்ற ஐரிஷ் கவிஞரின் 1000 வரிக் கவிதை. ஐரிஷ் இலக்கியத்தின் ஆகச் சிறந்த நகைச்சுவைக் கவிதை. திருமணம் செய்துகொள்ள விரும்பாத இளைஞர்கள், தாறுமாறான பாலுறவு நாட்டம் கொண்ட இளம் பெண்கள், பாதிரியார்கள் மணம் புரிந்துகொள்வதைத் தடுக்கும் மத நியமத்தை ஒழித்தல் போன்றவை தொடர்பான கவிதை. (தமிழ் மொ.பெ.)

உண்மையில் அது ஏதோ மோசமானதாகத்தான் இருக்க வேண்டும் என்பதைத் தவிர அது குறித்து அவனுக்கு ஒன்றுமே தெரியாவிட்டாலும்கூட, 'ஓ, ஆண்டவரே, உங்களுக்கு அது தெரியுமா?' என்று N. கேட்டான்.

'ஆண்டவர் சத்தியமாக உண்மை என்னவென்றால், அதைச் சொல்லச் சொல்லி, அதை எழுதித் தருமாறு கெஞ்சி பெண்கள் என்னைப் படாத பாடு படுத்துவார்கள். ஆனால், இந்த வேலை கிடைத்து விட்டதால்...' என்று இரவுக் காவலர் சொன்னார்.

'எப்படியோ அந்த மாணவனைச் சரியாகக் கையாண்டிருக்கிறீர்கள். அவனுக்கு வேண்டும்தான்,' என்றான் N.

'அன்பானவனே, நான் மட்டும் அதைச் செய்திருக்காவிட்டால் நீயும் சரி, வேறு யாரும் சரி, நானுமேகூட நம்பமாட்டோம். அவன் என்ன செய்தான் என்று நினைக்கிறாய், அவன் புட்டத்தை என்னை நோக்கித் திருப்பினான் என்றா? ஏசு மீது சத்தியம். ஜன்னல் மீது தொப்பென்று உட்கார்ந்து, அதைக் கீழே இழுத்து உள்பக்கமாகப் பூட்டிக்கொள்கிறான். அவனைக் காட்டிக் கொடுப்பதா வேண்டாமா என்ற ஊசலாட்டத்தில் ராத்திரி பூராவும் இருந்தேன். அப்படிச் செய்திருந்தால் அது பெரிய களேபரம் ஆகியிருக்கும். எனக்கு நானே சொல்லிக்கொண்டேன், 'ஆகா, அவன் அங்கேயே இருக்கட்டும். பெரிய வித்தியாசம் ஒன்றும் இருக்காது. காலையில் போய் அவனுடைய தலைவரிடம் சொல்லிவிடலாம்...' ஆனாலும், என் பிடியிலிருந்து அவன் தப்பித்தது விசித்திரமாக இருந்தது. ஒரு வேளை அவனைப் பார்த்து நான் கொஞ்சம் பயந்துபோயிருக்கலாம். அந்த முயற்சியில் வெற்றி பெற தெய்வ சக்தி ஏதும் அவனுக்கு இருந்திருக்குமோ? அடுத்த நாள் காலை போய் அவன் நுழைந்த ஜன்னலைத் தட்டினேன்.

'தேவையான அளவு பாலுறவும் தங்குமிடமும் உனக்குக் கிடைத்திருக்குமே,' என்றேன் நான். அவன் வெளியே வருகிறான். பிடித்து ஒரு பெரிய மொத்து விட்டேன். செம்மறியாட்டுக் குட்டி மாதிரி அமைதியாக இருந்தான். நனைந்ததால் பயப்படும் நாய்க்குட்டி போல மெதுவாக நடந்து இருப்பிடத்துக்குப் போனான். 'இனிமேலும்கூட நீ தாறுமாறான செயலில் மும்முரமாக ஈடுபடுவாய்; அதில் சந்தேகமே இல்லை,' என்கிறேன் நான். 'இப்படி ஒரு நபர் புனித ஆண்டவரின் பாதிரியாராக ஆக அனுமதிக்கப்படுவதைப் பற்றி யோசித்துப் பார். ஆண்டவர்தான் நம்மைக் காக்க வேண்டும்! எனக்குப் புரியவேயில்லை. அப்புறம் எனக்குப் புலப்பட்டது. சமயப் பணிக்காக இந்த ஆள் ஏதாவது ஒரு வெளிநாட்டுக்குப் போவான்; எப்படியும் கறுப்பர்கள் சிலருக்குப் பிடித்தமானவனாக ஆவான். தங்களுடைய இளம் வயதில் இன்பக் களியாட்டங்களில் ஈடுபட்டதற்காக வாழ்க்கை பூராவும் வருந்திய புனிதர்கள் பலர் இருந்திருக்கிறார்கள். யாருக்குத் தெரியும், ஒரு வேளை அவன் தனக்குப் பிறகு பிரயோஜனமுள்ள எதையாவது விட்டுச்செல்லக் கூடும் – அந்த அளவு அவனுக்கு ஆயுள் உண்டு – இன்னொரு இளம் பாதிரியார்... ஆனால் இவ்வளவுதான் உனக்குச் சொல்வேன். இப்போது

நடந்துகொண்டிருப்பது புதிதா இல்லையா என்பது எனக்குத் தெரியாது. அதைப் பற்றி நான் யோசிப்பதைக்கூட ஆண்டவர் மன்னிப்பாராக! திருமணம் செய்துகொள்ள பாதிரியார்களை அனுமதிக்க வேண்டும் என்று நினைக்கிறேன். அப்படி நடக்காதவரை என்னைப் போன்ற இரவுக் காவலர்களுக்கு ஒரு போதும் நிம்மதி கிட்டாது. ஒன்றில் அதைச் செய்ய வேண்டும், அல்லது அவர்கள் எல்லாரையும் காயடிப்பதற்கான சட்டம் ஒன்றை நிறைவேற்ற வேண்டும்... ஒவ்வொருவனின் விரைகளையும் அகற்ற வேண்டும். ஆண்டவர் என்னை மன்னிப்பாராக! போப்பைக்கூட உன்னால் நம்ப முடியும் என்று எனக்குத் தோன்றவில்லை, அவருடைய பேச்சையும் தாண்டி...'

இந்தப் பேச்சு, N.ஐப் பற்றிய இரவுக் காவலரின் அபிப்பிராயத்தை லகுவாக்கியது மாதிரி தோன்றியது. அவருடைய கடமைக்குரிய இறுக்கத்துக்கு சிநேக பாவத்தையும் நெகிழ்வுத் தன்மையையும் அது கொடுத்தது. N.ஐத் தன்னுடைய தங்குமிடத்துக்கு அழைத்துப் போய் கௌரவமான எதையோ தயாரித்து சாப்பிடக் கொடுத்தார். அவர் 'இன்னொரு நல்லவர்' என்பதையும் ஆண்டவர் அவனுக்கு ஒரு வழியை உண்டாக்குகிறார் என்பதையும் N. உணர்ந்தான். ஸ்க்விம்ஸியோடு ஏற்பட்ட அனுபவத்தைத் தவிர தனக்கு நேர்ந்த மற்ற எல்லாவற்றையும் அவரிடம் ஓரளவு துல்லியமாகவே சொன்னான். இவர் மாதிரியான ஆண்டவரின் சக உதவியாளர் ஒருவரிடம் அந்த அனுபவத்தைச் சொல்வது பொருத்தமானதாக இருக்காது என்று நினைத்தான். இவரிடம் ஆலோசனை பெறுவது 'நல்ல மனது கொண்ட வெகுளியான மனித'ரிடமிருந்து பெறுவதைப் போலத்தான்.

'என் தொடர்பான விவகாரங்கள் பற்றி எனக்குத் தெரிந்தவையெல்லாம் இப்போது உங்களுக்குத் தெரியும்,' என்று N. அவரிடம் சொன்னான். 'நான் இப்போது வீட்டுக்குப் போயாக வேண்டும். நான் வீட்டுக்குப் போக சிறந்த வழிமுறை எது என்று நீங்கள் நினைக்கிறீர்கள்?'

'எனக்குத் தெரியவில்லை,' என்றார் இரவுக் காவலர். 'உண்மையில் எனக்குத் தெரியவில்லை. ஆண்டவர் உனக்கு வழிகாட்டட்டும். நீயே சொன்னது போல, இவ்வளவு தூரம் நடந்த பிறகு, நீ வீடு திரும்புவதை நாளைவரை ஒத்திவைப்பது சரியாக இருக்கலாம். வீட்டில் அவர்கள் சமாளித்துக்கொள்வார்கள். அவர்கள் அப்படிச் செய்யத்தான் வேண்டும். திருப்பலிக்குப் போய் ஆண்டவரிடம் உதவி கேட்பதையே உனக்கு நான் ஆலோசனையாகச் சொல்வேன். வீடு போவதுதான் இப்போதைக்குச் சிறந்த வழிமுறை என்று அவர் நினைத்தால் உன் வழிக்கு வெளிச்சமூட்ட அவர் ஒரு தேவதூதரை அனுப்பிவைப்பார். நான் சொல்லப்போவதை நீ ஒருபோதும் நம்ப மாட்டாய், ஆனால் நான் இந்தத் தங்குமிடத்தில் இருக்கும்போது அடிக்கடி நடு இரவில் என் கதவருகில் தேவதூதர் இருப்பார்; நான் செய்ய வேண்டியதெல்லாம் அந்தப் பெரிய கட்டடத்தின் ஜன்னல்வரை – அங்கு நிறைய ஜன்னல்கள் இருந்தன என்பதை நீ நம்புவது நல்லது! – அவரைப் பின்பற்றிச் சரியான சமயத்துக்குப் போய் குருமாருக்கான பயிற்சி மாணவன் ஒருவனின் பாதங்களை, மத நிந்தனையாளர்களான

இளம் பெண்களில் ஒருத்தியின் அறையிலிருந்து பிடித்து இழுத்துக் கால்கள் முதலில் வெளியே வர அவனைத் தூக்கி எறிய வேண்டியதுதான். தேவதூதர் யாரும் வழிகாட்டாமல் நானாகவே என் சொந்த முயற்சியில் போய்த்தான் அன்றைக்கு அந்த மாணவனைப் பிடித்தேன் என்பதை இப்போது உணர்ந்தேன் என்பது உனக்குப் புரிகிறதா? அவனை நான் காட்டிக்கொடுக்கக்கூடாது என்பது ஆண்டவரின் விருப்பம் என்பதற்கான அறிகுறியாக அது இருந்திருக்கலாம். சந்தேகமேயில்லை, இங்கே என் வேலை ரொம்பப் பிரத்யேகமானது. N., நான் சொல்வதைக் கேள், போலீஸ் உன்னைப் பார்க்காது என்று உனக்கு நம்பிக்கை இருந்தால் போய் சவரம் செய்துகொண்டு, குளி. இங்கே ஒரு இடம் இருக்கிறது...'

தேவாலயத்துக்குப் போகும்போது N.க்கு சட்டம் குறித்த எவ்வித பயமும் இல்லை. அவன் நல்ல, கௌரவமான ஆட்களையே சந்தித்துக் கொண்டிருந்தான். அவன் செய்த எல்லாமும் ஆண்டவரின் விருப்பமே. அவனை யார் எங்கே பார்த்தாலும் உதவிகரமான, அனுகூலமான தேவதூதர்கள் அவனைச் சுற்றிலும் இருப்பதைக் கண்டார்கள். முந்தைய மாலை ஒரு தேவதூத அவதாரத்தைப் பார்த்ததை நினைவுகூர்ந்தான். தேவ தூதர்களால் செய்ய முடியாத செயல்களும் உண்டு என்பதை N. அடிக்கடி கேள்விப்பட்டிருக்கிறான். ஆனால், அவர்கள் பெரும் உதவியாக இருக்க மாட்டார்கள் என்று அதற்கு அர்த்தமில்லை.

பிறரை விடவும் இரவுக் காவலர்மீது ஆண்டவர் அதிகம் நன்றியுணர்வு கொண்டவர் என்பதும் வெளிப்படையான விஷயமே. ஏன் அப்படி இருக்கக்கூடாது: ஆண்டவரின் ஜனங்களைக் கவனித்துக் கொள்வதும் அவர்கள்மீது பொறுப்புணர்வு கொள்வதுமான கடமை இரவுக் காவலருக்கு இருந்தது. ஒரு தலைவனுக்கு எப்போதும் உதவி தேவைப்படும்; தனக்கு உதவுபவர்களுக்கு அவன் தாராளமாக வெகுமதி கொடுப்பான். கையும் களவுமாக குருமார் மாணவர்களைப் பிடித்து செமத்தியாக மொத்தியதற்காக இரவுக் காவலருக்கு சொர்க்கத்தில் உரிய வெகுமதி கிடைக்கும். யாரும் அறியாதபோது இரவுக் காவலரே ஜன்னல்கள் வழியாக நழுவி உள்ளே போக மாட்டார் என்பது நிச்சய மில்லை. எல்லாரும் மத நிந்தனையாளர்களாக இருக்கும் ஒரு இடத்தில் ஒரு ஜன்னலில் லேசாகத் தட்டும் ஆசைக்கு உட்படாமல் அந்த அந்தப்புரத்தை இரவு முழுக்க சுற்றி வரும் பொறுமை அவருக்கு எப்படி இருக்க முடியும்?

அதாவது, இந்த வகையான நபர்கள் அவர்களுடைய அறைகளில் ஏராளமாக ஜின் வைத்திருப்பார்கள் என்பது எல்லாருக்கும் தெரிந்ததுதான். அவர் ஒரு ராணுவ ஆசாமி வேறு. பொலி காளை மாதிரி வலு கொண்டவர். *The Midnight Court* ஐ, அது என்னவாகவோ இருக்கட்டும், மனப்பாடமாகத் தெரிந்து வைத்திருப்பவர். பெரிய ஆரோக்கியமான நாயகன், சரியான நேரத்தில் சரியான இடத்தில் இருக்கும் சரியான நபர். காற்றாலைகளைப் போன்ற பெரிய கைகள், அடிமரங்களைப் போன்ற கால்கள், நெரிக்கும் கவட்டை. வெறும் கைகள், கால்கள், உடம்பின் நடுப் பகுதி மட்டும் என்பதான தோற்றம். அப்புறம், இயல்பாகவே அந்தப் பெண்களிடம் *Court* ஐ ஒப்பித்தவர். வேறென்ன சொல்ல முடியும்?

N.க்கு சில சந்தேகங்கள் இருந்தன. N.ஐப் பிடித்தபோது அந்தப் பெண்கள் யாரிடமிருந்தாவது திருட்டுத்தனமாக அவர் திரும்பி வந்திருக்க மாட்டார் என்பது எப்படி அவனுக்குத் தெரியும்? குருமார் பயிற்சி மாணவர்கள் மோசமாக இருக்க வாய்ப்புக் குறைவு. உதவி அல்லது பிரதிபலன் என்ற வகையில் ஆசை காட்டப்பட்டு அவர்களுடைய அறைகளுக்குள் அவர் நுழைந்திருக்க மாட்டாரா, என்ன? அல்லது, ஒரு வேளை, ஜன்னலுக்குப் போனவர்கள் குருமார் பயிற்சி மாணவர்களாக இல்லாமல் அவர் அனுமதித்த வேறு யாராவதாக இருக்கலாம். யாருக்குத் தெரியும், இந்த இரக்கம், அவனிடமிருந்து திருடும் வாய்ப்புள்ள ஒரு இளம் பெண்ணோடு அவனைச் சேர்த்து வைக்க அவர் செய்யும் தந்திரமாக இருக்கலாம். அவருக்கு சைமனைப் போன்றே தோற்றம். இவர் மட்டும் உயரமாக, அலங்கோலமாக இல்லாதிருந்தால் இரண்டு பேரையும் வித்தியாசப்படுத்தவே முடியாது. தேவதூதர்கள் குறித்து என்னவெல்லாமோ உளறினார். வேறு எதைப் பற்றி பேசினார் என்பது பொருட்டே இல்லை. தேவதூதர்கள் மேலேயிருந்து அவரைக் கவனிக்க, புனிதக் காற்று மேலேயிருந்து வீச, ஆண்டவரிடமிருந்து ஆதர்சம் வர என்றெல்லாம் இருந்தும் பூட்டைத் திறந்தது யார் என்பதை அவரால் கண்டுபிடிக்க முடியவில்லை. அவ்வளவு எளிதான ஒன்றைக் கண்டுபிடிக்க முடியாதவரா N.க்கு உண்மையான உதவியையும் ஆலோசனையையும் தரும் நிலையிலிருப்பார்?

'எனக்கு இவ்வளவு செய்த ஒருவரைப் பற்றிய கேவலமான எண்ணங்களை உண்மை என்று நம்புவதைக் கற்பனை செய்வதற்கு ஆண்டவர் என்னை மன்னிப்பாராக!' என்று K உணர்ச்சிவசப்பட்டான்.

ஆனால், வயிற்றில் உண்டான அசௌகரியத்தை N.ஆல் வெளியேற்ற முடியவில்லை. சைமனின் இன்னொரு வடிவம் இரவுக் காவலர், ஒரு வகையில் அவனுடைய சுருக்க உரை. அவர்களுடைய முகங்களை மட்டும் பார்ப்பவர்களால் அவர்களைப் பிரித்தே சொல்ல முடியாது.

சவரம் செய்து, மலம் கழித்து, ஷாம்ப்பு போட்டுக் குளித்துத் தன் தோற்றத்தைச் சீராக்கிக்கொள்ள அனுமதியளித்த இரவுக் காவலர்மீது N. நன்றியுணர்வு கொண்டான். ஆனாலும், அந்தக் குறுகிய நேரத்தில் தன்னைக் குறித்த ஒரு வகை அற்பத்தனம் அவனிடம் இன்னும் இருந்தது, அவன் இருந்த விதத்திலேயே அந்த அற்பத்தனம் துலங்கியது. நேற்று இரவு ஸ்க்விம்ஸியோடு உடலுறவு கொண்டதையும் உலர்ந்து, செதில்களோடு இருந்த அவள் கால்கள் இன்று காலை பிரக்ஞை வந்ததும் கிட்டத்தட்ட தன்னை வாந்தியெடுக்க வைத்தன என்பதையும் அவன் ஒத்துக்கொள்வது இப்போது பெரும்பாலும் நடக்க வாய்ப்பில்லை.

ஸ்க்விம்ஸியின் கால்கள் பிரச்சனையே இல்லை என்பது புரியத் தொடங்கியது. மாறாக, பிரச்சனை அவனுடைய மன நிலைதான். இந்த மனப் பிறழ்ச்சி அவன் மனதிலிருந்து தொடங்கிய ஒன்றல்ல; தன் உடல் சார்ந்து அவன் கொண்டிருந்த வெறுப்புணர்ச்சியை அடிப்படையாகக்கொண்ட நோய் அது. உடலிலிருந்து மனதுக்குள் புலம்பெயர்ந்த நோய். பருப்பொருளிலிருந்து கிளைத்து வளர்வதே

ஸ்தூலமற்ற உடல் என்றும் ஒரு உடலின் வடிவம் அதன் மேல் அலட்சியமாகப் போர்த்தப்படுகிறது என்றும் அலுவலகத்திலிருந்த ஒரு பெண் சொல்வது வழக்கம். அது உண்மையென்றால், உடற்கழிவெல்லாம் மனதுக்குள் ஏன் புகாது? இல்லையென்றால், மனது, அதன் மோசமான எண்ணங்களால் ஏதோ ஒரு வகையில் குற்ற உணர்வு கொண்டிருக்கும் என்பது எப்படி நமக்குத் தெரியும்? பிரார்த்தனை செய்ய சுற்றி அலைவதற்கோ அல்லது பாவ மன்னிப்புக் கேட்கவும் சமயப் பரப்புக்கும் மேரியின் சேனைக்கும் போவதற்கோ பதிலாக நீச்சலடித்து, சவரம் செய்துகொண்டு, பல் துலக்கி, குளித்து தன்னை அவன் சுத்தம் செய்துகொண்டால் உடலுக்கு நல்ல நிலை கிடைக்கும்.

ஆண்களுக்கு இருப்பதைப் போலக் கீழ்த்தரமான எண்ணங்கள் பெண்களுக்கு இருப்பதில்லை என்று N. கேள்விப்பட்டிருக்கிறான். அதுவும் கன்னிகாஸ்த்ரீகளுக்குக் கொஞ்சமும் அவை இருக்காதாம். அவர்கள் எப்போதும் நறுவிசாக, நேர்த்தியாக, சுத்தமாக இருப்பார்கள். அவ்வகை எண்ணங்களை அந்த ஏடாகூடமான, பெருத்த உடல்கொண்ட சமயச் சகோதரர்கள்தாம் பெரும்பாலான நேரம் மனதில் கொண்டு மகிழ்ச்சியுடன் அனுபவிப்பார்கள் என்பதில் சந்தேகமில்லை! ஒரு வேளை, உடல் சுத்தத்தில் ஆண்களை விடப் பெண்கள் அதிக கவனம் செலுத்தக்கூடும். ஆண்கள் கொஞ்சம்கூட அதைப் பற்றிக் கவலைப்பட மாட்டார்கள். மதுவை அல்லது ஏதாவது அருவருப்பான பொருளைத் தங்கள்மீதே சிந்திக்கொள்வார்கள்; தங்கள் உடையின்மீதே வாந்தியெடுப்பார்கள். மிகவும் முயற்சி செய்து மாசு மறுவில்லாமல் தன் உடலை வாழ்க்கை முழுதும் வைத்துக்கொள்பவர் அந்த ஆதி மாசின்மைக்கு மிக நெருக்கத்தில் இருப்பார். ஆனால், பாவத்தைத் தவிர்ப்பதை விட இது அதிகக் கடினமாக இருக்காதா? அலுவலகம் ஒன்றில் வேலை செய்பவருக்கு அது பெரிய வாய்ப்பாக இருக்கும். உடல் ரீதியான அழுக்கைத் தவிர்ப்பது போதை வஸ்து சாப்பிடுபவனை விட N.க்கு எளிதாக இருக்கும்.

ஆனாலும் இது சரியாக இருக்காது என்று N. நினைத்தான். குளித்து முடித்துப் புத்துணர்ச்சியோடு இருக்கும்போது இரவுக் காவலர் பற்றி இப்படியான பிரயோஜனமில்லாத, கேவலமான எண்ணங்கள் வருவது விசித்திரம் என்று N. நினைத்தான். அவர் உண்மையில் ஒரு மோசமான ஆளாக இருக்கும் பட்சத்தில், நிச்சயமாகத் தன்னை மின்னும் சுத்தத்தோடு வைத்துக்கொண்ட மோசமானவர்...

கதவுக்குப் பின்னாலிருந்த சுவரைத் தவிர ஒளிந்துகொள்ள தேவாலயத்தில் வேறு கௌரவமான இடம் கிடையாது. அது சரியான இடமும்தானே? யாரும் இங்கு அவனைப் பார்க்க முடியாது. எண்ணங்கள் வலுவாக அழுத்திக்கொண்டிருந்ததால் பாதிரியாரையோ தேவாலயத்தையோ N. பார்க்கவில்லை. நேற்று இரவு அவன் இருந்த அதே தேவாலயம், திருப்பலி நடத்திய, அவனிடம் பேசிய அதே பாதிரியார். ஓங்கிய குரலில் ஒரு பிரசங்கம் நிகழ்த்திக்கொண்டிருந்தார். வளரும் புல்லின் தூய்மையுடனும் தெளிவுடனும் தன் சூழ்நிலை குறித்த ஒரு அருள் வெளிப்பாடு, வழிகாட்டுதல், அகத்தூண்டுதல் கிட்டும் என்று N. நம்பினான்.

அது நடக்காது என்று இரவுக் காவலர் ஊகித்தார். இதெல்லாமும் மீறி ஆண்டவர் காவல்காரருக்கு உச்சபட்ச சாதகம் செய்ததாகத் தோன்றியது. எவ்வளவு கீழானதாக, சிறியதாக இருந்தாலும் எந்த வகை வெளிப்பாட்டுக்கும் ஒரு நபர் நன்றிக் கடனை உணர வேண்டும். இந்த வெளிப்பாடுகளில் உள்ள மிக மோசமான விஷயம், அவை எளிதாக உங்களை வழி தவறவும் வைக்கும், சரியான பாதையிலும் பொருத்தும்; சிதறுண்ட மனம் எதைச் சரியாகப் பற்றுகிறதோ அதைப் பொறுத்து நீங்கள் ஒரு போலீஸ்காரன் கையிலும் அகப்படலாம் அல்லது ஒரு அரசு அலுவலரின் அணைப்புக்கும் உட்படலாம். மூடநம்பிக்கை உடையவனாக இருக்கிறான் என்று N.ஐ அடிக்கடி குற்றம் சாட்டுவார்கள். இம்மாதிரியான ஒரு வெளிப்பாடு, நடந்து ரொம்ப நாளெல்லாம் ஆகவில்லை, அவனை ஸ்க்விம்ஸியிடம் உடனே நேரடியாகப் போகச் சொன்னது. அது எந்த அளவுக்கு மதிப்புடையதோ தெரியாது, அது விதவை வேடலின் ஆசையூட்டல்களிலும் அவனைச் சிக்க வைத்தது. அந்தக் குறிப்பிட்ட விஷயத்தைப் பொறுத்தமட்டில், ஆண்டவரிடமிருந்து அந்த எண்ணம் வரவேயில்லையென்றும் ஆண்டவர் அவனுக்குக் கொடுத்த வேறு எண்ணத்தை அவன் அலட்சியப்படுத்தி விட்டதாகவும் இரவுக் காவலர் சொல்வார். ஆனால், இரவுக் காவலரின் கருணை வெளிப்பாடோ விதவையுடைய சதைக் கவர்ச்சியின் கனாக் காட்சியோ இப்போது அவனிடம் வரவில்லை…

பிரசங்கத்தை சரியாகக் கேட்பதற்கு உரிய நேரத்தை N. ஒருவேளை செலவழிக்காமலிருந்திருக்கலாம். உங்கள் இதயத்தில் அன்பும் பரிவும் இருக்கும் பட்சத்தில், மொத்த பிரபஞ்சத்தையும் நீங்கள் அழித்தாலும் நீங்கள் மன்னிக்கப்படுவீர்கள் என்று பாதிரியார் சொன்னார். 'நிராதரவானவர்களிடமிருந்தும் பஞ்சைப் பராரிகளிடமிருந்தும் ஏழை, பணக்காரர்களிடமிருந்தும் நீங்கள் கொள்ளையடித்தாலும்கூட அதைத் திரும்பவும் பிச்சையாகக் கொடுத்தால் ஆண்டவர் உங்களை மன்னிப்பார்.' இது நடந்தால், அது நீதியை நையாண்டி செய்வதாக இருக்குமா அல்லது அதன் ஒழுங்குமுறையை வெற்றிகரமாக இறுதி வரை கொண்டுசெல்வதாக இருக்குமா என்பதைப் பாதிரியார், அவர் மிக விவேகமானவர், எப்படித் தெரிந்துகொள்வார் என்று N. சந்தேகப்பட்டான். திருட்டுக் கொடுத்தவர் தன் பொருளைத் திரும்பப் பெறாமல், நிரந்தர இழப்புக்கு ஆளாகலாம். சொத்தும் உடைமைகளும் ஒரு மனிதனை முழுமை பெற வைப்பவை, மேம்படுத்துபவை என்று N. படித்திருக்கிறான். சொத்தின் ஒவ்வொரு பெருக்கமும் அவனுடைய ஆளுமையின் இணைப்பாகிறது. இந்த இணைப்பு நல்லதுக்கா கெட்டதுக்கா என்பது பொருட்டேயில்லை. அது ஒரு இணைப்பு, அந்த நபரை ஏதோ ஒரு வகையில் அது மாற்றுவதால் இப்போது இருக்கும் நிலையிலிருந்து வேறு ஒரு திசையில் அவனைப் போகவைக்கிறது. செய்த தவறுக்கு முழு அளவில் வருந்தி, ஈடு செய்து, இனிப் பாவம் செய்வதில்லை என்று தீர்மானமும் செய்தாலும்கூட ஒவ்வொரு கொள்ளையும் மோசடியும் திருட்டும் ஆன்மாவை இருளாக்கும், சாத்தியங்களை மூடிவிடும், இயற்கையை ஒழுங்கின்மைக்கு ஆளாக்கும். அவன் திருட்டுக் கொடுத்த பணப்பை சிதறாமல் திரும்பக் கிடைத்தாலும்கூட அதன் திருட்டிலிருந்து N.ஆல் மீள முடியாது. இந்த

இரண்டு நாட்களாக அவனுடைய ஆளுமை எந்த அளவு கிழிசலுக்கு உள்ளானது, அவனைக் குறித்த அவன் உணர்வு காயமுற்றது என்பதை அவனால் ஒருபோதும் அறிய முடியாது. அவன் கதை எப்போதாவது சொல்லப்பட்டால் அதற்கு இந்த மாதிரி தலைப்பு வைப்பதுதான் பொருத்தம்: 'என் ஆளுமை குலைக்கப்பட்ட இரண்டு நாட்கள்.' இந்தத் தலைப்பு அவன் வாழ்க்கைப் போக்கைத் திரும்பவும் நினைவூட்டியது...

ஆனால், அவனுக்கும் பிற எல்லாவற்றுக்கும் இடையேயான உறவைப் பாதிரியார் கெடுத்துக்கொண்டிருந்தார். வேறெதையும் விடவும் முதலில் கொள்ளையைப் பாதிரியார் கண்டித்திருந்தால் நல்லதாக இருந்திருக்காதா? அவன் பணப்பையைத் திருடிய ஆள் அதை மொத்தமாக ஒரு பரிசாகவோ கொடையாகவோ கொடுக்காமலிருக்கலாம் என்பதை ஒருவர் எப்படித் தெரிந்துகொள்வது? அவன் அதைத் தெருமுனையில் சுற்றிக்கொண்டிருக்கும் பையன்களுக்கும் அரசின் பண உதவி பெற்று வேலையில்லாமல் திரிபவர்களுக்கும் இரவுப் பெண்களுக்கும், அந்தப் பைக்கு உரியவனான அவன் தனக்கு ஒரு செப்புக் காசோ பென்னியோ எடுத்துக்கொள்ளாமல், தாராளமாக விநியோகிக்கக்கூடும். விஷயம் என்னவென்றால், பிச்சைக்காரர்களுக்குக் கொடுக்கவேண்டும் என்று தீர்மானித்தால் நீங்கள் விரும்பும் யாருக்கு வேண்டுமானாலும் கொடுக்கலாம். ஆனால், பாதிரியாருக்குக் கொஞ்சம் சரியான பார்வை வேண்டுமென்றும் தான் சொல்வதில் அவர் அதிகக் கவனம் செலுத்துவார் என்றும் நீங்கள் நினைப்பீர்கள்...

அவர் முழு வேகத்தில் பேசிக்கொண்டிருந்தார்: 'நீங்கள் ஒருவரை யொருவர் பேணிக்கொள்ள வேண்டும் என்று உண்மையில் சொல்லப் படுகிறது. இதைவிட உயர்ந்த கட்டளை வேறேதும் இல்லை. பிறர்மீதான பரிவு உங்கள் சுற்றத்தில் தொடங்குகிறது என்ற நீதிமொழியை இது இரத்து செய்ய வேண்டிய அவசியமில்லை. ஆனால், ஆண்டவர் நம் எல்லார்மீதும் கொண்டிருக்கும் நேசத்துக்கு எதிரான பாவமாக அது இருக்கலாம். உங்கள் அண்டை வீட்டுக்காரன் பசியையும் வறுமையை யும் தாங்கிக்கொள்ள வேண்டும் என்று நீங்கள் நினைக்கக்கூடாது. அவன் தாகம் கொள்ளும்போது அவனுக்குக் குடிக்கத் தண்ணீர் கொடுங்கள்; பசித்திருக்கும்போது புசிக்க ஆகாரங்கொடுங்கள், மரணமோ கொடுந்துன்பமோ அவன் வாயிலுக்கு அழையாமல் வரும்போது அவனுக்கு உதவி செய்யுங்கள். மரணம் பெரும்பாலும் இரவில் திருடனைப்போல வருகிறது. பிரேதத்தைப் புதைப்பதற்கான தொகையோ அல்லது ஈமச் சடங்குக்கான பணமோ உறவைப் பறிகொடுத்தவர்களிடம் இருக்கிறதா என்பதைப் பற்றி அதற்குக் கொஞ்சமும் கவலையில்லை...'

'மயிராண்டி,' என்று N. முணுமுணுத்தான். அவன் மூச்சுக் குழலால் கையாள முடியாத அளவுக்குப் பெரிய மிடறு ஒன்று வயிற்றிலிருந்து மேலெழுந்தது. பொடியின் ஒரு சிட்டிகையையோ புகையிலையின் சிறு துணுக்கையோகூட பணம் பெறாமல் ஒரு பிரேதத்துக்குக் கொடுக்கும் அளவுக்கு ஆண்டவரின் அன்பு அந்தப் பாதிரியாரின் இதயத்தில் இல்லை என்பதை அந்த தேவாலய சபைக்குக் கத்திச் சொல்வான்...

'அதே சமயம், திருச்சபை குருமார்க் கூட்டமும் உங்கள் அண்டை வீட்டுக்காரர்களே என்பதை நினைவுகொள்ளுங்கள். உங்கள் அண்டை வீட்டுக்காரர்களைப் பசியோடு இருக்கவோ அன்பு காட்டப்படாமல் இருக்கவோ நீங்கள் விட்டாலும் குருமார்களை அப்படி விட்டுவிடாதீர்கள். ஏனென்றால், நீங்களே காண்பீர்கள், அண்டை வீட்டுக்காரரைப் பசியோடு இருக்க விடுவது ஆண்டவரின் குருமார்களை அப்படி விடுவது போலல்ல. திருச்சபையின் உறுப்பினர் ஒருவரைப் பசியோடு இருக்க விடுவது கிறிஸ்துவின் சரீரத்தை, திருச்சபையையே பசியோடு இருக்க விடுவது போன்றது...'

'ஓ, மோசமான கருப்புக்கயவாளி,' என்று முழு உடம்பையும் முறுக்கிக்கொண்டு முன்பை விட உரக்க அவன் சொன்ன விதம் அவன் சக்தியும் ஊக்கமும் அவன் உதடுகளில் சேகரமாகிவிட்டனவோ என்று உங்களை நினைக்க வைக்கும். நாக்கு, வாயில் எச்சில் தெறிக்கத் திக்கியது. ஆனால் அதோடு நிறுத்திக்கொண்டான். மாலை செய்தித்தாள் ஒன்றில் தன் எதிர்வினையைச் சொல்வான். அவர்கள் நிச்சயம் அவன் கடிதத்தைப் பிரசுரிப்பார்கள். Fr. Reverend அல்லது Catholic and Proud of it அல்லது அது போல ஏதோ ஒரு பெயரை அந்தத் தொடரில் கையெழுத்தாக இடுவான். திருச்சபை வட்டாரத்தில் இந்தக் குறிப்பிட்ட பாதிரியாரின் செல்லப்பெயர் எதுவென்று கண்டுபிடிப்பான். யாரும் கண்டுபிடிக்காத முறையில் அதைக் கடிதத்தில் நுழைத்துவிட்டால் செய்தித்தாள் ஒருபோதும் அதைப் புரிந்துகொள்ளாது. அவருக்கு ஒரு செல்லப்பெயர் கண்டிப்பாக இருக்கும், அவர்கள் எல்லாருக்கும் இருந்தது, Tommy, Johny Porridge, Michael the Mucker, Peggy's Leg, the Honorable Gimme Gimme, Dr. Rich, Cod the Parish, Brian Bungut, Loopy Loudmouth, Slick Synnott... இப்பவே, இந்த இடத்தில் அவருக்கு எதிர்வினை புரிவதில் அர்த்தமில்லை. விமர்சிக்க அரசாங்கப் பணி இருக்கிறது, தொலைக்காட்சியும் இருக்கிறது...

கப்பல் ஒன்றின் உடைந்த பாகம் தண்ணீர் மேல் மினுங்கிய ஒளியைச் சிறுவனாக இருந்தபோது பார்த்ததை நினைவுகூர்ந்தான். அந்தக் குறிப்பிட்ட இரவில்கூட அது மங்கிய ஒளியாக இருந்ததால் இப்போது அவனால் அதைத் தெளிவாக நினைவுக்குக் கொண்டுவர முடியவில்லை. அந்த நினைவு எங்கிருந்து வந்தது என்பதற்கான தடயம் எதுவும் கிடைக்கவில்லை; ஆனால், தேவாலயத்தின் ஜன்னல் வழியாக வந்த ஒளிக்கீற்றை நோக்கி அவன் கவனத்தை அது ஈர்த்தது; அனைத்துப் படைப்பின் மெய்யான, அடிப்படைப் பகுதி என்று அது தன்னைத் தெளிவாகக் காட்டிக்கொண்டாலும், அகப்படுத்த முடியாத, தன் போக்கில் மெல்ல உள்ளே நுழைந்த வெயிலின் வெகுளியான ஒளிக்கோடு அது. எதிர்பாராத நம்பிக்கையின் ஒரு சிறு மினுக்கத்தை அது N. மனதில் உண்டாக்கியது. அடுத்த திருப்பலி முடியும் வரை, அதற்கடுத்த திருப்பலி வரை, இதுதான் கடைசி, அவன் காத்திருந்தான். ஆனால், தன்னைச் சுற்றி நடப்பது குறித்த கவனத்தை அவன் விட்டு ரொம்ப நேரமாயிற்று.

அவன் நினைவு நதியின் உள் சாலைகளிலிருந்து இதற்கு முன்னால் அவன் அதிகமும் கவலைப்படாத படிமங்கள் வெள்ளம்போல பாய்ந்து

வந்தன. பிரகாசமான கோடை வெயிலில் ஜோடியாகப் படுத்திருந்த ஏழு அல்லது எட்டு கால்நடைகள் – தலைகளில் வெள்ளைக் கோடு ஓடிய மஞ்சள் நிறப் பசுக்கள் – அசைபோட்டுக்கொண்டிருந்தவை ஒன்றை யொன்று தூக்கிய தலைகளுடன் நேராகப் பார்த்திருந்தன. இப்போது அதை நினைவுகூர முடிகிற அளவுக்கு அது ஏன் அத்தனை அழகான காட்சியாக இருந்தது என்பது அவனுக்குப் புரியவில்லை. பசு பெரிய மிருகம். நிற்பதற்கு ஒரு மனிதனைவிட நான்கு மடங்கு இடம் தேவைப்படுவது. அத்தனை பெரிதாக இருப்பதாலேயே அவை தமக்குள்ளேயே மகிழ்ச்சியாக இருக்கும் போல. பசுவின் பெரிய கண்களுக்குப் பின்னால், வெகுளியான, முட்டாள்தனமான அந்தப் பரந்த விழிக்கோளங்களுக்குப் பின்புறம் என்ன நிகழ்கிறது என்பதை அறிவது கடினம். ஆனால், அங்கே ஒன்றுமே இல்லாமலும், ஒரு இணுக்குக்கூட இல்லாமலும் இருக்கலாம். மாறாக, இன்னொன்றும் சாத்தியம். அந்தப் பெரிய, சோம்பேறித்தனமான கண்களுக்குப் பின்னாலிருக்கும் வெகுளித்தனமும் இங்கே வழிபாட்டு மேடைக்குப் பின்னால் நின்று ஆண்டவரின் அன்பைக் கூவி விற்பவருடைய கைகளின் இழைவான அருள்பாலிப்பும் கனிவான, அன்பான உணர்ச்சிக் குறிப்புகளும் ஒரே மாதிரிதான் இருந்தன. எப்போதாவது அவர் தன்னை சுறுசுறுப்பாக்கிக்கொள்ள எத்தனிப்பது அசைபோடத் தொடங்கும் பசுவைப் போல அவரைத் தோன்றச் செய்தது…

அந்த நேரத்தில் தன் தோளில் உறுதியாகப் படும் கை ஒன்றையும் ஒரு பொறி அவனைச் சடக்கென இறுக்குவது போலவும் மேலேயிருந்து வருவதைப் போலவும் இருந்த ஒரு குரலை *N.* உணர்ந்தான்:

‘தேவாலயத்தில் தூங்க உனக்கு அனுமதியில்லை…’

பாதிரியார்தான் அது. அது *N.*தான் என்று அறிந்த பிறகு அவர் முழுக்க மாறினார். தம்முடைய இயற்கையான புதுமலர்ச்சி காணாமற் போனதோடு மிருதுத் தன்மையையும் இழந்த உடைகளைப் பற்றி *N.* உடனே நினைத்தான். அவரைச் சரியாகப் பார்க்க நேர்ந்தபோது அவன் பார்த்ததெல்லாம் பிரகாசத்தின் ஒரு பகுதியைத்தான். பிரகாசமான பொருள்கள் என்று சொல்லப்படுகிற பிஷப்புகளின் புனித உடை, போலீஸ்காரரின் நிச்சயமற்ற இளிப்பு, பேராசிரியர்களின் வழுக்கைத் தலைப் பகுதிகள், நீரிலேயே புரளும் துணி வெளுப்பவளின் வெள்ளைப் பாதங்கள் ஆகியவற்றிலிருந்து சுடரற்று வெளியாகும் அரைகுறை, மங்கல் பிரகாசம் அது…

‘நேற்று இரவு நீ இங்கிருந்தாய்தானே?’ என்றார் பாதிரியார். ‘அன்று மாலை நான் உன்னோடு பேசிக்கொண்டிருக்கவில்லையா? …அதற்குப் பிறகு நான் போய் உங்கள் பகுதி பங்குத் தந்தையான அருட்தந்தை மேத்யூவிடம் பேசினேன். சினேகபூர்வமான மனிதர். ஒரு சவ அடக்கம் குறித்து சிலர் தன்னை அணுகியதாகச் சொன்னார்… திங்கள்கிழமை என்று அவர் சொன்னதாக நினைவு… எல்லாமும் சரியாக ஒழுங்கு செய்யப்பட்டுவிட்டது என்பதாக அவர் சொன்னதிலிருந்து நான் புரிந்துகொள்கிறேன். இதுவரை நீ வீட்டுக்குப் போகவில்லை என்றால்

இப்போது எந்தக் கவலையும் இல்லாமல், குற்ற உணர்வு எதுவும் இல்லாமல் வீட்டுக்குப் போகலாம்...'

நேற்று பல்பொருள் அங்காடியிலிருந்து அதன் மேலாளர் அவனை அனுப்பியதுபோல அவனைத் தேவாலயத்திலிருந்து பலவந்தமாக அனுப்பிக் கொண்டிருந்தார்கள்! அது கொஞ்சம் அந்தக் கடைக்காரன் அவனை நடத்தியது போலவே இருந்தது. தன் உணர்ச்சிகளையும் எண்ணங்களையும் மற்றவர் அறியாதபடி மறைத்தான். அவன் படைக்கலத்தில் இருந்த ஒரே தடுப்புச் சுவர் அதுதான். அவன் ஒரு கன்னம் பாதிரியாருடன் இணக்கத்துடன் உரையாடிக்கொண்டிருந்தது; இன்னொன்று, கோபமும் அவமதிப்பும் நிரம்பிய அனல் கக்கும் சீற்றமாக மாறியிருந்தது:

'சரி, நான் வீட்டுக்குப் போகிறேன். நிச்சயம் மெதுவாக நடந்தாவது வீட்டுக்குப் போவேன். மறைமுகமாக எனக்குக் கடன் கொடுக்க வாய்ப்பு ஏதும் உண்டா? நாற்பது சதவீத வட்டி என்றாலும் சரி, அதற்கு மேலே என்றாலும் சரி. லாபம் யாரோ ஒரு அந்நியக் கடன்காரனுக்குப் போவதைவிடத் திருச்சபைக்குப் போவதை நான் விரும்புவேன். அந்தத் திருச்சபைக்குத் தொல்லை ஏதும் பெருகும் நிலையை நான் வெறுக்கிறேன்.'

'மறக்கவே முடியாத முறையில் நீ வீட்டுக்குக் கொண்டுபோகப்படுவதற்கு முன்பாக நல்ல கிறித்துவனாக உடனே நீ வீட்டுக்குப் போவது நல்லது. ஒரு அரசாங்க அலுவலர் அவனுடைய மனைவி... நிலையில் சும்மா சுற்றிச் சுற்றி வந்து ஜனங்களை அவமதிப்பதும் தெருவில் ஆட்களுக்குத் தொல்லை கொடுக்க முயல்வதும் நல்லதுக்கில்லை.' அவர் குரலில் வெளிப்பட்ட மூர்க்கம் காட்டுப் பன்றியின் உறுமலைப் போல இருந்தது. அவர் சொல்வதைச் செய்பவர் என்பதை N. உணர்ந்தான்.

தெருக்களில் சுற்றிக்கொண்டிருந்தபோது மதுவிடுதியைக் கடந்தான்; ஆனால், 'நல்ல மனது கொண்ட வெகுளியான மனிதர்' தொடர்பான எந்த அறிகுறியும் தென்படவில்லை. பழைய சந்துகள், வளைவுகள், உள்ளடங்கிய சிறு தெருக்கள் ஆகியவை வழியாகப் போனபோது தான் எங்கு போய்க்கொண்டிருக்கிறோம் என்பது குறித்து N.க்கு எதுவும் தெரியவில்லை. அந்த நல்ல மனிதரின் உதவி கிடைக்க வேண்டுமென்று அவன் விரும்பினால் அதற்கான நேரம் இதுதான். அது நிகழ சாத்தியம் என்றால், அவன் பிரச்சனைகள் இப்போதுதான் தொடங்குகின்றன. அவன் வீடடையும்போது எதுவும் செய்யப்பட்டிருக்கக்கூடாது என்றும் அது எவ்வளவு அரைகுறையாக, கந்தரகோளமாக இருந்தாலும் அவனே அதை ஒழுங்கு செய்ய வேண்டும் என்றும் அவன் விரும்பினான். அவனில்லாமல் வீட்டில் எதுவும் வேலை நடக்கவில்லையென்றால், அதை அவன் சகித்துக்கொண்டு, நடப்புகளை அவை இருந்த நிலையிலேயே ஏற்றுக்கொண்டு, துயரப்பட்டு, செய்ய வேண்டியதைத் தயக்கத்துடனாவது செய்ய வேண்டும்; தன்னுடைய மெத்தனத்தையும் அலட்சியத்தையும் அவன் ஒரு வரம்புக்குள் வைக்கவும் வேண்டும். திருச்சபையை நம்பவேண்டியிருந்தால், சில நிகழ்வுகள் முன்னமே வகுக்கப்பட்டுள்ளன என்பதையும் நம்ப வேண்டும். பெரும்பாலும்

மற்ற விஷயங்களும் அதே வழியில் வகுக்கப்பட்டும் ஒழுங்கு செய்யப் பட்டும் இருக்கலாம். முன்பே குழியிலிருந்து பசு வெளியே இழுக்கப்பட்ட பிறகு வந்து சேர்ந்த அலட்சியமான பக்கத்து வீட்டுக்கார முட்டாளைப் போலத்தான் அவன் இப்போது இருப்பான்...

திங்கள்கிழமை அல்லது செவ்வாய்க்கிழமை அவளைப் புதைக்கப் போகிறார்கள். தெரியாதவர்களுக்கும் தெரியவந்து அவனுடைய சக அரசு ஊழியர்கள் ஈமச் சடங்குக்கு வருவார்கள். அவர்களிட மிருந்து அவனால் எதையும் கோரிப் பெற முடியாது. அவர்கள், அரசு ஊழியர்கள் பலரைப் போலவே, எல்லாரும் நல்ல, தீங்கற்ற, கற்பனையற்ற உழைப்பாளிகள். வேலை செய்தாலும் செய்யாவிட்டாலும் பழிக்கு ஆளாவது அவர்களுக்கு நன்றாகப் பழகிவிட்டது. அரசுப் பணியின் மதிப்பீடுகளுக்கு ஏற்பப் பாராட்டையும் வெகுமதியையும் வழங்கும் ஒரு நடைமுறை அவர்களிடம் இருந்தது; இது வழக்கமாக ஒருவருடைய மதிப்பு, சம்பளம், அந்தஸ்து, சம்பளத்துடன் கிடைக்கும் இதர படிகள், பணி உயர்வுக்கான ஏணியில் அடுத்த சிறு படியில் இருக்கும் நபரோடு எவ்வளவு நெருக்கமாக இருக்கிறார் என்பவற்றையெல்லாம் பொறுத்ததுதான். அரசுப் பணியில் உள்ள மெய்யான ஐரிஷ் வழக்கத்தில் மீதம் விடப்பட்ட ஒரே சிறிய பகுதி இதுதான் என்று அவ்வப்போது ஊழியர்கள் முணுமுணுத்தார்கள். அவர்களுடைய சிந்தனையில் ஆதிக்கம் செலுத்திய படிநிலை, வெகுமதி தொடர்பான நடைமுறையின்படி சாவு வீட்டில் இருப்பதுதான் சரியானது என்பதால் அவர்கள் ஈமச் சடங்கில் பங்கேற்பார்கள். அவனே அங்கே இல்லையென்றால் அது பெரும் அவமதிப்பாகிவிடும், குறிப்பாக, அவர்கள் அங்கே வருவதே அவனுக்குத் தங்களுடைய மரியாதையைத் தெரிவிக்கத்தான் என்கிறபோது. அரசுப் பணியிலிருக்கும் உயர் அதிகாரி யாராவது அங்கு வர நேர்ந்து அவருடன் ஒட்டிக்கொண்டு பணிவுகாட்ட ஒரு இளநிலை ஊழியர் இல்லாவிட்டால் பெரும் அவக்கேடாகிவிடும்.

அரசுப் பணியில் தனக்கான மதிப்பீட்டைப் பொறுத்தவரை நீண்ட காலத்துக்கு முன்பாகவே *N*. கணிசமான அளவுக்குக் கெடுத்துக்கொண்டு விட்டான். நிச்சயமாக அவனுக்கு நேர்ந்த தொல்லைகளுக்கு சக ஊழியர்கள் மிகவும் வருந்துவார்கள், அவன் மனைவியின் மரணம் குறித்து மிகவும் துக்கப்படுவார்கள்; ஆனாலும், அவளைப் பார்த்துக்கொள்ள வேண்டிய நாளில் அவன் வெளியே தங்கியதைக் குறித்து அவர்கள் எரிச்சல்படுவார்கள், அதை சகித்துக்கொள்ளவும் மாட்டார்கள். அவளுக்கு உடல்நிலை சரியில்லை என்ற செய்தி வந்ததிலிருந்தே அவன் அடிக்கடி காணாமல் போனான். மிக அடிக்கடி என்பதாகவும் இருக்கலாம். ஒரு பதவி உயர்வு அண்மையில் வர இருக்கிறது என்ற நிலை இருந்தாலொழிய இது அவனுக்குத் தெரியப்போவதில்லை.

அவளுடைய மரணம் காரணமாகக் கொஞ்சம் கருணைசார் விடுமுறைக்கு அவன் உரியவனாவான். அதே சமயம், என்ன நடந்தது என்றோ ஏன் அவன் வேலைக்கோ அவள் ஈமச் சடங்குக்கோகூட வரவில்லை என்றோ அலுவலகத்துக்கு அவன் அலுவல் ரீதியாக விளக்க

வேண்டியதில்லை. ஆனால், ஏராளமான முன்னுதாரணங்களின்படி ஒரு எழுதப்படாத விதி, அடிப்படை உடன்பாடு இருந்தது. அரசுப் பணியின் வழக்கப்படி, N.ஐப் போன்ற ஒரு நபரிடம் உண்மையில் அவனுக்கு என்ன நிகழ்ந்தது என்பதைக் கேட்காமல் விடுவது ஒரு வகையான அவமரியாதை. எல்லா நயமில்லாத விவரங்களோடும் அது எப்படி அவனைப் பாதித்தது என்பதையும் துல்லியமாகச் சொல்லச்சொல்லி அவனைக் கேட்கலாம்; இன்னும்கூட கேட்கலாம், அவனுடைய நற்பெயருக்குக் களங்கம் ஏற்படுத்தாமல். ஒருவேளை அவன் எதையும் வெளிப்படுத்தாமல் இருந்தாலோ தயக்கத்துடன் வெளிப்படுத்தினாலோ முழு உண்மையை அப்பட்டமாகச் சொல்லாமல் விட்டாலோ, அவன்மீது புனையப்படும் வேறெந்தக் குற்றச்சாட்டையும்விட, பண்பட்ட நடத்தைக்கு எதிரான மிகப் பெரிய குற்றமாக அது ஆகிவிடும்.

இதைவிடவும், அரசு ஊழியன் என்ற முறையில் அது அவனை நேரடியாகப் பாதிக்காத ஒன்று என்பதால் அது இன்னும் மோசமான நோக்கில் பார்க்கப்படும். ஏனென்றால், வரையறையின்படி முழுமை யாகவும் நிறைவாகவும் உடலாலும் மனதாலும் ஒரு அரசு ஊழியர் அரசு ஊழியர்தான். அவருடைய ஒரு சிறு பகுதியும்கூட அரசு ஊழியரன்றி வேறல்ல; விதிவிலக்கான சூழ்நிலைகளில், சட்டத்தின்படி, சில சௌகரியங்களைக் கருத்தில்கொண்டு, ஒரு தனிச்சலுகையாக அரசு ஊழியர், அரசு ஊழியராக அப்போதைக்கு இல்லாமல் வேறொரு நபராக சில கடமைகளைச் செய்ய அனுமதியுண்டு. ஒருவர் அரசு ஊழியராக இருக்கும் காரணத்தால் அவர் ஒரு அலுவல் ரீதியான உயிரி; அவருடைய வாழ்க்கையின் சாரமும் அடிப்படைகளும் அரசுப் பணியின் சட்டங்களே. அப்படியான சூழ்நிலையில், உங்களால் தப்பிக்க முடியுமென்றால் சில சமயங்களில் சட்டங்களை உடைக்கலாம், தவிர்க்கலாம், சாதகமாகக் கையாளலாம், திரிக்கலாம், வளைக்கலாம், மென்மையாக்கலாம், மறுவிளக்கம் சொல்லலாம், தவறாக விளக்கலாம், முழுக்கத் தூக்கி வீசி எறியக்கூட செய்யலாம். அரசுப் பணியில் எல்லாருக்கும் தெரிந்த வகையில், சில கறாரான, ஏற்றுக்கொள்ளப்பட்ட விதிமுறைகளுக்குள் இது ஒரு அங்கீகரிக்கப்பட்ட நடைமுறை.

ஆனால் எந்தச் சட்டங்களும் வகைப்பாட்டுக்கு அப்பால், விளிம்பில் இருக்கும் நபருக்காக எப்போதுமே எழுதப்படவில்லை; அரசுப் பணியின் உறுப்பினராக உள்ள அவ்வகை நபருக்கு சில இடங்களில், சில காரணங்களுக்காக, ஒரு குறிப்பிட்ட நேரத்தில், சில இலக்குகளை அடைய அந்த நேரத்தில் அவர் அரசு ஊழியரே இல்லை என்பதைப்போலச் செயல்பட அவ்வப்போது அனுமதி உண்டு. பயம், சாதகம் காட்டல், சந்தேகம், விவாதம் ஆகியவை எதுவும் அற்று அரசுப் பணியின் அதிகார எல்லைக்குள் ஒரு பிரச்சனை குறித்து உள்ள சட்டங்களைவிட வெளி எல்லைகளில் இருக்கும் பிரச்சனைகள் குறித்து, சட்ட வரம்புகளைக் கடந்ததைப்போல உள்ள, பாதிப் பிரிந்த தீபகற்பம் குறித்து இருக்கும் சட்டங்களைவிட அதிகக் கடுமையாக, கொடுங்கோன்மையாக, அதிக அரசு ஊழியர்த்தனமாக, அதிக அதிகாரபூர்வமாகச் சட்டங்கள் உண்டு.

சில சமயங்களில் அந்த மாதிரியான இடங்களில் தன் பொறுப்பு குறித்த விளக்கத்தைத் தர வேண்டும் என்பது N.க்கு நன்றாகத் தெரியும்.

அரசுப் பணிக்கு எதிரான ஒரு குற்றம், அதன் இயல்பிலேயே, நாட்டின் சட்டங்களை மீறவதுதான் என்பதை N. நன்றாக அறிவான். தானே உண்டாக்கிய சட்டங்களைப் பொது வெளியில் ஒரு அரசு ஊழியர் எந்தச் சூழ்நிலையிலும் மீறக் கூடாது என்பதுதான் சந்தேகமில்லாமல் அதன் அர்த்தம். அந்தப் பணியில் குற்றம் என்று கருதப்படக்கூடிய பல விதிகள் இருந்தாலும் நாட்டின் சட்டங்கள்படி அவை ஒரு குற்றமல்ல. நடைமுறையில், அந்தத் தீபகற்ப, அந்தி மங்கல் உலகத்தில் எது குற்றம், எது குற்றமல்ல என்பது யாருக்கும் தெரியாது. செய்யப்படும்வரை குற்றம் என்பது என்ன என்று யாருக்கும் தெரியாது. அதன் பிறகே ஒரு குற்றம், குற்றம் என்பதாக அறுதி செய்யப்படுகிறது. சும்மாவாகிலும் தன் விரல்களைத் திருகிக்கொண்டு அலுவலகத்தில் ஒரு முழு நாளையும் N.ஆல் கடத்த முடியும். ஆனால், அதையே தெருமுனையில் நின்றுகொண்டிருக்கும்போது அவன் செய்து, அது அலுவலகத்துக்கும் தெரியவந்தால் பதவி உயர்வுக்கான அவனுடைய வாய்ப்புகள் என்றென்றைக்குமாக முடிவுக்கு வந்துவிடும். உண்மையைச் சொன்னால், அவன் பதவி இறக்கம் செய்யப்படவோ உரிய பணிக்காலத்துக்கு முன்பாகவே அற்ப ஓய்வூதியம் கொடுக்கப்பட்டு பதவி நீக்கம் செய்யப்படவோ சாத்தியம் அதிகம். தன் தலை உச்சியைச் சொறிந்துகொண்டிருந்ததைத் தவிர வேறெதுவும் செய்யாமல் அரசுப் பணியில் நாற்பது ஆண்டுகளைக் கழித்த ஒரு சக ஊழியரை N.க்குத் தெரியும். ஒவ்வொரு நாள் காலையிலும் அவர் செய்தித்தாள் படித்தார். சொறியத் தொடங்குவதற்கு முன்னால் தன் பேனாவின் மேல் பகுதியைத் துடைத்துத் தயார் செய்து மேஜையில் அதற்குரிய இடத்தில் அதைத் துல்லியமாக வைப்பார். அலுவலகத்திலிருந்து ரொம்ப தூரத்தில் இல்லாத ஒரு பொதுப் பூங்காவில் மதிய உணவு நேரத்தில் அவர் தலை உச்சியைச் சொறிந்துகொண்டிருந்தபோது அவருடைய மேலதிகாரி அவரைப் பிடித்துவிட்டார். அன்று பிற்பகல் அவரைத் தன் அலுவலகத்துக்கு வரவழைக்க உரிய ஆணையைப் பிறப்பித்தார்:

'பொது இடத்தில் ஒரு பூங்கா பெஞ்சில் ஏன் உங்கள் தலையைச் சொறிந்துகொண்டிருந்தீர்கள்?'

அவர் சொன்னார், 'அது அப்படித்தான். அலுவலகத்தில் கடந்த நாற்பது ஆண்டுகளாக நான் வளர்த்துக்கொண்ட பழக்கம் அது. ஒரு அரசு ஊழியர் என்ற முறையில், தீர்க்க நமக்கு வழி தெரியாத, குறைந்த பட்சம் குறுகிய காலத்தில் தீர்க்க முடியாத, நான் எதிர்கொள்ளும் பிரச்சனைகள் அநேகம். அவை என் கபாலத்துக்குள் ஒரு வகைப் புழுவைப் போல இருப்பதாகவும் என் தலையை மேலும் கீழுமாகக் குலுக்கி ஆட்டினால் அது அதைச் சீராக்கி வெளியே தள்ளிவிடும் என்றும் நான் அடிக்கடி நினைப்பதுண்டு. நல்லவரே, இதற்குள் என் ஒவ்வொரு முடிக் கற்றையும் நைந்துபோய்விட்டதையும் பல ஆண்டுகளுக்கு முன்னால் எனக்கு நடந்த எல்லா சாக்கடை விஷயங்களைப் பற்றி இனிக் கவலைப்பட

வேண்டிய தேவையில்லாத அளவுக்கு என் தலையின் உச்சி கிட்டதட்ட ஒன்றுமே இல்லாத மாதிரி சுரண்டி எடுக்கப்பட்டுவிட்டதையும் நீங்களே பார்க்கலாம். இதன் காரணமாக அரசுப் பணி குறித்து யோசிக்க கூடுதலான நேரமும் ஓய்வும் எனக்குக் கிடைக்கும் என்பதுதான் உண்மையில் இதற்கு அர்த்தம்.'

அவருடைய மேலதிகாரி, 'கடமை தொடர்பான உங்கள் அக்கறையும் கவனமும் சரியான முறையில் குறித்துக்கொள்ளப்பட்டன. அலுவலகக் கடமையை நிறைவேற்றுவதில் உங்களுக்கிருக்கும் உறுதியை விட்டுவிட மாட்டீர்கள் என்பதை நிச்சயமாக நம்புகிறேன்; அதே சமயம், பணிக்கான உங்கள் உள் விசுவாசத்தை இப்படிப் பொது வெளி பாணியில் காட்டக் கூடாது என்றும் உங்களை எச்சரிக்கிறேன். அரசுப் பணி தீர்க்காத ஒரு பிரச்சனை உண்டு என்பதையே முதலில் ஏற்றுக்கொள்ள முடியாது. இப்படியாக, தீர்க்கப்பட்ட ஒரு பிரச்சனை ஒரு பிரச்சனையே அல்ல. உண்டான உடனேயே ஒவ்வொரு பிரச்சனையும் முழுக்கவும் தீர்க்கப்படுவதால் அரசுப் பணி கையாள வேண்டிய இன்னொரு பிரச்சனை இல்லை என்பதே இங்கு புரிந்துகொள்ளப்பட வேண்டியது. இப்படி ஒரு விஷயம் ஏற்கனவே நடந்துள்ளது. அதை நன்றாக மனதில் குறித்துக்கொள்ளுங்கள். குற்றம் சாட்டப்பட்டவருக்கு ஓய்வூதியம் கிடைக்க இன்னும் இரண்டு ஆண்டுகளே இருந்தன. அமைச்சர் அவருக்கு எழுதினார். அமைச்சர் எழுதினார் என்பதே அவர் அந்த சம்பவத்தைக் கேள்விப்படவே இல்லை என்பதற்கு சந்தேகத்திற்கு அப்பாற்பட்ட சான்று. அலுவலக எல்லைக்கு அப்பால் நடக்கும் இந்த வகையான செயல் நாட்டின் நிர்வாக சமாச்சாரங்களுக்குப் பெரிய அளவில் ஊறு விளைவிக்கும் என்பது தன் தெளிவான அபிப்பிராயம் என்று அமைச்சர் அந்த ஊழியருக்குத் தெரியப்படுத்தினார்; இன்னொரு தடவை அப்படி நடந்துகொண்டால் அந்த விதி மீறலை இன்னும் கடுமையான பார்வையோடு பரிசீலிப்பதில் அவர் ஆர்வம் காட்ட மாட்டார் என்று சொல்ல முடியாது.' என்றார்.

குறிப்பிட்டு மேற்கோள் காட்ட முடியாத எந்த ஒரு விதியையும் அவன் மீறாததால் அவன் செய்தது விசேஷமாக இன்னும் கூடுதலான கடுமையோடு பார்க்கப்படும் என்பதை *N.* நன்றாக அறிவான். ஏதாவது ஒரு கதையை அவன் இட்டுக்கட்ட வேண்டும். கதை எவ்வளவு எளிமையாக இருக்கிறதோ அந்த அளவு அதை நம்ப வாய்ப்பு அதிகம்; ஏனென்றால் அதில் உண்மையின் தொனி இருக்கும். ஒன்றிணைக்கப்பட்ட எளிமையான ஒரு கதை, நேரடியாகச் சொல்லப்படும் ஒரு கதை, எல்லாருக்குமான ஒரே கதை. தாமதத்துக்கான காரணமாக அவன் மனைவியின் சகோதரிகளுக்காக நேற்று புனைந்த சாக்கை நினைவுகூர்ந்தான். அதுவே அலுவலகத்தில் இருப்பவர்களிடமும் செல்லும்; கூடுதலாக, கார் ஒன்று மோதித் தள்ளியதால் தான் நினைவை இழந்துவிட்டதாகச் சொல்ல வேண்டும். இதெல்லாம் அவன் திருட்டுக் கொடுத்த பிறகு நடந்ததாகச் சேர்த்துச் சொல்ல வேண்டும். அலுவலக ஆட்களுக்கு போலீஸ்காரர்களோடு ஏதோ வகையில் தொடர்பு இருப்பதால் அவர்கள் திருட்டைப் பற்றிக் கேள்விப்பட்டிருப்பார்கள். சம்பவக் கலவைக்கு அதுவும் ஒரு கூடுதல் நம்பகத் தன்மையைக்

கொடுக்கும். திருட்டுக் கொடுத்ததால் அவனால் இயல்பான மன நிலையில் இருந்திருக்க முடியாது. மோசஸ் பத்துக் கட்டளைகளைப் பெற்ற சீனாய் மலை மீது இருந்துகொண்டு, அடிவாரத்தில் மலம் கழித்து, நயந்து, ஊர்ந்து செல்லும் விளிம்பு நிலை மனிதர்களை சந்தேகக் கண்ணோடு பார்க்கும், பிறர் வாழ்க்கையில் அதீத ஆர்வம் காட்டும் அசிங்கமானவர்கள் அரசு ஊழியர்கள். எந்த மருத்துவ மனையில் தான் இருந்தோம் என்பதை அவர்களுக்குச் சொல்ல வேண்டும்; அவர்கள் அதைக் கண்டுபிடித்து, தொலைபேசியில் விசாரித்து, அரசாங்கத்தின் வேட்டை நாய்க்கூட்டம் என்ற முறையில் தீர்ப்பும் சொல்லிவிடுவார்கள். அவன் தொடர்பான விபத்து குறித்த வழக்கு எப்போது நீதிமன்றத்துக்கு வரும் என்று கேட்பார்கள்.

தன்னை மோதித் தள்ளிய நபரோடு தனிப்பட்ட முறையில் பிரச்சனையைத் தீர்த்துக்கொண்டதாகச் சொன்னால் அந்த ஆளுக்கு எவ்வளவு பணம் அளிக்கப்பட்டது என்பதை வலியுறுத்திக் கேட்பார்கள்; அந்த ஆள் அதைக் கொஞ்சம் விநியோகிப்பான் என்று எதிர்பார்க்கவும்கூடும்.

சனிக்கிழமை மாலை சதுப்பு நிலத்தில் அவன் செய்த குழப்படி யான காரியங்களைப் பற்றி யாரோ சிலர் கேள்விப்படுவார்கள். உடல் நலமில்லாமல் வீட்டில் இருந்ததாக அல்லது மனச்சோர்வு நோயால் பாதிக்கப்பட்டு மருத்துவமனையிலோ ஏதோ ஒரு சிகிச்சை மையத்திலோ சேர்ந்திருந்ததாக பாசாங்கு செய்யலாம். அவர்களில் ஒருவர் அவனைக் கண்டுபிடிக்கும்வரை முயன்று தேடி, சந்தேகத்தோடு ஒரு விரலில் அவனைத் தொட்டு, அவன் உயரத்தை அளந்து, அல்லது நிற்கும் முறையை நிர்ணயித்து, அல்லது அவன் எடையைக் கணக்கிட்டு, தங்களுடைய அறிவுக் குறைவை அவனுடைய அறிவுக் குறைவோடு ஒப்பிட்டு அதை மதிப்பீடு செய்து, பிறகு அறிவிப்பார்கள்: 'இந்தக் குறிப்பிட்ட நேரத்தில், இந்தக் குறிப்பிட்ட இடத்தில் இருந்த N. என்ற அரசு ஊழியர் உண்மையில் இவர்தான். அவர் தன் எல்லா இயல்பான திறன்களோடும் இருக்கிறார்.'

ஒரு அரசு ஊழியர் கடமை தவறுகிறார் என்றால் அவர் தன் சொந்த, மேலான நலன்களையே புறக்கணிக்கிறார் என்பதே உண்மை; தன் சக ஊழியர்களின் புதிரான எல்லைகளையும் வெளி வரம்புகளையும் ஆராய்ந்து அறியும் பணியும் நிச்சயமின்மையின் மாய மூடுபனியை, அதனூடே தன் சொந்த வழியைத் தெளிவுபடுத்தி, மறையச் செய்வதும் அவருடைய கடமைகள். இன்னொரு நபரின் ஆளுமையில் உள்ள பொய்யான எண்ணம், அறியாமை ஆகியவற்றில் எப்போதும் ஆபத்து உண்டு: சாதாரண இரவொன்றில் வேகமாகக் கடந்து செல்லும் தூரத்து நட்சத்திரம் போல அவர் தோன்றலாம்; ஆனால், அது என்னவென்று ஊழியர் தெரிந்துகொள்ளும் முன்பே அந்த நபர் ஏணியின் உயர்ந்த படியில் ஒரு நகராத பொருளைப்போல இருந்தபடி கீழே பார்த்து இளிக்கலாம்...

தன் திருப்திக்கு முடிவு வருவது மாதிரி ஒரு கதையும் சிக்காமல் இருபது வெவ்வேறு கதைகளை N. உருவாக்கத் தொடங்கியிருந்தான்; உறுதியாக ஒன்றைத் தீர்மானிக்க முயன்றதில் அவன் மனம் சோர்வடைந்ததால் அவற்றை ஒரு பக்கமாகப் போட்டுவிட்டான். அந்த அரசு ஊழியர்களில்

யாராவது ஒருவரைத் தெருவில் தற்செயலாக சந்திக்க நேர்ந்து அவர் அவசரச் செய்தியைப் பற்றிக் கேட்டால் என்ன நடக்கும்? மீதியிருக்கும் அவனுடைய அலுவல் ரீதியான நாட்களில் இந்த அவசரச் செய்தி ஓயாது நினைவில் ஊடாடும் என்பது அவனுக்கு நன்றாகத் தெரியும். விளக்கம் சொல்லப்படாமல் அது இருக்கும்வரை அரசுப் பணியில் எப்போதும் அது அவசர, தீவிரப் புலனாய்வுக்குரிய ஒன்றாகவே இருக்கும். அரசுப் பணியில் ஒவ்வொன்றுமே ஒரு புலனாய்வுதான்; ஒவ்வொரு புலனாய்வும் அடுத்து வருவதைப் போலவே தீவிரமான, அவசரமான ஒன்றுதான்; அதன் தீர்வைச் சார்ந்துதான் நாட்டின் வளமையே இருப்பதுபோல, அல்லது அதன் இருப்பே உள்ளதுபோல. வளமான கோதுமை விளைச்சலுக்கு மத்தியில்தான் பதர் என்பது N.க்கு நன்றாகத் தெரியும். அவனையும் மீறி இந்தக் குற்ற உணர்வு அவனைச் சாலையிலிருந்து விலக்கி நான்கு வெவ்வேறு கார் ஷெட்டுகள் இருக்கும் ஒரு குறுகிய சந்துக்கு இட்டுச் சென்றது.

தான் இப்போது கண்காணிக்கப்படும் ஒரு ஆள் என்பது N.க்கு தெரிந்துவிட்டது. அவனுடைய விதி தீர்மானிக்கப்பட்டு – ஒரு போலி நண்பனின் வாயிலிருந்து வெளியாகும் மென்மையான, ரகசியமான, பட்டுப்போன்ற ஒரு கேள்வியினால் – அது எங்கிருந்து வேண்டுமானாலும் அவனைப் பார்த்துவிடலாம். புகலிடம் ஏதும் எங்கேயாவது உண்டா? ஸ்க்விம்ஸியைப் பற்றி யோசித்தான். அவன் அவளைக் கூப்பிட வேண்டுமா? இன்னும் எழுந்திருந்திருக்க மாட்டாள். சோர்ந்துபோய் காலை நேரத்தில் ஆழ்ந்து தூங்குவாள். அவளுடைய எண்ணும் அவனிடம் இல்லை. மொத்தக் குழப்பமும் அந்த எண்ணை அவன் தலையிலிருந்து விரட்டிவிட்டது. வீட்டிலிருக்கும் இன்னொரு கோட்டில் அது இருக்கிறது. அது தொலைபேசி எண் திரட்டில் இல்லையென்றாலும் பாதி நகரம் அதை வைத்திருந்தது. எப்படியிருந்தாலும், அது பெரிதாக பிரயோஜனப்படாது. நேற்று இரவு அவள் அவனைப் பயன்படுத்திக்கொண்டாள். இன்று இன்னொரு ஏமாளி அவளுக்குக் கிடைப்பான்.

அதுவே அவனைச் சோகத்தில் ஆழ்த்தியது. அது ஒரு வகை அரூப சோகம்; கிட்டத்தட்ட மீபொருண்மையானது. உண்மையான, உறுதியான சோகம் அல்லது துயரம் என்பது இருக்க முடியாது, அப்படி இருந்தாலும் அது கோட்பாட்டளவில்தான் இருக்கமுடியும். மற்ற ஆண்களோடு நட்பாக இருப்பதிலிருந்து எது அவளைத் தடுத்ததோ அதுவேதான் அவனோடு நட்பாக இருப்பதிலிருந்தும் அவளைத் தடுத்தது என்று அவன் யூகிக்க வேண்டியிருந்தது. தான் விரும்பிய எந்த ஆணோடும், ஒருவனுக்குப் பதிலாக இன்னொருவன் என்றெல்லாம் முன்னுரிமை காட்டாமல் பாலுறவு கொள்வதென்பதுதான் ஸ்க்விம்ஸியுடைய கவர்ச்சியின் அங்கம், வசியத்தின் பாகம். அந்த வகையில், ஆண்கள் பலரோடு அவளுக்கு உண்டான அனுபவம் என்பது ஒரு வகையில், எந்த ஆணோடு ஒரு குறிப்பிட்ட காலத்தில் அவள் பாலுறவு கொண்டிருந்தாளோ அவனுக்கு அவள் வழங்கிய தயவும் அனுகூலமுமே. அந்த நபருக்கு ஸ்க்விம்ஸி தன்னைக் கொடுத்தது மட்டுமல்லாமல் மற்ற எல்லா ஆண்களுடைய இதயங்களின் ரகசிய உள் மறைவிடங்களையும்

பரிசாக வழங்கிக்கொண்டிருந்தாள். சில சமயங்களில் கோம் அவளை திடீரென்று வேலையை விட்டுத் துரத்துவான், அல்லது இன்னும் மோசமாகக்கூட நடத்துவான். ஆனால், இதையும் தாண்டி அவளுக்கு அந்த வேலை பிடித்திருந்தது. அந்த வசீகரக் காரணத்தின் ஒரு பகுதி என்னவென்றால் ஒவ்வொரு இரவும் அவள் விரும்பிய வெவ்வேறு ஆளோடு பாலுறவுகொள்ள வாய்ப்பு கொடுத்ததுதான்...

கார் ஷெட் ஒன்றின் உச்சியிலிருந்து ஒரு பறவை இளகிய எச்சத்தை *N.*இன் முதுகில் படியவிட்டது; ஆனால், அவன் அதைப் பார்க்க வில்லை. ஒளிந்துகொள்ள வேறு இடங்களையும் சிறு கட்டடங்களையும் பற்றி யோசிக்க முயன்றுகொண்டிருந்தான். நேற்று குதிரைப் பந்தயப் பணயக் கணக்கர் அலுவலகத்தில் பார்த்த சிடுமூஞ்சிக் கிழவி? முதலில் அதை யோசிக்கக்கூடாது. பொதுப் பூங்காவில் சந்தித்த பாலியல் தொழிலாளி? அவளையும் யோசிக்கக்கூடாது. அந்தக் குண்டு விதவை வேடல்? பாலியல் கவர்ச்சிகொண்ட ஒரு ஆணின் இறுக்கமான அமுக்குதலுக்கு, நகரில் இருக்கும் யாரையும் போலவே, ஏங்கும் பெண். போவதற்கு அப்படியொன்றும் மோசமான இடமாக அது இருக்காது. ஆனால், அதற்கடுத்து தான் குறைவாகச் செலவழித்து வாங்க நினைக்கும் பொருள்களைப் பற்றி *N.* யோசிக்கத் தொடங்கினான். பழைய இஸ்திரிப் பெட்டி, மலிவாக ஒரு ஹீட்டர்! சாவைப் பற்றி காலையில் அவள் செய்தித்தாளில் பார்க்கக்கூடும். அப்புறம் வீட்டுக்கு வருவாள். 'நம்ம ஜான் போனமாதிரியேதான்.,' என்பாள். 'ஒரு கப் டீ தயாரிக்கலாம் என்று சமையலறைக்குப் போனேன். ஒரே நிமிஷம்தான்! அப்போதுதான் திரும்பினேன். கொஞ்சம் திணறலோடு மூச்சுவிட்ட அவர் போய்விட்டார், டக்கென்று போய்விட்டார். ஒரு வார்த்தை கிடையாது, ஒரு முணுமுணுப்பு கிடையாது, விடைபெறுகிறேன் என்று சொல்லவில்லை...'

அவள் வீட்டுக்கு வந்தால் அவளைக் கையாள வேண்டியிருக்கும், அப்படிச் சொல்லவேண்டியிருந்தால், என்பது *N.*க்குத் தெரியும். அவள் மூச்சுக் காற்றில் கடுமையாக வெங்காய வாசம் வீசும்; அவள் உடைகளுக்குள் பன்றிகளின் தலைகள் பொதிந்து வைக்கப்பட்டதைப்போல அவள் அங்கங்கள் எல்லாம் புடைப்பாக, மேடுபள்ளமாக, பிசுபிசுப்பாக, முள்மயிராக இருக்கும்; அவளுடைய செருப்புகள் படபடத்து அவள் பாதங்களிலிருந்து விலகி விழுவதால் அவள் அவனுடைய அணைப்பிலிருந்து நழுவி பக்கவாட்டில் சரிவாள். அப்போதும் அதே பிதற்றல்தான், 'அவர் போய்விட்டார், டக்கென்று போய்விட்டார்...'

தன்னையும் மீறி, பல முறை நடந்த பழைய நினைவுகளின் பாதையில் திரும்பவும் தான் அலைந்து திரிவதை *N.* உணர்ந்தான். முதன் முதலாக, அவசரமாக அவன் செய்யவேண்டியது என்ன? சவக் குழி, சவப் பெட்டி, ஈமச் சடங்குப் பொறுப்பாளர், எது முதலில்? உள்ளே இறக்க ஒரு சவப் பெட்டி இருந்தாலொழிய சவக் குழி தேவையில்லை. சவப் பெட்டிக்கு ஒரு பிரேதம் தேவை. பிரேதம் அடக்கம் செய்யப்பட வேண்டுமானால் ஒரு ஈமச் சடங்குப் பொறுப்பாளர் தேவை. அல்லது மொத்தமும் எதிர்த் திசையில் இருக்கலாம். முதலில் ஒரு பிரேதம்

இல்லையென்றால் ஒரு ஈமச் சடங்குப் பொறுப்பாளர் தேவைப்படவே மாட்டார். எனவே, இந்த வழியில்தான் அது நடக்கும்: ஈமச் சடங்குப் பொறுப்பாளர், பிரேதம், சவப் பெட்டி, சவக் குழி. ஓ, அப்படியில்லை, இப்படித்தான்: பிரேதம், ஈமச் சடங்குப் பொறுப்பாளர், சவப் பெட்டி, சவக் குழி.

நான்கு கார் ஷெட்டுகளை ஒரு வகை சதுரமாகக் கற்பனை செய்து அவற்றை இந்த ஒழுங்கில் வைத்தான்: கீழ் இடது புறத்தில் பிரேதம், பிறகு கடிகாரச் சுற்றில் நகர்ந்து ஈமச் சடங்குப் பொறுப்பாளருக்குப் போவது, அதற்கடுத்து சவப் பெட்டி, திரும்பி கடைசியில் சவக்குழி. இந்த ஏற்பாடு அவனுக்குத் திருப்தியாக இருந்தது. பிரேதத்தில் தொடங்கி ஈமச் சடங்குப் பொறுப்பாளர், பிறகு அங்கிருந்து சவப் பெட்டி, கடைசியாக சவக் குழி; இது *N.*இன் தர்க்கம். இதுதான் நிகழ்வுகளின் தவிர்க்க முடியாத ஒரே ஒழுங்கமைவு என்று அவனுக்குப் பட்டது; வாழ்க்கை என்ற லாட்டரியின் ஒரு பகுதியாக சாவு வருவதால் அது அப்படித்தான் இருக்க வேண்டும். பிரேதத்திலிருந்து சவக் குழி, அதிலிருந்து சவப் பெட்டி, அதிலிருந்து ஈமச் சடங்குப் பொறுப்பாளர் என்று உங்களால் போக முடிந்தாலும் அல்லது பிரேதத்திலிருந்து சவக் குழிக்கு, அல்லது ஈமச் சடங்குப் பொறுப்பாளரிடமிருந்து பிரேதத்துக்கு உங்களால் போக முடிந்தாலும், வேறு எந்த வகையில் போனாலும் இருப்பின் அடிப்படை விதியை நீங்கள் மீறுவீர்கள். அல்லது, சுற்றியுள்ள மூலைகளை முற்றிலுமாக மாற்றிவிட்டு முடிவேயில்லாமல் அதே வழியில் நீங்கள் போய்க் கொண்டிருக்கலாம். இனிமேலும் இந்தப் பிரச்சனையை இப்படிப் பார்த்துக்கொண்டே யிருந்தால், இந்தக் குழப்படி, சிக்கலான விவரங்கள், நல்ல, கெட்ட நினைவுகள் என்ற சுழலில் மாட்டி அவன் தோண்டிய ஒரு பெரிய சதுரத் துளைக்குள் அவனே விழுந்துவிடும் ஆபத்தை வரவழைப்பதுதான் நடக்கும் என்பது அவனுக்குத் திடீரென்று புலனானது...

எப்படியாயினும், சவக் குழியே அங்கே இருந்தது, அல்லது அப்படி இல்லாவிட்டால் அது அங்கே இருக்க வேண்டும். அவள் அங்கே எப்படிக் கொண்டுவரப்படுவாள் என்பது நடைமுறை விவரங்கள் தொடர்பானது, மரபு தொடர்பானது. அங்கே ஒரு பிரேதம் இருந்ததுதானே, எனவே அது அப்படித்தான் நடக்க வேண்டும். உறுதியானது என்று ஏதாவது இருந்தால் அது அந்த உடல்தான், அந்த உடல், அந்த பிரேதம்; அதுதான் எல்லாக் கவலைக்கும் சஞ்சலத்துக்கும் காரணம். கனமான, மந்தமான, உணர்வற்ற, மூச்சை நிறுத்திக்கொண்ட பிரேதத்தைப் போன்ற ஒன்று இப்படிப்பட்ட கவலையின் சூறாவளியை எழுப்ப முடியும் என்பதை, உயிரோடிருப்பவர்களைப் பொறுப்பு என்னும் பொறியில் சிக்க வைக்க முடியும் என்பதை நம்புவது கடினம். பிரேதம் அங்கே இருந்தது: அவ்வளவுதான் விஷயம், அதை யாரும் மறுக்க முடியாது. ஈமச் சடங்குப் பொறுப்பாளர், சவப் பெட்டி, ஒரு சவக் குழி என்று கூடுதலாகத் தொங்கிக்கொண்டிருக்கும் இந்த எல்லா மிகைப்படியான இணைப்புத் துணுக்குகளும் இல்லாமல் ஒரு பிரேதம் இருப்பது அது முதல் தடவை அல்ல; முன்பே பல சந்தர்ப்பங்களில் நடந்திருக்கிறது. பிரேதம் என்பது இயல்பான, மேன்மையான ஒரு பொருள். ஆனால், அதைக் கையாள

வேண்டிய செயல்பாட்டைத் தின்று கொழிக்கும் அந்த மற்ற ஒட்டுண்ணி களைப் பற்றி, பிணந்தின்னிகளைப் பற்றி என்ன சொல்வது? முதலில் பிரேதம் என்ற ஒன்று அங்கே இருப்பதே உண்மையில் அவசியம் என்றால், இந்தப் பிற விஷயங்களெல்லாம் பிரேதம் தானாகவே கையாள இயல்கிற பின்யோசனையில் சேர்க்கப்பட்டவைதானே? இந்த நிலையில், பிரேதமே அதிகமும் ஒரு பின்யோசனைதான்; இந்த எல்லா மற்ற விஷயங்களின் ஒரு துணை விளைவு. கதையின் மையமாக அவன் இருப்பதைவிடவும் அது அதிக முக்கியத்துவம் கொண்டது, அடிப்படையானது. அவன் செய்ய உத்தேசிப்பதில் தாமதம் ஏற்பட்டிருக்கிறது...

இப்படியான சிந்தனை, கடைசியாக நின்றுகொண்டிருக்கும் குழப்பம் என்ற சுவரோடு கூடிய ஒரு முட்டுச் சந்து என்பதை அவன் எளிதாகக் கண்டான். பிரேதம் என்ற அந்தக் கச்சாப்பொருளிலிருந்து ஆரம்பிப்பதற்குப் பதிலாக அவன் ஒருவேளை முடிவிலிருந்து ஆரம்பத்துக்கு, அந்தக் கடைசி விஷயத்திலிருந்து, திரும்ப வேண்டியிருக்கும். கல்லறைத் தோட்டத்திலிருந்து தொடங்கலாம், கல்லறையிலிருந்து தொடங்கலாம். அல்லது காலத்தில் முன்னோக்கித் தாவி தேவாலயக் கல்லறையிலிருந்து தொடங்கலாம். கல்லறையிலிருந்து உருவான தேவாலயக் கல்லறை, மூடிய கல்லறை. ஒரு சவப் பெட்டி உள்ளே போக வேண்டியிருப்பதால் கல்லறை திறந்திருக்கிறது. சவப் பெட்டி உள்ளே போக வேண்டியிருப்ப தற்குக் காரணம் அது ஒரு பிரேதத்தைத் தன்னுள் கொண்டிருப்பதால்தான்; மூடப்படுவதற்கு முன்பாக, கல்லறைக்குள் போவதற்கு முன்பாக திறந்திருக்கும் சவப் பெட்டிக்குள் பிரேதத்தை வைக்க வேண்டும். அதில் ஒரு பிரேதம் இருக்கிறது, உயிரோடிருந்தவனின் மிச்சம், அப்புறம் அந்த உயிரோடிருக்கும் நபர்... N. தன்னுடைய உணர்ச்சிகளைக் கட்டுப்படுத்திக்கொண்டான். குழந்தைகளுக்கான கதையான *Tweedledum and Tweedledee*[7] ஐத் திரும்பவும் சொல்லிக்கொண்டான். அதே பழைய வெட்டி நகைச்சுவைத் துணுக்கான அது அவனுடைய சொந்தப் போதாமைகளுக்கு ஒரு வக்கிர சரியீடு. அதே கதையைத் திரும்பச் சொல்ல வேறு பல முறைகள் உண்டு. சவப் பெட்டி ஒன்றில் பொருத்துவதோடன்றி ஒரு பிரேதத்தை வைத்துச் செய்ய வேறு பல விஷயங்கள் உள்ளன; பூமியின் துளைக்குள் பொருத்துவதோடன்றி ஒரு சவப் பெட்டிக்குச் செய்ய வேறு பல விஷயங்கள் உண்டு. உதாரணமாக, அதை ஒரு நதியில் மிதக்க விடலாம். ஒரு இரவு முழுக்க தேவாலயத்தின் மூடிய கதவுக்குள், அல்லது ஒரு பொதுத் தோட்டத்தில், அல்லது சைமனின் கார் ஷெட்டின் கூரைக்கு மேல், அல்லது உங்களுக்கு முன்னால் பதவி உயர்வு பெற முயல்பவனின் வீட்டு முன் கதவுக்கு வெளியே வைத்துவிடலாம். பிரேதம் பொருத்தப்படாமல் ஒரு சவப் பெட்டியை எங்கு வேண்டுமானாலும் வைக்கலாம் என்பது சமூக மரபுக்கும் நல்லொழுக்க நெறிகளுக்கும் எதிரானது. முன்னுதாரணம் இன்றி அப்படி ஏதும் நடக்க வேண்டியிருந்தால் அந்த சவப் பெட்டிக்கு ஒரு பிரேதம் வழங்கப்பட

---

7. குழந்தைப் பாடல் ஒன்றிலும் லெவிஸ் கேரல் எழுதிய Through the Looking Glass and What Alice Found There என்ற நாவலிலும் வரும் இரண்டு புனைவுப் பாத்திரங்கள். ஒரே மாதிரியான தோற்றமும் நடத்தையும் கொண்ட ஒரு ஜோடி நபர்களை மதிப்புக் குறைவுடன் சித்தரிக்கப் பயன்படுபவர்கள். (தமிழ் மொ.பெ)

வேண்டும், அல்லது பெறப்பட வேண்டும். மூன்று, நான்கு நாள்களுக்கு மேல் ஒரு சவப்பெட்டி அதுவாகவே அலைந்து திரிந்ததை யாருமே எப்போதும் கேள்விப்பட்டதில்லை. ஒரு சவப் பெட்டி தொடர்பாகச் செய்ய வேண்டிய வேலையோ வேறு அலுவலோ எப்போதும் இருந்தது. பேயுரு கொண்ட அமரர் ஊர்தி, முண்டம் அல்லது மாயப் பாடை என்று இதன் எதிர் நிலையும் அதே திகில் ஒழுங்கைக் கொண்டதுதான். அப்படி நடக்க வேண்டியிருந்தால் ஒரு தேசிய பிரார்த்தனை நாளை அவர்கள் அறிவிக்க வேண்டியிருக்கும் என்று N. நினைத்தான்...

அதுதான் முதலாவது தேவை: பெட்டிக்குள் பொருத்த ஒரு பிரேதத்தைப் பெறுதல், அப்புறம் அதைக் கல்லறைத் தோட்டத்துக்குக் கொண்டு போவது தொடர்பான வேலைகளைச் செய்ய ஒரு ஈமச் சடங்குப் பொறுப்பாளரிடம் கலந்து பேசுவது, அவருடைய சில வேலைகளை மாநகராட்சி ஊழியர்களிடமும் பிறரிடமும் ஒப்படைப்பது. பொதுவாக ஏற்றுக்கொள்ளப்பட்ட விதிகள், முன்னுதாரணங்கள், மரபுகள்படி இந்தச் சங்கிலியில் ஒரு கண்ணியைக்கூட புறக்கணிக்கவோ ஒன்றைத் தவிர்த்து இன்னொன்றைச் செய்யவோ கூடாது. முறைமை தவறாமல் தீவிர உணர்வுடன் செய்ய வேண்டிய சரியான ஒரு வேலைக்குரிய மனமார்ந்த முழுநிறைவோடு உங்கள் பணிகளை நீங்கள் நிறைவேற்ற வேண்டும். ஈமச் சடங்குப் பொறுப்பாளரோ பேயுரு கொண்ட அமரர் ஊர்தியின் ஓட்டுனரோ ஒரு கல்லறையைத் திறக்கவோ மூடவோ ஒரு மண்வெட்டியை ஒருபோதும் கையாள முடியாது...

அவ்வளவுதான், எல்லாம் முடிந்தது, மேலிருந்து கீழ், கீழிருந்து மேல் என்று முற்றிலுமாக எல்லாவற்றையும் தான் கைக்கொண்டிருக்கிறோம் என்பது N.க்கு கொஞ்சம் நிம்மதியைக் கொடுத்தது. ஒரு தேவாலயக் கல்லறைக் கூடம், ஒரு கல்லறை என்று இரண்டும் மெய்யாக இருந்தன என்ற அவனுடைய ஆரம்ப நிலைக் கோட்பாட்டிலிருந்து, அங்கே ஒரு பிரேதமும் இருக்க வேண்டும் என்பதைக் கொஞ்சமும் சந்தேகம் இல்லாமல் நிரூபித்துவிட்டான்!...

ஆனால் அப்போது, போர்த் தேவதைபோல ஒரு பெரிய கருப்பு நிற சந்தேக மேகம் உயரத்திலிருந்து அவன்மீது இறங்கியது. உண்மையில் அங்கே ஒரு பிரேதம் இருந்ததா? அங்கே ஒரு பிரேதம் இருந்தது என்பது அவனுக்கு உறுதியாக எப்படித் தெரிந்தது? அவனுக்குத் துயரம் கொடுத்து எப்படி அவன் எதிர்வினை புரிகிறான் என்பதைப் பார்க்கும் நோக்கத்தோடு அந்த அருவருப்பான சகோதரிகள் ஒரு வதந்தியைப் பரப்பி, அது அவன் காதுகளுக்கு போய்ச் சேருவதை உறுதிப்படுத்துவது அவர்களுக்கு எளிதான காரியமாக இருந்திருக்காதா? அவள் இறந்து விட்டாள் என்று தாங்கள் நினைத்ததாக அவர்கள் சொல்வது சாத்தியம்தானே. அவள் இறக்கவில்லை என்பது அவர்களுக்கு எப்படித் தெரியும்? அன்றாடம் வந்து அவளைப் பரிசோதிக்க ஒரு டாக்டரை அவன் ஏற்பாடு செய்யவில்லை. பெரும் செலவு பிடிக்கும் காரியமாக அது இருந்திருக்கும்!

அவனுடைய பங்குத் தந்தை சொன்னதை, அல்லது அவர் சொன்னதாக நினைத்ததை, திருச்சபை நிச்சயமாக அவனிடம் சொல்லி யிருந்தது. சொன்னதாக நினைத்ததை என்பதுதான் சரி, ஆனால், அந்த நேரத்தில் அதுதான் முழு உண்மை என்று N. யூகித்தான். பங்குத் தந்தை சொல்லிக்கொண்டிருந்தது வேறு ஏதோ ஒரு பிரேதம், அதே குடும்பப் பெயர் கொண்ட யாரோ ஒருவர், இல்லையென்று அவனால் எப்படிச் சொல்ல முடியும்? அதெல்லாம் அவர் கண்களிலேயே இருந்திருக்கக்கூடும்; பங்குத் தந்தை, இரவும் பகலுமாக பிரேதங்கள் வருவதையும் போவதையும் பார்த்துப் பார்த்துப் பழக்கமாகி ஒரு கட்டத்தில் அவற்றை எதிர்பார்த்துக்கூட அவர் இருந்திருப்பார். திருச்சபைக்குத் தன் பெயரைக் கொடுத்தோமா என்பதை N.ஆல் நினைவுபடுத்திக்கொள்ள முடியவில்லை. அந்த வட்டாரத்தில் ஜனத்தொகை அதிகம். கடற்கரையில் அலைகள் எத்தனை சாதாரணமாகவும் அடிக்கடியும் நிகழுமோ அப்படியே அங்கு ஈமச் சடங்குகள். ஒரு வேளை, பங்குத் தந்தை எந்த ஈமச் சடங்கைப் பற்றியுமே பேசாமல் இருந்திருக்கலாம், குறிப்பிட்ட ஒன்றைப் பற்றி என்றில்லாமல். பணத்தை எண்ணும்போது தவிர அவர் கிட்டத்தட்ட காது கேளாதவர். ஒரு செய்தித் தாள் வாங்குவதற்கான நேரம் அது என்று N. நினைத்தான்...

பிரேதம் இல்லையென்றால், அவள் இன்னும் உயிரோடிருந்தால் எல்லாவற்றுக்கும் தீர்வு கிடைத்துவிடும். அப்படித்தான் நான் நிச்சயமாக நம்புகிறேன் என்று சொல்லிக்கொண்டான். பிரேதம் உருகிக் கரைந்துபோய்விட்டால், சவப் பெட்டி, ஈமச் சடங்குப் பொறுப்பாளர், சவக் குழி என்று எல்லாக் கவலைகளையும் அது முடிவுக்குக் கொண்டுவரும்; பொறுப்பு என்னும் பரிவற்ற பெரும் பாரம் அவனிடமிருந்து அகற்றப்பட்டு, இதுநாள்வரை நிச்சயமின்மை என்னும் இறுக்கும் சட்டத்தில் நீண்ட நேரம் மாட்டிக்கொண்டிருந்த அவனால் மென்மையான புது புல் தரையில் மீண்டும் கவலையற்று காலார நடக்க முடியும்...

பாலத்தின்மீது இருந்த ஒரு ஆள் செய்தித்தாள் படித்துக்கொண் டிருந்தான். மரண அறிவிப்புகளை தான் பார்க்கலாமா என்று N. அவனிடம் கேட்டான். அவனால் தன் மனதை மாற்றிக்கொள்ள முடிந்திருந்தால் அதை உடனடியாகச் செய்திருப்பான். சந்தேகம் என்னும் புழு உங்கள் குடல் நாளத்தை அரிக்கும்படி வைத்திருப்பது சரியான அறிவை, கொல்லும் அறிவை, பெறுவதைவிட மேலானது. கட்டுப்படுத்த முடியாமல் அவன் கைகள் நடுங்கிக்கொண்டிருந்தன. உண்மையில் ஒரு பிரேதம் அங்கே இருந்ததா? அப்படி இருந்தால்? ... ஆனால், ஒரு வேளை இல்லாதிருந்தால்? அவன் கண்கள் வேகமாகச் சுழன்றன. அவனுடைய எல்லாப் புலன்களையும் காரண காரிய அறிவையும் திகிலையும் கைகளையும் தலையையும் இதயத்தையும் அவை தம் கட்டுப்பாட்டில் கொண்டுவந்தன...

'உனக்கு என்ன பிரச்சனை?' செய்தித்தாள் வைத்திருந்தவன் கேட்டான், அதைத் திரும்ப வாங்க தன் கையை நீட்டிக்கொண்டே.

'பிரேதம்,' என்றான் N. உணர்ச்சியில்லாமல்.

'பிரேதம்!' என்று அந்த ஆள் ஆச்சரியத்துடன் சொன்னான்.

'ஆமாம்,' என்றான் N. 'இன்று மாலை அது தேவாலயத்துக்குக் கொண்டுவரப்படும். கில்னாமனாக்கில் பன்னிரண்டு மணிக்கு அடக்கம் நடைபெறும். மொத்தத்தில் அங்கே ஒரு பிரேதம் இருக்கிறது...'

குழப்பமடைந்து அந்த ஆள் போய்விட்டான். பாலத்தின் கைப்பிடியை N. இறுகப் பற்றினான். பொறுப்பு என்ற இந்தச் செயல்பாடு கபாலங்களின் களத்தைப்போலத் திரும்பவும் அவனுக்கு முன்னால் வீசப்பட்டிருக்கிறது. தப்பித்தல் கிடையாது, நேரமும் குறைவு. தன்னோடு வீட்டுக்கு அழைத்துப்போக முடிகிற விவேகமும் அறிவுத் தெளிவும் உடைய ஒருவர் இருந்தால் அவர் இரு தரப்புகளுக்கும் இடையே ஒரு நடுவரைப்போலச் செயல்பட முடியும். குறைந்த பட்சம் அவன்மீது சரமாரியாக விழ விதிக்கப்பட்ட அடிகளைத் தணிவிக்கவோ திசை மாற்றவோ அவரால் இயலும். நேற்று மது விடுதியில் இருந்த சைமனையும் அவன் கூட்டாளிகளையும் பற்றி அவன் திரும்பவும் நினைத்தான். அவர்கள் எங்கே வசித்தார்கள் என்பது அவனுக்குத் தெரியும்; சிலருடைய தொலைபேசி எண்களும் அவனிடம் இருந்தன. அதே சமயம், அவர்களுடைய மனைவிகளையும் பாலியல் தோழிகளையும் நம்பவைக்க வேண்டும். முதலில் அவன் ஏன் காணாமல் போயிருக்கக்கூடும் என்பதைக் கேட்காமலேயே, N.ஐப்போல காணாமல் போன ஒரு ஆளைப் பெண்கள் வெகு சீக்கிரத்தில் குற்றம் சொல்வார்கள். பெண்கள் எப்போதுமே ஆண்களை சந்தேகத்துடனேதான் பார்ப்பார்கள். பிற பெண்களே அவர்களைக் குடும்ப ஜெபக் கூட்டத்திலிருந்து விலகி யிருக்கப் பண்ணுகிறார்கள் என்று வலுவாக நம்புகிறார்கள். N.ஐப் போன்ற ஒருவனின் மோசமான உதாரணமும் அவன் கேவலப் பேச்சும் இல்லாதிருந்தால் தங்கள் கணவர்கள் நற்பண்புகளின் முன்மாதிரிகளே அல்லது அப்படி ஆகியிருப்பார்கள் என்று நினைக்க விரும்பியவர்கள் அவர்கள்...

N.னுக்கே ஆண்களைப் பற்றி நிறைய தெரியும். அவனைத் தங்களிடம் வரவழைக்கப் பெரிதாக அவர்கள் மெனக்கெடத் தேவையில்லை என்பது அவர்களுக்குத் தெரிந்திருந்தது. அவர்கள் அவனுக்கு உதவுவார்கள்; அவர்கள் தேனாகப் பேசுவதையும் எதையாவது உளறி வசியம் செய்வதையும் பார்த்து மதிமயங்கி பலரும் வாயை மூடிக்கொண்டு அவர்கள் சொன்னதைக் கவனித்தார்கள். அந்த நேரத்தில், நெடுந்தொலைவு போகும் ஒரு நீண்ட பாதை திடீரென்று ஆபத்தான ஒரு கிளைச் சாலையில் திரும்புவதுபோல, அவர்கள் தங்கள் பேச்சின் தொனியையே மாற்றுவார்கள். சந்தேகமில்லாமல், வேடிக்கையும் நகைச்சுவையும் அதில் இருக்கும். திடீர்த் திருப்பமாக ஒரு போலி இளிப்புடன், பைபிளின்மீது சத்தியப்பிரமாணம் செய்யும் ஒரு நபரால் சொல்லமுடிகிற பொய்களைவிட அதிக பொய்களைச் சொல்ல அவர்களால் முடியும். அவனுக்கு நடந்ததாகப் பாவிக்கப்படும் விஷயங்களைப் புனைந்து, அவர்கள் பொய்களை,

வெறுக்கத்தக்கப் பொய்களை, ஏமாற்றும் கதைகளை அவன் வாயில் உள்ளிடுவார்கள்:

'லோனர்கன் நிறுவனத்தில் தள்ளுபடி விலையில் சவப் பெட்டி வாங்க N. முயற்சி செய்துகொண்டிருந்தான் என்பதைக் கேள்விப்பட்டீர்களா? ஆனால், அதற்கப்புறம் அவன் தன் பணப்பையைத் திருட்டுக் கொடுத்துவிட்டான். சிறிய தெருவிலிருந்து வந்த பெண்ணொருத்தி அவனிடமிருந்து திருடிவிட்டாள்... காப்ளர்ஸ் வளைவுக்குக் கீழ் அவனைச் சந்தித்த ஒரு பெண் அவனை மிக மலிவான ஒரு ஈமச் சடங்குப் பொறுப்பாளரிடம் அறிமுகம் செய்து வைப்பதாகவும் அந்த ஆள் அவனை வீட்டுக்கும் அழைத்து வருவான் என்றும் சொன்னாள். முழுவதும் தற்செயலாக,' – இந்த இன்னொருத்தி சொன்னாள் – 'ஒரு கையை அவன் குறியின்மீது வைத்தாள், அது Dainty's Dream...'

இந்தக் கதைகளிலிருந்து தப்பிக்க முயலும் N.ஐப் பார்த்துக் கட்டுப்படுத்த முடியாமல் அவர்கள் சிரிப்பார்கள்:

'N., நாங்கள் ஏதோ உனக்குத் தொல்லை கொடுக்க முயல்வதாக நீ நினைப்பதை அந்த உன் முகச் சுளிப்பு காட்டுகிறது... உனக்குக் குறியே இல்லை என்று எங்களிடம் சொல்கிறாயா?... மோசமான விஷயம் நடக்கிறது, எல்லா நேரத்திலும் எதிர்பாராதவையும் நடக்கின்றன. அது ஒரு பங்குத் தந்தைக்கும் நடக்கலாம், அதே சமயம் கவனி, இந்த வட்டாரத்தில் அப்படி ஒரு விஷயம் பாதிரியாருக்கு நடந்ததாக நான் ஒருபோதும் கேட்டதில்லை...'

அப்படித்தான் அவர்கள் இருந்தார்கள். வேறு மாதிரியாக அவர்களால் இருக்க முடியாது. அங்கேயே வேறு ஆண்கள் சிலர் தங்கள் கணவர்களைவிட மோசமானவர்கள் என்பதை நம்ப – அப்படி நம்ப தாங்கள் விரும்புகிறோம் என்பதும் அவர்களுக்கு நன்றாகத் தெரியும் – அவர்களுடைய மனைவிகள் விரும்புவார்கள். அந்தக் கதை சொல்லப்படும்போது அந்தப் பெண்கள் N.ஐப் பார்த்து வெறுப்பின் உருண்டைகளாகத் தங்கள் முகங்களைச் சுருக்கிக்கொள்வார்கள். அவர்கள் சொல்வதை மறுக்க N. செய்யும் முயற்சியையும் முணுமுணுப்பையும் மீறி அவன் முரண்பாடாக எதையாவது பேசி தப்பு செய்வான். தனக்காகப் பேச அவன் முயற்சி செய்யாமலேயே இருந்திருப்பதை விடவும் இந்த வகையான தடுமாறும், பலவீனமான தற்காப்பு இன்னும் மோசம். அங்கேயிருக்கும் யாராவது ஒருவர் கோபமடைந்து, வெறி தலைக்கேறி N.ஐ முகத்தில் ஓங்கிக் குத்தலாம் அல்லது அவனைக் கிட்டத்தட்ட கொல்லக்கூட செய்யலாம்...

அப்படி நடப்பது முதன் முறை அல்ல என்றாலும் கடைசியாக ஒரு விஷயம் N.க்குத் தோன்றியது. தான் பயப்படவில்லை என்று காட்டுவதற்காக நிலாவைப் பார்த்துக் குரைக்கும் நாயைப்போல அவன் இருந்தான் என்பதே அது. ஏற்கனவே அனுபவம் உள்ள, அல்லது அப்படித் தோன்றுகிற, வீட்டு ஆட்களிடம் ஈமச் சடங்கு, அடக்கம்

அந்த நாளின் கசடுகள்   ❋ 89 ❋

போன்றவற்றுக்கான ஏற்பாடுகளை விட்டுவிடுவது அர்த்தமுள்ளதாக இருக்கும் என்பதை உணர்ந்தான். மிகச் சரியானது எது என்பது அவர்களுக்குத் தெரியும். கொடுக்க வேண்டிய நிலுவைத் தொகையைப்போல இறந்துபோன நபர் அவர்கள் முன்னிலையில் இருக்கிறார். எப்படியாவது, அவர்கள் அடக்கத்துக்கான வேலைகளைச் செய்வார்கள். இப்போது நான் போனால் அவர்களுடைய ஈடுபாடு குலைந்துபோவதுதான் நடக்கும். கோபத்தைத் தூண்டும் தீக்குச்சி அவன் என்பதாகவும் ஒரு சிறு காற்றலை மொத்த கும்பலையும் தீக்குள் சிக்கவைத்துவிடும் என்பதாகவும் *N.* உணர்ந்தான். அவர்கள் தங்கள் கைகளில் இன்னொரு பிரேதத்தைப் பெற்றிருக்க அவன் காரணமாக இருக்கமாட்டான் என்பது யாருக்குத் தெரியும்?...

இந்த எண்ணம் இன்னொரு பெரும் விடுதலை உணர்வைத் தோற்றுவித்தது. விஷத்தை அவன் வெளியே எடுத்துவிட்டான்! கடந்த சில மாதங்களாக அவர்கள் எப்படி அவனைத் துன்புறுத்தினார்கள் என்பதையும் கவலை என்னும் ஆலையில் வைத்துப் பிழிந்தார்கள் என்பதையும் அவனுக்கு இழைக்கப்பட்ட முடிவற்ற சித்திரவதையையும் நினைத்துப் பார்த்தான். ஏன் பணிக்கு வரவில்லை என்பதை அரசு நிர்வாகத்துக்கு விளக்க முயல்வது, புளிக்கும் உண்மையை ஏற்றுக்கொள்ள முடிகிற இனிக்கும் சாறு எனும் சாக்குப்போக்காகத் தர முயல்வது எல்லாம் கால விரயம், வேறென்ன? ஆண்டவரின் வாயிலிருந்து வரும் கச்சாவான, கரடுமுரடான, ஆனால் எளிதில் கிடைக்கும் உண்மையை ஒப்புக்கொள்வதைவிட விதிகள், முன்னுதாரணங்கள் என்னும் சிலந்திவலையைப் போர்த்திக்கொண்ட கற்பனைக் கதைகளையும் சரி என்று தோற்றமளிக்கிற பொய்மூட்டைகளையும் அவர்கள் அதிவிரைவாக ஏற்றுக்கொள்வார்கள்...

குறிப்பாகக் கடந்த சில நாட்களாகவும் மாதங்களாகவும் அவன் கிடத்தப்பட்டிருந்த துயரம் என்ற திகிலிலிருந்து *N.* இப்போதுதான் விடுபட்டான். அந்த நாளை அனுபவிக்க ஏற்கனவே தொடங்கியிருந்தான். செய்வதற்கு ஏதுமில்லாமலும் அக்கறைகொள்ள ஒன்றுமில்லாமலும் அவனுடைய இச்சைகளுக்கே ஒப்புவிக்கப்பட்டான். அவனில்லாமலும் அவன் உதவி தேவைப்படாமலும் தேவையான கண்ணீர்த் துளிகள் பாய்ந்தோடாமலும் அவன் மனைவி அடக்கம் செய்யப்படுவாள். அவன் அங்கே இல்லாதது குறித்து அவன் உறவினர்கள் நிம்மதி அடைவார்கள். அவன் தேவைப்படாத இந்த நேரத்தில் அவன் அங்கு போய்ச்சேர வேண்டியிருந்தாலும்கூட அமைதியில், ஒழுங்கு முறையுடன் அவள் புதைக்கப்பட மாட்டாள். அவன் அங்கே இருப்பது துன்பத்தையும் தொல்லையையும் சண்டையையும் கொண்டுவந்து சேர்க்கும். இது அப்படி இல்லையென்றாலும்கூட, அவன் உண்மையில் பெரிதாக அக்கறை கொள்ளவில்லை என்று மட்டுமே *N.*க்குத் தோன்றும்... இந்தப் புது விடுதலையை தன் கைகால்களில் சோதிப்பவன் மாதிரி உள்ளூர் நடன விருந்தில் துள்ளலுடன் நடனமாடும் ஒரு இளைஞனைப்போலக் கிளர்ச்சியுடன் எட்டி நடை போட்டான்; கால்வாயை ஒட்டியிருந்த

ஒரு புல் மேட்டில் உட்கார்ந்தான். தன் கை கால்களைப் போலவே தன் மனதும் நாக்கும் விடுதலை அடைந்துவிட்டதை அவன் உணர்ந்தான். அவனுடைய அந்தரங்கத்தில் தலையிட விரும்பும் ஏதாவதொரு அரசு ஊழியர் அந்த இடத்தைக் கடக்க நேர்ந்தால் அவரைப் பார்த்து பயப்படாமல் சொல்வான்:

'ஒரு ஈமச் சடங்குப் பொறுப்பாளரும் ஒரு சவப் பெட்டியும் சேர்ந்து ஒரு கல்லறைக்குச் சமம். ஒரு ஈமச் சடங்குப் பொறுப்பாளர் கூட்டல் ஒரு சவப் பெட்டி கூட்டல் ஒரு கல்லறை கழித்தல் ஒரு பிரேதம் ஒரு தெரியாத அளவு ஆகும். ஒரு தெரியாத அளவு தற்பெருக்கமாவது[8] ஒழுங்கின்மை, அராஜகம், முடிவின் தொடக்கம், இறுதித் தீர்ப்புநாளின் எக்காளம் ஆகும். பிசாசு நாட்டின் அரசியோடு தொடர்புடையது. ஒரு புதிய நாட்டுப்புறக் கதைப்பாடல் அரசியைப் பிசாசுவிடம் சரணடைய வைத்தது.'

*N.*க்கு இது வரம்பற்ற விடுதலை. நாள் முழுதும் அந்த வார்த்தை களைத் திரும்பத் திரும்பச் சொல்லிக்கொண்டிருப்பான்; வேறெதையும் தன் தலைக்குள் வைத்திருக்க மாட்டான். ஓர் அரசு ஊழியர் தான் விரும்பும் வரை என்ன வேண்டுமானாலும் கற்பனை செய்துகொள்ளலாம், தன்னை விநோத நடத்தை உடையவராகவும் மனநிலை பிறழ்ந்தவராகவும்கூட. அப்போதுதான் மனைவி இறந்துபோன, திருட்டுக் கொடுத்த, உரிய நேரத்தில் தெளிவடையப் போகிற ஆனால் தற்போது முழுக்கவும் குழம்பிப்போயுள்ள ஒருவனிடமிருந்து அரசுப் பணி என்கிற பைத்தியக்கார, பொழுதுபோக்கு அபிநய நாடகம் அதிகக் கேளிக்கையையோ திருப்தியையோ பெற முடியவில்லை...

போலீஸும் அவனை அதிகம் எரிச்சலடைய வைக்கவில்லை. தான் வீட்டுக்குப் போக முயலவில்லையென்றும் வீட்டுக்குப் போக மாட்டேன் என்றும் பலவந்தமாக தன்னை வீட்டுக்குப் போகச் சொல்ல சட்டத்தில் கொஞ்சமும் இடம் இல்லையென்றும் தனக்குத் தானே எஜமானன் என்றும் தான் செய்வது என்ன என்பது தனக்குத் தெரியும் என்றும் எதை எப்படிச் சொல்ல வேண்டுமென்று தனக்குத் தெரியும் என்றும் தான் வாராவாரம் அல்லது சில சமயங்களில் தொடர்ச்சியாக அயர்லாந்து மக்களிடம் பேசுபவன் என்றும் அவர்களிடம் சொல்வான். அவன் ஏதாவது தப்பு செய்திருந்தால் அவனைக் கைதுசெய்து வழக்குப் பதிய வேண்டும், அவ்வளவுதான். அதுதான் முறை...

அந்த நாள் புலர்ந்தது. தண்ணீருக்கும் கரைக்கும் இடையே பகட்டான வண்ணங்களில் பட்டாம்பூச்சிகள் பறந்து திரிந்தன. கடந்த சில நாட்களாகத் துறைமுகத்தில் இருந்த அமெரிக்கக் கப்பலிலிருந்த இரண்டு மாலுமிகள் அவன் பக்கத்து இருக்கையில் உட்கார்ந்தார்கள். அதற்கான பிரதான காரணம், அவர்களுக்கு அருகில் உரத்த குரலில் அசட்டுத்தனமாகச் சிரித்துக்கொண்டு இரண்டு இளம் பெண்கள்

8. Squared. (எ.கா. 4x4 = 16)

உலாத்திக்கொண்டிருந்ததுதான். எது முறையானது என்பது குறித்த உணர்வு சிலரிடம் கிடையாது. ஆனால், முறையாக இருப்பதற்கும் இதற்கும் தொடர்பில்லை. நள்ளிரவுக்குப் பிறகு அவர்களுக்கு ஒரு ஆண் தேவைப்பட்டான்; அந்த இரண்டு பேரும் அதற்கு உகந்தவர்களாக இருப்பார்கள். தென் அமெரிக்காவிலிருந்து வந்துள்ள, வெயிலில் பளபளக்கும் இந்த ஆண்களால், – ஒரு வேளை வேல்பரைசோவிலிருந்தே அவர்கள் வந்திருக்கலாம், இந்தத் துறைமுகத்தில் அவர்களுடைய கப்பலின் பாய்கள் மடக்கி வைக்கப்பட்டுள்ளன – தங்கள் சீருடையில் எல் டெராடோ[9]வையும் சூரியனின் பிரகாசத்தையும் நம்பிக்கையூட்டும் செய்தியையும் பொறித்துக்கொண்டு இந்த நகரத்தின் சலிப்பூட்டும் தெருக்களுக்கு எடுத்து வந்திருக்கும் இந்த ஆண்களால் கவர்ந்திழுக்கப்படாத பெண்ணோ ஆணோ எங்கே உண்டு?

N. நீண்ட நேரம் அரைத்தூக்கத்தில் ஆழ்ந்திருந்தான். விழித்தபோது அந்த அமெரிக்க மாலுமிகளில் ஒருவன் பெஞ்சின் முனையில் அவனைக் கண்டான். தன்னுடைய உலகத்துக்கு நல்வரவு கூறுபவனைப்போல அவனைப் பார்த்துச் சிரித்தான்; சுற்றியிருக்கும் ஒவ்வொருவருக்கும் தான் தூதர் போலவும் அவர்களுக்கெல்லாம் வாழ்த்துகள் சொல்பவன் போலவும் புன்னகைத்தான். அவன் முகம் தங்கம்போலப் பிரகாசித்தது, கண்களின் ஆழத்தில் நட்சத்திரங்கள் மின்னின. மற்ற இரண்டு பேரைப்போல அவன் சுயிங்கத்தை மெல்லவோ அதன் சவ்வைத் துப்பவோ இல்லை.

'நீ நன்றாகத் தூங்கிவிட்டாய்ப் போலிருக்கிறது, என்று அவன் *N.*ஐப் பார்த்துச் சொன்னான். அவன் குரலின் இனிமை அவன் முகத்தின் கனிவை ஒத்திருந்ததாக *N.* நினைத்தான். 'நேற்று இரவு நீ சரியாகத் தூங்கவில்லையா?'

'அங்கேயும் இங்கேயுமாகக் கொஞ்சம் தூங்கினேன்.'

'என்னைப் போலவே, உண்மைதான், என்னைப் போலவே. ஆனால், துரதிர்ஷ்டவசமாக நான் தப்பான இடத்தில் தூங்கிவிட்டேன் . . . ஒரு பெண் என்னிடம் திருடிவிட்டாள், என்னிடமிருந்து ஒரு சென்ட் விடாமல் திருடிவிட்டாள் . . . எங்கள் மாலுமிகளில் ஒருவனை அவள் புணர்ந்துகொண்டிருந்தாள். என்னுடைய கால் சட்டையையும் அதிலிருந்த எல்லாப் பணத்தையும் எடுத்துக்கொண்டு நழுவிவிட்டாள் . . . மிதமிஞ்சிய போதையில் இருந்ததால் என்னால் அதைப் பார்க்க முடியவில்லை. எனக்கும் சரி, என்னைப்போல குடிகாரர்களுக்கும் சரி அதிகமான பாலியல் உறவு ரொம்பக் கேடானது! மயிரு மாதிரி எனக்குப் போதையின் பின்விளைவுகள் இருக்கின்றன. ஒரு சென்ட் செலவில் அதற்கு வைத்தியம் இருக்கிறது என்றால் அதுகூட இப்போது என்னிடம் இல்லை. அவனவன் தன் சொந்த மனைவியை உடையவனாக இருக்க வேண்டும்,' என்று பக்கத்து இருக்கையைப் பார்த்து அவன் சொன்னான். 'மோசமான விஷயம் ஒரு சுகமான பாலுறவைப் பெறுவதுதான். அதில்

9. தென் அமெரிக்காவில் பெரிய அளவில் தங்கம் இருப்பதாக மரபு வழிக் கதையாக நம்பப்பட்ட ஒரு பகுதியைக் குறித்தது. இன்றைய நாளில், பொதுவாக நம்ப முடியாத அளவிலான செல்வத்தைச் சுட்டும் ஸ்பானிய பதம். (த.மொ.)

மிக மோசமானது உன் கால்சட்டையைப் பறிகொடுப்பதுதான். நேற்று இரவு அந்த அனுபவம் எனக்குப் பெண்களோடு. ஆனால், இன்றைக்கு நதி மொத்தத்தையும் குடித்து என்னால் வறள வைத்துவிட முடியும்...'

மாலுமி தன் துயரக் கதையைச் சொல்லக் கேட்டுக்கொண்டிருந்தபோது அந்தக் கதையைத் தான்தான் சொல்லிக்கொண்டிருக்கிறோம் என்று தனக்குத் தோன்றுவதை N.ஆல் தவிர்க்க முடியவில்லை; ஆனால், உத்தரங்களும் மரக் கழிகளும் கொண்டு அடுத்தவனின் துரதிர்ஷ்டத்தைத் தன் கட்டுமானமாகவே கட்டத் தொடங்கினான். சிறிது நேரத்திலேயே அவன் மனைவியின் இறப்பு குறித்தும் ஸ்க்விம்ஸி பற்றியும் மாலுமிக்குத் தெரிந்துபோயிற்று.

'கஷ்டங்களை அனுபவித்த இன்னொரு மனிதன்! என்னை மாதிரியே விருப்பு வெறுப்பு கொண்டவன்! தோழனே, இதுதான் வாழ்க்கை!.' அவன் முகம் ஸ்பானியத் தங்க நாணயங்களை N.ஐ நோக்கிக் கைமாற்றிக்கொண்டிருந்தது.

'தோழன்' என்று அவன் தன்னை அழைத்தது N.க்குப் பிடித்திருந்தது. விரைவில் N. அவனோடு சிநேக பாவத்தோடு பழகத் தொடங்கினான். 'நல்ல மனம் கொண்ட அந்த வெகுளியான மனித'ரைத் தவிர நேற்று தன்னைக் குளறுபடியில் மாட்டவைத்த தொலைக்காட்சிக் குழுவினர், ஸ்க்விம்ஸி, இரவுக் காவலர் போன்றவர்களைப்போல அல்லாமல் இவன் உண்மையான தோழன் என்பதை N. உணர்ந்துகொண்டான். அவனிடம் தன் முழுக் கதையையும் சொன்னான்.

'இப்படித்தான் என்று எனக்குத் தெரியும். இந்த நாட்டில் பல விநோத, அழகான விஷயங்கள் உள்ளன, பை நிறைய தங்கமும் மற்றதும் வைத்திருக்கும் மாயச் சிறுதெய்வங்கள் இங்கே உண்டு. அப்படியானவர்களில் ஒருவரை இன்று தற்செயலாகச் சந்திக்க ஆசைப்படுகிறேன்! இங்கிருக்கும் மதுவிடுதியைக் குடித்தே காலி செய்வோம்! என் அப்பா, பீட்டர் சித்தப்பா, ப்ரைடீ சின்னம்மா, அப்புறம் பாஸ்டனில் உள்ள மொத்த ஐரிஷ் கும்பலும் எப்போதுமே இப்படித்தான் எப்போதும் இருந்துகொண்டிருக்கிறார்கள்,' என்றான் அந்த மாலுமி.

'நீ பாஸ்டனைச் சேர்ந்தவனா?' என்று N. கேட்டான். திடீரென்று அவனுடைய ஆர்வம், விரைந்தோடும் சிற்றாறில் இருக்கும் ஒரு மானைப்போலப் பாய்ந்தது.

'ஆமாம். இதற்கு அடுத்து பாஸ்டனுக்குத்தான் நேராகத் திரும்பிப் போகிறோம்.'

'பாஸ்டனில் என் இரண்டு சகோதரர்கள், ஒரு சகோதரி, மூன்று சித்தப்பாக்கள் இருக்கிறார்கள்.'

'யார் அவர்கள்? . . . அவர்கள் எங்கே வசிக்கிறார்கள் என்பதைச் சரியாகச் சொல்ல முடியுமா? . . . அவர்களை எனக்குத் தெரியும் என்று

சொல்ல முடியாது. அது எப்படிச் சாத்தியம்? இங்கே அயர்லாந்தில் எந்த நகரத்திலும் வசிக்கும் ஐரிஷ்காரர்களைவிட பாஸ்டனில் அவர்கள் அதிகமாக வசிக்கிறார்கள்...'

இந்த மாதிரி விஷயங்களைக் குறித்து அவர்கள் நிறைய உரையாடினார்கள். அவர்கள் இப்படிக் கண்டதையும் பேசிக்கொண் டிருந்தபோது பாயும் அலையின் நுரையிலிருந்தும் அவன் மனதின் மறந்துபோன விடியற்காலைகளிலிருந்தும் கொப்பளித்து எழும் பல்வேறு வகையான நினைவுகளையும் தருணங்களையும் முழுவதுமாகப் பற்றவோ அவற்றைத் திருப்தியான வரிசையில் இணைக்கவோகூட N. ஆல் முடியவில்லை. ஸ்க்விம்ஸி, அந்த இரவு ராணி, பிசினாறிச் சிறுக்கி, சைமன், இவர்கள் எல்லாரும் அவனைப் பண்ணை அடிமை மாதிரி கட்டுக்குள் வைத்திருந்தவர்கள். புதிதாக, பிரகாசமாக அப்போதுதான் அடிக்கப்பட்ட வெள்ளி நாணயத்தைப் போலவும் தையற்கலைஞரின் கடையிலிருந்து வெளிவருவதும் பணிக்கப்பட்டுத் தைக்கப்பட்டதுமான புது சூட்டைப் போலவும் இருக்கும் இந்த மனிதன் தன் விடுதலையின் குறியீடு, இந்த சந்தர்ப்பத்திற்காகப் பிரத்யேகமாக அப்போதுதான் சிருஷ்டிக்கப்பட்டவன். அவனுக்குத் தெரிந்த பலர் செய்வதுபோல, அவனுடைய இரக்க குணத்தை இவன் ஒருபோதும் சுரண்ட மாட்டான். அவர்கள் இருவரும் சேர்ந்து கழித்தது சிறிது நேரமே ஆனாலும் கற்பனாவாத இலக்கியத்தைத் தவிர வெளியே காண இயலாத மனிதத் தன்மையின் பாங்கை, நட்பை, தோழமையை. அவன் மெலிதாகவேனும் வெளிப்படுத்தினான் என்று N. நினைத்தான்.

N.க்கு உள்ளே இருந்த ஒரு அபூர்வமான, மென்மையான பகுதியை அவன் வெளிப்படுத்தினான். வீட்டுக்குப் போவதில்லை என்ற அவன் தீர்மானத்துக்கும் இதற்கும் ஏதும் தொடர்பு இருக்கும் என்பது அவனுக்குத் தோன்றவே இல்லை. அந்த மாலுமியின் கனிவும் மனிதத் தன்மையுமே இதற்குக் காரணம் என்பது அவனுக்கு உறுதியாயிற்று. அவனுக்கு மது வாங்கித் தர முன்வந்தான். மதுவுக்குப் பணம் தன்னிடம் உண்டா இல்லையா என்பது தெரியாமலேயே இந்த அழைப்பை நன்றிக் கடனின் வெளிப்பாடாக இயந்தர கதியில் விடுத்தான். ஸ்வீனி மது விடுதிக்கு அவர்கள் மெதுவாக நடந்து போகலாம்; அங்கு இருப்பவர்களுக்கு அவனைத் தெரியும்; மதுவுக்குத் தவணை முறையில் பணம் செலுத்திக் கொள்ளலாம். அவன் அடிக்கடி ரேடியோவிலும் தொலைக்காட்சியிலும் வருவது ஸ்வீனிக்குத் தெரியும். செய்தித்தாளில் மரண அறிவிவிப்பை ஸ்வீனி பார்த்திருக்க நிறைய வாய்ப்பு உண்டு. ஈமச் சடங்கு தொடர்பானவர்களோ இறந்தவர்களின் உறவினர்களோ கடனுக்கு மது வாங்குவது பற்றி மது விடுதி உரிமையாளர் யாரும் அதிர்ச்சியடைய மாட்டார்கள். N. குடிக்க ஏங்கினான்.

'நாம் இருவரும் உறவுக்காரர்கள் என்றும் நீ என்னைப் பார்க்க வந்திருக்கிறாய் என்றும் இங்கிருப்பவர்களிடம் சொல்வோம். என்னுடைய பெயர் N. நீ என்னை N. என்றே கூப்பிடலாம். உன் பேரென்ன?... ஆஹா, அற்புதம், அது போதும், Ed!' என்றான் N.

எதிர்காலத்தை முழுமையாகப் பார்க்கும் மனநிலையில் இருந்த N. இதுவரை இந்த அளவுக்கு சுதந்தரமாகவும், நிறைவாகவும், ஒரு நபராக, உடலாக மிக சௌகரியமாகவும் ஒருபோதும் உணர்ந்ததில்லை. ஒவ்வொரு சிறு துணுக்கிலும் அவன் அவனுக்கே சொந்தம்! மற்ற யாருடைய மனிதத் தன்மையையும் கொஞ்சம்கூட அவனால் உணர முடியவில்லை. நண்பர்களோ உறவினர்களோ சக ஊழியர்களோ அவன் விஷயத்தில் தலையிடுவதையோ அவன் ஆளுமையை மற்றவர்கள் புறக்கணிப்பதையோ அவனைத் துயரத்தில் ஆழ்த்துவதையோ தான் போட்டுவைத்த பாதையில் தன்னை யாரும் இடறி விழவைக்க முயல்வதையோ அவனால் பார்க்க முடியவில்லை. சைமனும் சரி, லேரியும் சரி கூட இருப்பவர்களை ஏளனம் செய்யாமல் அவர்களால் குடித்து முடிக்க முடியாது. தனியாக இருக்கும்போது கோமால் பிரச்சனை இல்லை. ஆனால், அவன் எப்போதும் மற்றவரை ஒரு சித்திரமாக, அல்லது புகைப்படமாகக்கூடப் பார்ப்பான். ஒரு நபர் என்ற முறையில் ஒருவன் அவனுடைய தற்காலிகச் செயல்பாட்டைப் பூர்த்தி செய்யத் தேவைப்படும் காலம்வரை ஒரு புகைப்படத்தை ஒரு நபர் என்று கோம் கற்பனை செய்துகொள்வான். இது மனிதத் தன்மையை அவன் மிக நெருங்கும் ஒரு முறை. அதன் பிறகு அந்த நபரை, அவன் வழக்கப்படியும் புகைப்படத்தின் இயல்புப்படியும் உண்மையான, மாறாத, இயங்காத நிலைக்கு மீட்டுவிடுவான்.

அரசுப் பணி எப்போதுமே மக்களை ஏற்கனவே பாடம் செய்யப் பட்டவர்களாக மட்டுமே பார்த்தது. Ed ஜனங்களை ஜனங்களாகப் பார்த்தான், சாதனங்களாகவோ பொருள்களாகவோ அல்ல என்ற எண்ணம் N.க்கு உண்டானது. பிறர் எல்லாரையும் மதிப்பிட தனக்கென்று ஒரு அளவுகோல் வைத்திருந்தான்; ஆனால், அந்தக் கழி மந்திரக் கோலாக மாறி மற்ற எல்லாரையும் ஒரே துணியின் ஒரே கத்தரிப்பாக மாற்றிவிட முடியும். N.ஆல் அவனுடைய தோழனாகவும் இருக்க முடியும், அதே சமயம் முழுக்க சுதந்தரமானவனாகவும் இருக்க முடியும். முகம் வெளிநாட்டவனுக்குரியதாக, கண் மந்தமானதாக, உரையாடல் கனிவாக, இணக்கமாக இருக்கும் அவன் ஆறுதல் தரும் ஒரு உயிரி, திரும்ப வந்துள்ள நேற்றைய உயிரி, ஆனால், வேறொரு வடிவத்தில் என்பதை N. உணர்ந்தான். ஆறுதல் தரும் அந்த உயிரி வெவ்வேறு தோற்றங்களையும் வடிவங்களையும் மேற்கொண்டான் எனவும் திரும்ப வருவதை மறக்க வேண்டும் என்ற எண்ணம் அற்றவன் எனவும் N. நினைத்தான்.

Ed உண்மையில் பாஸ்டனையோ அமெரிக்காவையோ, அல்லது வேறு எந்த இடத்தையுமோகூட சேர்ந்தவன் அல்ல என்று ஏற்கனவே ஒரு எண்ணம் N.க்கு உண்டாகத் தொடங்கியிருந்தது. ஆறுதல் தரும் ஒரு உயிரி ஒரு குறிப்பிட்ட இடத்தைச் சேர்ந்தவராக இருக்க வேண்டும் என்பது கட்டாயமில்லை. பாஸ்டனைப் பற்றி Ed ஏற்கனவே சொல்லியிருந்ததும் முந்தைய இரவு பெண்களால் உண்டான கேடும் பணப் பைத் திருட்டும் தங்கள் இருவருக்கும் இருந்த பொதுவான கூட்டு இயல்பின் சாபமென நினைத்ததும் அவர்களுக்குள் ஒரு பிரத்யேக உறவு உண்டு என்று அவனைக் கற்பனை செய்யத் தூண்டின. Edஐச் சந்திப்பதற்கு முன்பாக

அந்த நாளின் கசடுகள்

இருந்த அவனுடைய வாழ்க்கையைச் சென்றடைவது எளிதானதல்ல என்பதை அவன் விரைவில் உணர்வான். அவன் வாழ்க்கையும் சூரியன், மணல், பாலியல், இன்ன பிற ஆகியவற்றின் நிலத்திலிருந்து வந்த அந்த இன்னொருவனின் வாழ்க்கையும் ஒன்றையொன்று சாய்வு நிலையில் குறுக்காகக் கடக்கும் இரண்டு நிழல்கள். சிலவற்றைச் சேர்த்துக்கூட்டி அவர்கள் ஒருவரையொருவர் நிறைவு செய்துகொண்டார்கள். இருவரில் யாரொருவருமே அவரளவில் முழுமையானவர் அல்ல. சூரியன், தங்கள் வலிமை, கடல், தோழமை, சமூகக் குழு, உரையாடல், விரக்தி, இருள், பிறழ்வான போக்கு, ஆச்சரியம், வரவேற்றல், நலம் ஆகியவற்றை அவர்கள் ஒன்றிணைப்பதுபோல இருந்தது. நேற்றிரவு வேல்பரைசோவிலிருந்து வந்த கப்பல் உண்மையில் நிகழப்போவது இன்னதென்று முன்கூட்டியே தெரிந்து வைத்திருந்தது. அவன் எழுதப் போவது இப்போது இன்னும் மேலானதாக இருக்கும். வேறெங்கிருந்தோ தொடங்க வேண்டும், பிறகு வேறு திசையில் போக வேண்டும்: நகரத்தின் தெருக்களில் அவன் சந்தித்த இந்த அற்புதமான மாலுமியிலிருந்து ஆரம்பிக்க வேண்டும். அவனைப் பின்தொடர்ந்து துறைமுகம் வரை போவான், கனவுகளின் உன்னதத் துறைமுகம் அது, பின்பு தொடர்ந்து அற்புதக் கப்பல் வரை போவான்... இனி அவன் வாழ்க்கை அதிசயத்தின், எதிர்பார்ப்பின் கதையாக இருக்கும்.

மது விடுதியை அவன் அடைந்தபோது N.இன் மனதில் இருந்த படிமங்கள், அல்லது அவனுக்கே சொந்தமான படிமங்கள், பாய்ந்தோடும் பந்தயக் குதிரைபோல உயிர்ப்புடனும் விரைந்தோடுபவையாகவும் இருந்தன. குடிப்பதைவிட இப்போது எழுதத் தொடங்குவது நல்லது என்று அவனுக்குத் தோன்றியது. அவன் மனைவி இறந்துவிட்டாள் என்பது ஸ்வீனிக்குத் தெரியும். அவன் தன் இரங்கலைத் தெரிவித்தான். என்ன கொண்டுவரலாம் என்று கேட்டான். கடனுக்கு வாங்கும் முறையில் என்ன வேண்டுமானாலும் வாங்கலாம்தான். அதை அப்புறம் முடிவு செய்துகொள்ளலாம். இது திருட்டைப் பற்றி N.ஐக் கசப்புடன் நினைக்கவைத்தது. ஆனால், ஸ்வீனியிடம் இது குறித்து அவன் எதுவும் சொல்லவில்லை.

ஒவ்வொரு தடவையும் மாலுமி தாராளமான சைகைகளுடன் தன் கைகளை அசைத்தும் தலையை ஆட்டியும் N.க்கு முறையாக நன்றி சொன்னான்.

கலவையாகப் பேசும் தன் வழக்கத்தை நேராக்கிப் பேசுவதுபோல மாலுமி ஒரு நேரிடையான கூற்றை முன்வைத்தான்: 'இந்த நகரத்திலேயே நாம் இன்னொரு நாள்கூட செலவழிக்கலாம். ஆனால், பாஸ்டனில் நாம் அந்த நாளில் இருப்பதை நான் விரும்புகிறேன். ஒன்று உறுதி, நம்மிடமிருந்து அங்கே யாரும் திருட மாட்டார்கள்.' N. திடுமென தன் விரலை எடுத்து உதட்டில் வைத்து எச்சரிக்கை செய்தான். பாஸ்டனை அடைந்ததும் மாலுமி செய்யும் முதல் காரியம் N.இன் உறவினர்களைப் பார்த்துக் கனிவும் பெருந்தன்மையும் கொண்ட N.ஐச் சந்தித்ததாகவும் அயர்லாந்து அளவுக்கே பெரிதான தன் வாழ்த்துகளை தன் உறவினர்கள்

ஒவ்வொருவருக்கும் அவன் தெரிவிப்பதாகவும் சொல்வான். விரைவில் அந்த அற்புதமான, கனிவான மனிதனே நேரில் வந்து அவர்களுக்குத் தன் மரியாதையையும் வாழ்த்துகளையும் தெரிவிப்பான் என்றும் சொல்வான்.

'அங்கு வர அவ்வளவு நாள் ஆகாது, சித்தப்பா வில்லியிடம் சொல்...' என்றான் N.

'ஏன் ரொம்ப நாள் ஆகணும்? உன்னை எது தடுக்கிறது?... பணப் பிரச்சனையா? ரொக்கம் இல்லாததா? என்னிடம் விளையாடாதே!... உன் பணத்தை, உன்னிடமிருந்து திருடப்பட்ட பணத்தைத் திரும்பப் பெற மிகச் சிறந்த வழி நீ அமெரிக்காவுக்குப் பயணம் போவதுதான். நீ சந்திக்கும் ஒவ்வொருவரிடமிருந்தும் உனக்குப் பத்து டாலர்கள் கிடைக்கும். ஒரு வாரம் கழித்து உனக்குப் பணமில்லாமல் போகாது... உறுதியாகச் சொல்கிறேன், உனக்குப் பணம் இல்லையென்ற பேச்சே இருக்காது. ஆனால், ஒரு விஷயம், என் நண்பனே, உங்கள் ஐரிஷ் பாதிரியார்கள் நாட்டையே அழித்துக்கொண்டிருக்கிறார்கள்! அங்கேயும் இங்கேயும் போய் ஒவ்வொரு வாய்ப்பையும் பயன்படுத்தி, சாத்தியமான எல்லாத் தந்திரங்களையும் பிரயோகிக்கிறார்கள். நடன நிகழ்ச்சிகளை ஏற்பாடு செய்கிறார்கள். அவர்கள் உனக்காகவும் ஒரு நடன நிகழ்ச்சியை ஏற்பாடு செய்வார்கள். வாசலில் ஒவ்வொருவனும் ஒரு காகித உறை கொடுத்து உள்ளே போகிறான். ஒவ்வொரு உறையிலும் டாலர்கள் பிதுங்கி வழிகின்றன. தோழனே, ஒவ்வொன்றிலும் ஒரு சென்ட்கூட குறையாமல் முப்பது டாலர்கள்!... பாதிரியார்கள்? வேறென்ன, தங்கள் பாக்கெட்டுகளுக்குள் திணித்துக் கொள்வார்கள். பாக்கெட்டுகள் பற்றாமல் போனால் வேறெங்காவது பாதுகாத்து வைக்கவேண்டியதுதான். ஒரு பேச்சு இருக்கிறது. இந்தப் பாதிரியார்கள் போதுமான பணத்தை ஊரிலிருக்கும் சகோதரனுக்கு அனுப்ப அவன் ஒரு மது விடுதியைத் தொடங்கி கோடையில் விஸ்கியை இரண்டு மடங்கு விலைக்கு அமெரிக்கர் களுக்கு விற்கிறானாம்... ஆனால், N., தாமதம் ஆவதற்கு உனக்கு என்ன காரணம் இருக்கப்போகிறது? உனக்குப் பணம் எதுவும் தேவைப்படாது. இன்றைய பின் இரவில் நான் பயணத்தைத் தொடங்கிவிடுவேன். உன்னையும் கூட்டிக்கொண்டு போகிறேன், ஒரு பிரச்சனையும் கிடையாது. சட்டம்? ஒரு ஐரிஷ்காரன் எந்தச் சட்டத்தையும் பார்த்து பயப்பட்டது கிடையாது. எல்லா நேரமும் லஞ்சம் கொடுத்தே அமெரிக்காவில் வாழ்க்கையைக் கழிக்கிறார்கள்... இப்போது நீ செய்துகொண்டிருப்பதைப்போல மிக மோசமானதைக் கற்பனை செய்ய ஆரம்பித்தால் உன்னை சீக்கிரமாகவே பிடித்துவிடுவார்கள். கனடா வழியாக வந்து நாற்பது வருடங்களாக அமெரிக்காவில் இருக்கும் ஐரிஷ்காரர்கள் சிலரை எனக்குத் தெரியும். எல்லாம் சட்டத்துக்குப் புறம்பானதுதான். ஆனால், ஒருவரும் இதுவரை பிடிபட்டது கிடையாது. தோழனே, இப்போது ஓரளவு நம்பிக்கையாக உணர்கிறாயா? என் நண்பனே, தோழனே, நீ உன்னுடைய உறவினர்களோடு தங்கியிருக்கப் போவதில்லையா? அவர்கள் உன்னைக் காட்டிக்கொடுத்துவிடுவார்கள்

என்று நினைக்கிறாயா, என்ன? ஆ, அப்படியெல்லாம் யோசிக்காதே, போலீஸ்காரர்களை விலைக்கு வாங்க நிறைய வழிகள் உள்ளன!'

'அதைப் பற்றி எனக்குச் சொல்,' என்றான் N. அவனுக்கிருந்த மிச்ச சந்தேகங்களை இந்தத் தோழன், அதிர்ஷ்டம் நிரம்பிய அவன் துணைவன், அகற்றினான். அவன் சொன்ன ஒவ்வொரு விஷயமும் ஏற்கனவே N. கேள்விப்பட்டிருந்ததை உறுதிப்படுத்தவே செய்தது. பலர் அவர்களுடைய உறவினர்களை அமெரிக்காவில் சந்தித்துவிட்டுத் திரும்பும்போது பணம் நிரம்பிய பாக்கெட்டுகளோடு வருவதை அவன் பார்த்திருக்கிறான். அதே மாதிரியான உச்ச அலை தனக்குள்ளும் பாய்வதற்கான ஆசையை அவனால் உணர முடிந்தது. முழுக்க இலவசமாக அங்கு அழைத்துப் போகப்பட்டால் மிக நல்லது. அதே சமயம், கவலையின் ஒரு சிறு துடிப்பு தொடர்ந்து கொட்டிக்கொண்டிருந்தது. அவனும் Edம் குடிக்கும் மது விரைவில் தன் வேலையைக் காட்டும். அவனுடைய சிறைத்தண்டனையிலிருந்து அவனை விடுவிக்கும் சாவி அதுதான். அவன் இறந்துவிட்டான், அவன் மனைவி இறந்த அதே நேரத்தில் அவன் நதியில் விழுந்துவிட்டான், கண்டெடுக்கப்பட்ட அவன் உடல் அடையாளம் காண முடியாத அளவில் இருந்தது, மிக மோசமான அந்த நாள்களில் அவன் தன்னை மூழ்கடித்துக்கொண்டான் என்றெல்லாம் அவர்கள் எண்ணத் தொடங்கும்வரை கொஞ்சம் இல்லாமற் போக வேண்டும். சீக்கிரத்தில் அவன் மறக்கப்படுவான். அப்படி ஒருவன் வாழ்ந்தான் என்பது குறித்த நினைவின் மினுக்கம்கூட தங்கியிருக்கப் போவதில்லை. இதற்கிடையில், அவனுக்கு ஒரு மிகச் சிறந்த விடுமுறைக் காலம் கிடைக்கும், உறவுக்காரர்கள் அவனுக்காக நிறைய செலவழிப்பார்கள், ஏராளமாகக் குடிக்கவைப்பார்கள், அவன் பாக்கெட்டுகளை டாலரால் நிரப்புவார்கள். இதில் சிறிதளவு நிஜமாக நடந்தாலும் உன்னதமாக இருக்கும்!...

அவன் திரும்பும்போது, தான் நினைவிழந்துவிட்டதாகப் பரப்பிய வதந்தியை நம்புவார்கள். திடீரென்று அவன் திரும்பியதால் பெரிதும் பயந்துபோன அவர்கள் அவனைக் கடுமையாக நடத்தவோ கடன்களைத் திருப்பித் தரச் சொல்லிக் கேட்கவோ தயங்குவார்கள். அந்த மரணம், பிரேதம், சவப் பெட்டி, சவக் குழி எல்லாம் அவன் வாழ்க்கையிலிருந்து ஒரு சிறு புகைத்திரள்போல மறைந்துபோகும். அவற்றின் முடிவு அதுதான், அவ்வளவுதான்!...

வீட்டில் பிரேதம் இருக்க அவன் மது விடுதியில் நீண்ட நேரம் இருந்தால் அதன் பணியாள் சந்தேகப்படக்கூடும் என்று N. நினைத்தான். தாமதமாகிக்கொண்டுள்ளது. ஈமச் சடங்குக்காக அவன் இரண்டு போத்தல் விஸ்கி வாங்கினான். இந்த இரண்டு போத்தல்களும் நேற்றிலிருந்து அவன் மனதுக்குள் சுற்றி மிதக்கும் கடற்பாசிபோல இருந்தன. இப்பவும்கூட, இந்தப் போத்தல்கள் ஈமச் சடங்குகளுக்கானவை அல்ல என்பதை உறுதிப்படுத்த அவன் முழங்கையின்மேல் மாலுமியின் வழிநடத்தும் கை அவனுக்குத் தேவைப்பட்டது...

தெருக்களின் ஊடாக அவர்கள் வெகுவான தன்னம்பிக்கையுடன் நடந்துகொண்டிருந்தபோது தான் நடித்த உயர்நிலைப் பள்ளி நாடகமொன்றிலிருந்து மாலுமி ஒரு பாட்டைப் பாடத் தொடங்கினான்; அவனும் அதுவும் அவன் போன மிகச்சிறந்த இடங்களைப் பற்றி – அவை அற்புத மாயம் நிரம்பியவை என்று N. நினைத்தான் – N.க்கு சொல்லிக்கொண்டிருந்தன: சூரியன் காயும் நாடுகள், கிளர்ச்சியூட்டும் அயல் தேசங்கள், பார்த்த பகட்டான நகரங்கள், உயரமான மாடல் பெண்கள், அழகுக் குட்டிகள், பரந்தகன்ற தோளும் பிரம்மாண்ட பிருஷ்டங்களும் கொண்ட கருப்புப் பெண்கள், மஞ்சள் பெண்கள் ... யாரோ ஒரு மாயாவி கைநிறைய சூரியக் கதிர்களைத் திருடி விண்ணுலகப் பூங்கொத்துகளாக்கி அவற்றுக்குள் உயிர்க்காற்றை ஊதியதுபோல. அவர்கள் வடிவம் அவர்கள் வாழ்க்கையை விஞ்சி நின்றது. அந்தக் கிழக்கத்திய பெண்களின் வலிமையும் வாஞ்சையும் புதிர்த் தன்மையும்...

'ஸ்க்விம்ஸியின் எலும்பு–வெண்மைக் கால்கள்,' என்று சொன்ன N. மௌனமாக வெடவெடத்தான்.

'... குளிரைத் தவிர, சீதோஷ்ணத்தின் குளிரைத் தவிர, இதயத்தின் ஆழ் குளிரைத் தவிர வேறெதுவும் அவர்களை வெல்ல முடியாது...'

'சரி, அதே சமயம் பாஸ்டனில் அப்படியான பெண்கள் இல்லையா?' என்று N. கேட்டான். ஒவ்வொரு கவிதையும் நீங்கள் விரும்பிய எந்த நிறமுள்ள ஒரு அழகான பெண்ணாக இருக்கும் ஒரு தொகுதியாக இருக்கக் கடினமாக உழைக்கும் அவனுடைய நண்பர்களும் உறவுகளும் உள்ள வேறெந்த ஊரையும் பூமியில் அவனால் கற்பனையில்கூட காண முடியவில்லை.

'ஓ, நிச்சயம் இருக்கிறார்கள்! வானவில்லுக்குக் கீழ் உள்ள அனைத்து வகைப் பெண்களும் பாஸ்டனில் உண்டு. அமெரிக்காவின் மிக அழகான பெண்களை அங்கே நீ பார்க்கலாம், ஐரிஷ் குடி மூலம் கொண்ட பெண்கள், ஜெர்மானிய, ஸ்பானிய, சீனப் பெண்கள். நான் ஒரு மகா முட்டாள். அங்குத் திரும்பிப் போகவில்லை. குடி, ஒருவேளை...

'ஆமாம், குடி மோசம்தான்,' என்றான் N. 'ஒருவேளை நான் அமெரிக்கா போனால் ஒரு துளிகூட தொடமாட்டேன்...'

'ஏன் நீ அப்படி இருக்க வேண்டும், இலவசமாக பக்கெட் பக்கெட்டாகக் கிடைக்கும்போது...'

'இலவசம்' என்ற வார்த்தையே அவன் தெம்பை உயர்த்தியது. கனவுகளும் நினைவுகளும் உள்ளடங்கிய ஒரு அழகான பெரிய கிறிஸ்துமஸ் பரிசாக அந்த வார்த்தை தன்னை மறு உருவாக்கம் செய்துகொண்டது. ஒரு அதிர்ஷ்டத் துணைவன், கேட்காமலேயே சுற்றியுள்ளவர்களுக்குப் பணத்தை விநியோகிக்கும் ஒரு பெரிய சேன்ட்ட க்ளாஸ், இலவச மதிய உணவு, எல்லா மதியங்களிலும் உணவு, போத்தல் போத்தலாக விஸ்கி, சவப் பெட்டிகள், பிரேத ஊர்திகள் ஆகியவற்றை N.

கண்டுகொண்டான்... கடைகளும் விற்பனைக் கூடங்களும் வங்கிகளும் மது விடுதிகளும் கற்பனைக்கு எட்டாத, கிளர்ச்சியூட்டும் பொருள்களோடு அவன் முன்னே தம்மைத் திறந்து காட்டின. அங்கே திருட்டு இல்லை, தேவைகளும் இல்லை. அப்படி ஒரு மனக் காட்சி நிஜமாக ஆக முடியும் ஒரே இடம் அமெரிக்காதான். அமெரிக்காவில், எது எப்படியிருந்தாலும், பெரும்பாலான பொருள்கள் மக்களுக்குக் காற்றைப்போல இலவசமே என்பதில் N.க்கு சந்தேகமில்லை. எல்லாம் இலவசமாகக் கிடைக்கும் இடம் ஒன்று இருக்கிறது என்ற எண்ணமே அவன் துணிச்சலைக் கூட்டியது, அவன் மனிதத் தன்மையை வலுவாக்கியது, அவன் ஆளுமைக்குள் நம்பிக்கையைச் செலுத்தியது. ஈமச் சடங்குப் பொறுப்பாளர்கள், சவப் பெட்டிகள், பிரேதங்கள், இன்ன பிற ஆகியவை தொடர்பாக அவனை ஆட்டிப்படைத்த அழுத்தமான மனச் சோர்வை அது ஒரேயடியாகத் துரத்திவிட்டது...

'... அப்புறம், எல்லாம் கூடிவந்து நீ கடற்கரைக்கு அவள் காரில் – அமெரிக்காவில் ஒவ்வொருவருக்குமே கார் உண்டு – போய் சுடு மணலில் அவளோடு முழு உடம்பும் வெயில் காயப் படுத்திருக்க... நிர்வாணமாக. ஒரு சின்ன துண்டுத் துணியைத் தவிர வேறு உடை எதுவும் தேவையில்லை... ஆ, பழையபடியே யோசித்துக்கொண்டிருக்காதே, கொஞ்சமாவது புத்தியைப் பயன்படுத்து! யாரால் உன்னிடமிருந்து திருட முடியும்? இந்த மது விடுதி மாதிரி கிடையாது, அமெரிக்கா முழுவதையும் போலீஸ்காரர்கள் மொய்த்திருப்பார்கள். நீ எங்கிருந்தாலும் உனக்குப் பக்கத்திலேயே ஒரு போலீஸ்காரர் நின்றுகொண்டிருப்பார்...

'சுடு மணலில் படுத்திருக்கும் எங்கள் தோலைப் பார்த்துக் கொண்டா? எனக்கு அது பிடிக்கும் என்று சொல்ல முடியாது. அவரும் நிர்வாணமாக இருப்பாரா?'

'ஆ, அறிவோடு பேசு. யார் உங்களைப் பார்த்துக்கொண் டிருப்பார்கள்? அவர் பாட்டுக்கு அவர் வேலையைப் பார்ப்பார். மேலும், ஒரு போலீஸ்காரர் ஏன் முழுக்க நிர்வாணமாக இருப்பார்? உடையை வைத்து இல்லாமல் ஒரு போலீஸ்காரரை எப்படி அடையாளம் காண்டுபிடிப்பாய்? உனக்குப் பிடிக்குமென்றால் அதை நீ வீட்டுக்குள்ளேயே செய்யலாம்... உனக்குத் திருட்டு பயம் அதிகம். உனக்கு அவ்வளவுதான் அறிவு. இந்த இடத்தைத் தவிர உன்னுடைய கால்சட்டை திருட்டு போகும் வாய்ப்புள்ள வேறு இடம் எதையும் நான் பார்த்ததில்லை... அமெரிக்காவில் டன் கணக்கில் பெண்கள் இருக்கிறார்கள், பெருங்கூட்டமே என்று சொல்வேன். என்னை நம்பு, ஒரு வார்த்தையும் பொய்யில்லை. அமெரிக்கர்கள் பலருக்கும் இரண்டு, மூன்று என்று உண்டு...

'அதெல்லாம் எனக்குப் பிடிக்கும் என்பதில் எனக்கு நிச்சயமில்லை. ஸ்க்விம்ஸி அப்படிப்பட்டவள்தான். துயரத்தில் இருக்கும் ஒவ்வொரு ஜாக்கியும் அவள்மீது ஏறி சவாரி செய்ய முடியாது!'

அமெரிக்காவைப் பற்றிய பல விஷயங்கள் அவனுக்குப் பிடிக்கவில்லையென்றாலும் முழுவதும் இலவசமாகப் பொருள்கள்

கிடைக்கும் ஒரே இடம் அதுதான் என்பதில் அவனுக்கு நம்பிக்கை உண்டானது. ஸ்க்விம்ஸியின் கால்களின் நிறத்தில் மங்கலான ஒளி வீசிய ஒரு தெரு விளக்குக்கு சற்று வெளியே கப்பல் துறையின் மேலே இருந்த சிறிய கட்டடச் சுவரின் பின் இரண்டு பேரும் தங்களை அமுக்கிச் சுருட்டிக்கொண்டார்கள். உலகத்தை நோக்கி மாலுமி ஒரு விரிந்த சைகையைக் காட்டினான்; பார்த்தால், முன்பே அப்படி ஒரு சைகையைக் காட்டியிருப்பான் என்று தோன்றியது.

'*N.*, பயப்படத் தேவையில்லை. நான் உன்னைக் கவனித்துக் கொள்கிறேன். எனக்குக் கௌரவம்...'

போத்தலை வாய்க்குக் கொண்டுபோய்க் குடித்த பெரிய மிடறு, கடகட சத்தத்துடன் தொண்டைக்குள் இறங்கியதோடு அந்த சைகை முடிந்தது. கப்பல் துறையின் முனையை நோக்கி இருவரும் அதற்கான பாதையில் நடந்தார்கள்.

'அதோ பார், அதுதான்,' என்றான் மாலுமி. சில வார்த்தைகளை முணுமுணுக்கும்வரை அவன் குரல்வளையில் கட்டியாக ஏதோ அடைத்தது.

'அதன் பெயர் *The Stars and Stripes* என்றான் *N.* ஒரு கட்டி கிட்டத்தட்ட அவன் குரல்வளையையும் அடைத்தது.

ஒரு கட்டியை அவன் குரல்வளைக்குக் கொண்டுவந்த அதே கற்பனையான பரவசத்தின் ஒரு பகுதியாக இருந்தாலொழிய அது நட்சத்திரங்களும் பட்டைகளும் என்பதுபோல அழைக்கப்பட்டிருக்காது என்று அவன் ஏன் நினைத்தான் என்பதைச் சொல்வது கடினம். கப்பலில் இருந்த எழுத்துகள் பெரும்பாலும் படிக்க முடியாமல் இருந்தன. இருளுக்கும் நட்சத்திரங்களுக்குமிடையே பயணித்து இரவை நிரப்பிக்கொண்டிருந்த தனித்த நிலாவுக்கும் மரியாதை செலுத்தும் எதிர்மறை இருத்தலின் ஒரு வகை அது. அது பெரியதா சிறியதா, புதியதா பழையதா, வர்ணம் பூசப்பட்டதா அல்லவா என்பதை உண்மையில் யாராலும் சொல்ல முடியாது. *N.* அதை இன்னும் தெளிவாகப் பார்க்க முயன்றான். முன்பு அவன் அடிக்கடிப் பயன்படுத்திய அந்தத் தேய்வழக்குகள் பலவற்றைச் சொல்வதைத் தவிர அவனால் வேறு வழியில் அதை விளக்க முடியவில்லை: அந்த இரவைத் தன் வசிப்பிடமாகக்கொண்டது என்பதற்கு அப்பால் கிட்டத்தட்ட தோற்றமுமில்லாத வடிவமுமில்லாத அது ஒரு தோற்றம் அல்லது வடிவம். அதற்கு உண்மையான தோற்றமும் வடிவமும் இருக்க முடியாது என்று நினைத்த அவன் இன்னொரு தேய்வழக்கை நினைவுக்குக் கொண்டுவந்தான்: தேவைப்படும் அளவுக்கு மாயத்தையும் புனைவுப் பண்பையும் உணர்த்த சரியான இடத்தில், சரியான நேரத்தில் இருக்கும் ஒரு பேய். மீண்டும் வேறொன்றை யோசித்த அவனுக்குத் தோன்றிய ஒரு நடிகை, முடிவுறாத ஒரு சைகையைப்போல இருட்டு மேடையில் கருப்பு அங்கியில் தோன்றிய நடிகை...

சூரியன் மறைந்த இடத்தில் ஒரு பொட்டுத் தங்க நிற ஒளி மீதமிருந்தது. தன்னைச் சுற்றி உடனடியாக இருந்தவற்றைத் தவிர *N.* வேறெதன் மீதும்

கவனம் செலுத்தவில்லை. தண்ணீர் ஒரு சாந்த விளைவை அனுபவித்துக் கொண்டிருந்தது. பகலில் இன்னதென்று கற்பனையே செய்ய முடியாத ஏதோவொன்றாக இருந்த அது இன்னொரு உயிரியைப்போல இரவில் தோன்றியது. காற்றின் சில சிறு அலைவுகள் மட்டுமே அது அங்கே இருந்தது என்பதை உங்களுக்குச் சொல்லியது. கப்பல் துறையின் சுவர்கள் மீதும் அதன் வழியிலிருந்த துளைகள், குழிவுகள் ஆகியவற்றின் மீதும் அது மென்மையாக அறைந்தது. கப்பலின் நீளவாக்கிலும் பக்கவாட்டிலும் உரசிச் சென்றது போலவும் தோன்றியது. அதற்கென்று குறிப்பிட்ட வடிவமோ வண்ணமோ இல்லை; பார்ப்பதற்கு முன்பாகவே உணரப்பட்ட தெளிவற்ற, பரந்த விரிவோகூட அங்கே தண்ணீர் இருந்தது என்று உங்களுக்குச் சொல்லவில்லை.

இதெல்லாம் தாண்டி அது அங்கே இருந்தது; பெரும் தனித்துவத்துடன், மற்ற எல்லாவற்றிலிருந்தும் விலகி, தெருவோடோ கடையோடோ அலுவலகத்தோடோ கல்லோடோ மரத்தோடோ ஒரு ஏரியின் அல்லது நதியின் தண்ணீரோடோ எவ்விதத் தொடர்பும் இன்றி அது இருந்தது. பூமிக்குரியவற்றைத் தனக்கானவையாக மாற்றிக்கொள்வது மனிதனுக்கு சாத்தியமானது, களிமண்ணைக்கூட; அதைக் கொண்டு அவன் விருப்பத்துக்கு அவற்றை வனையவோ மாற்றவோ முடிந்தது. அவை கிட்டத்தட்ட அவனின் ஒரு பகுதியாகவே இருந்தன, அவனுக்கு விசுவாசமாகவும் இருந்தன என்று சொல்லலாம். ஆனால், கடல் விஷயத்தில் அவனால் எதுவும் செய்ய முடியவில்லை, அதன் இயக்கத்தின்மீது அவனுக்குக் கட்டுப்பாடு இல்லை, அதன் எல்லைகளையும் புறவடிவங்களையும் வரைந்தவன் அவன் அல்ல. கடல் தனக்குத் தானே எஜமானன், பிறவற்றோடு சேராமலும் தனக்கு மட்டுமாகவுமே இருக்கும் ஒரு உயிரினம். சிருஷ்டிகர்த்தாவின் ஒரு படைப்பு அது, கடவுளின் படைப்பு. அதற்கென்று ஒரு ஆன்மா உண்டு, ஒருபோதும் வெல்லவே முடியாத ஆன்மா. ஆண்டவருக்கென்று ஒரு ஆன்மா இருக்கும் பட்சத்தில் அது இதுதான் என்று நீங்கள் நம்பலாம். அல்லது அது ஒரு கூட்டு ஆன்மாவா, அல்லது முழு ஆன்மாவும் முழுமை பெற்ற ஒன்றா? அல்லது எத்தனை ஆன்மாக்கள்?...

N. போத்தலிலிருந்து தொண்டைக்குள் நிறைய சாய்த்தான். முன்பு பிரேத அடக்கம் செய்ததுபோல இப்போது இந்தக் கட்டுப்பாடற்ற சிந்தனையோட்டம் அவனை ஆட்கொண்டது... உலகின் ஆன்மாக்கள் புறப்பட்டுக் கடலுக்குள் போயினவா, அல்லது அவை கடலால் உண்டாக்கப்பட்டவையா? உடலிலிருந்து பிரிந்த பிறகு அவை அங்கே போயினவா? அது பகுத்தறிவுக்குப் பொருந்துவதாக இருந்தது. உடல் மண்ணில் கிடத்தப்பட்டது, அது மண்ணுக்குத் திரும்பியது. எப்போதும் மாறாதது, தன் இயல்பை மாற்றிக்கொள்ளாதது, சீரழியாதது, கெட்டுப் போகாதது கடல் ஒன்றுதான். மனதும் ஆன்மாவும் இருப்பதைப்போலவே அது ஓய்வுகொள்ளாதது, விளையாட்டுத்தனமானது, கிளர்ச்சி கொண்டது... கடலில் பெருமளவில் மாசு இருப்பது உண்மைதான். பூமியும் களிமண்ணும் நிலத்தின் நீரும் பாலியல் தொழிலாளியின் கண்களும்

ஸ்க்விம்ஸியின் கால்களும் திருச்சபையின் ஆசைகாட்டி நெளியும் உதடுகளும் தூய்மையற்றிருப்பதைப்போல அல்லாமல் கடல் மாசற்றது.

கடலுக்குள் போகும் இருட்டின் தடத்தை சாத்தியமான அளவுக்கு *N.* கூர்மையுடன் பார்த்தான். அங்கே கிறிஸ்து நடந்துகொண்டிருந்ததைப் பார்த்திருந்தால் அவன் ஆச்சரியப்பட்டிருக்க மாட்டான். அவனுடைய கால்களுக்கு ஏற்ற தூய்மையான, கறைபடாத சாலை கடலே…

*N.*இன் தோளை இடுக்கியைப்போல மாலுமியின் கை அசைவுகள் பிடித்தபோது, 'அது ரொம்ப எளிது,' என்றான் அவன். 'உனக்கு ஆட்சேபணை இல்லையென்றால் எனக்கு இன்னொரு மிடறு வேண்டும். ஒரு பேய்க்கூட்டமே என் வயிற்றில் இருந்துகொண்டு மதுவிற்காகக் கதறுகிறது. இங்கிருந்து நகராதே. நீ கப்பலில் ஏறும்போதும் இறங்கும்போதும் யாரும் பார்த்துவிடாதபடி கவனமாக இரு… நீ என்ன செய்ய வேண்டுமென்று நான் திரும்பி வந்து சொல்கிறேன். கப்பலில் உன்னை யாராவது பிடிக்க நேர்ந்தால் – அது பெரும்பாலும் சாத்தியமே இல்லை, எந்த ஐரிஷ் அமெரிக்கனும் மர்ஃபி விதியை உனக்குச் சொல்வான், தவறாகப் போகும் வாய்ப்பிருக்கும் எதுவும் தவறாகப் போகும் – என்னைப் பற்றி எதுவும் சொல்லாதே, நீ என்னை சந்தித்தாய், பார்த்தாய், அல்லது என்னைப் பற்றி எதுவும் கேள்விப்பட்டாய் என்று எதுவும் சொல்லி விடாதே. நாங்கள் பெரும்பாலும் மிகச் சிரமமான சூழ்நிலையில் இருப்போம். நீ என்ன செய்தாலும் பயப்படாதே, ரொம்ப குடிக்காதே. நீ அந்தப் போத்தல்களை என்னிடம் கொடுத்துவிடுவது நல்லது – அந்த முழுப் போத்தல். நினைவில் வைத்துக்கொள், இது உன் பெரும் சாகசம், உன் வாழ்க்கையின் கதை…'

மங்கலான வடிவம் கொண்ட *Ed* இன் பாதங்களை முடிந்த அளவு சூழும் இருளிலிருந்து தன் மனதில் பிரித்துவைக்க முயன்றபோது *N.*, 'என் வாழ்க்கையின் கதை,' என்று சொன்னான். சிதறிக்கிடந்த தன் எண்ணங்களின் இழைகளை இணைக்கும்போது *N.* இருளின் ஊடே மீண்டும் தண்ணீரைப் பார்த்தான். எந்த மாயத்தின் எல்லைகள்மீது அவன் காத்திருந்தானோ அந்த மாயம் மதுவைப்போல அவனைப் போதையிலாழ்த்தியது. பரிபூரண மாயம்! அது ஆண்டவர் தன் சிருஷ்டியின்மீது போர்த்திய மூடாக்கு, அவர் ஒளித்துவைக்க விரும்பிய சிருஷ்டியின் பகுதி. *N.* செய்யவேண்டியதெல்லாம் அந்த நுழைவாயிலின் பக்கத்தூண்களை நோக்கிச் சில தப்படிகளை எடுத்துவைக்க வேண்டியதுதான். அந்த உலகுக்குள் நுழைந்துவிடுவான். அவனுக்குப் பின்னால் தெருக்கள், சாலைகள், அலுவலகங்கள், கல்லறைத் தோட்டங்கள், பிரேதங்கள், சவப் பெட்டிகள், வழக்கமான அன்றாடக் கழிவு, மந்தமான, உயிரற்ற நாளின் கடந்து செல்லும் சுயநலப் பதவி மோசடிகள், வகைமாதிரி மனிதனின் குப்பைக் கூளம் என இருந்தன. அவனுக்கு முன்னால் நிரந்தரப் புதுமைகொண்ட அதிசயங்களின் மாயக் குகை, மயக்கும் விசித்திர எதிர்காலம் – கவிஞனோ தீர்க்கதரிசியோ தக்க வகையில் கற்பனைசெய்ய முடியாதது, பெரும்பாலும் விஞ்ஞானத்துக்கு விளங்காதது – ஆண்டவரின் சொந்த இருப்பிட எல்லை என விரிந்து

கிடந்தன. தனக்குப் பின்னால் இருந்தவற்றை N. துறந்தான். நம்பிக்கையுடன் இருந்த அவன் கண்கள் எதிர்காலத்தின் அழைப்பைப் பரிசீலித்தன, அவன் வாழ்க்கைக்குள் அப்போதுதான் வந்த மர்மத்தைப் பார்க்கத் தவறியிருந்த அந்த வெற்று மனிதக் கண்கள்...

கையிலிருந்த போத்தலைச் சுழற்றினான். கடலின் ஆற்றலுக்கும் போத்தலின் ஆற்றலுக்கும் – விஸ்கியின் ஆற்றலுக்கும் – ஒரு வகையான நெருங்கிய தொடர்பு இருக்கிறது. அதுவும் கடலிலிருந்து வந்திருக்க வேண்டும், கடலிலிருந்து உயிர் வந்ததுபோல, மனித குலம் வந்ததுபோல, அது உண்மையென்றால். வாழ்க்கையின் உயிர்த்துடிப்பை அது கொண்டிருந்தது என்பது அவனுக்கு நன்றாகத் தெரியும்.

N. கையிலிருந்த போத்தலைத் தண்ணீருக்குள் நழுவவிட்டான், அந்த அற்புதக் கடலுக்குள், ஒளித்துவைக்கப்பட்ட அந்தக் கடலுக்குள். அவனுடைய கடந்த கால வாழ்க்கையின் குறியீடாக அது இருக்க விரும்பினான்; அவன் முன்னால் இருந்த எதிர்பாராத வாழ்க்கையின், ஒருவேளை விடுதலை பெற்ற வாழ்க்கையின் குறியீடாகவும் அது இருக்கலாம். மேற்கை நோக்கிக் கண்களை உயர்த்தினான், தொடுவானத்திலிருந்த ஒரு பொட்டுத் தங்கநிற ஒளியை, வஞ்சிக்கப்பட்ட அந்த நாளின் கசடுகளை உற்றுப் பார்த்தான்...

ஆர். சிவகுமாரின் பிற காலச்சுவடு மொழிபெயர்ப்புகள்

வசை மண்

(அயர்லாந்து நாவல்)

மார்ட்டீன் ஓ' கைன்

ரூ.390

அயர்லாந்து எழுத்தாளரான மார்ட்டீன் ஓ' கைனின் 'வசை மண்' நாவல் நவீன ஐரிஷ் இலக்கியத்தின் 'கிளாசிக்'காகக் கருதப்படுகிறது. மூலமொழியில் 1949இல் வெளியான இந்நாவல் பெரும் இலக்கியச் சாதனை என்ற புகழையும் அராஜகப் பிரதி என்ற நெருங்க முடியாத தன்மையையும் ஒரே சமயத்தில் பெற்றது. எனினும் ஐரிஷ் தவிர்த்த வேறு மொழி வாசகர்களுக்கு ஏறத்தாழ முக்கால் நூற்றாண்டுக் காலம் இந்தப் படைப்பும் படைப்பாளியும் அறியப்படாதவர்களாகவே இருந்தார்கள். 2015, 2016ஆம் ஆண்டுகளில் வெளியான இரண்டு ஆங்கில மொழியாக்கங்களே மார்ட்டீன் ஓ' கைனை உலகின் முக்கியமான நாவலாசிரியர்கள் வரிசையில் அமர்த்தின. ஜானதன் ஸ்விஃப்ட், ஆஸ்கர் வைல்ட், ஜார்ஜ் பெர்னார்ட் ஷா ஆகியோரின் ஐரிஷ் அங்கத மரபிலும் வில்லியம் பட்லர் யேட்ஸ், ஜேம்ஸ் ஜாய்ஸ், சாமுவல் பெக்கெட் ஆகியோரின் ஐரிஷ் இலக்கிய மேதைமை வரிசையிலும் இந்நாவல் மூலம் மார்ட்டீன் ஓ' கைன் இயல்பாகப் பொருந்துகிறார்.

பூமிக்கு மேலே முடிந்துபோன வாழ்க்கையின் சச்சரவுகள் கூடுதல் தீவிரத்துடன் பூமிக்குக் கீழேயும் தொடர்கின்றன. ஓரிருவர் தவிர மற்ற கதாபாத்திரங்கள் அனைவரும் மரித்தவர்கள்தாம். ஏமாற்றமும் அவமானமும் பொறாமையும் பூசலும் நிரம்பிய கொந்தளிப்பான ஒரு பெண்ணை மையமாக வைத்து நகர்கிறது நாவல். கவித்துவமும் துள்ளலும் ஒரு முனையில், வசையும் கொச்சையும் மறு முனையில் என்ற உயிரோசை கொண்டது நாவலின் மொழி. ஒரு சிறு நகரத்தின் வாழ்க்கை நிகழ்வுகளை அவற்றைக் கடந்த பெரிய உலகத்தின் உயிர்த் துடிப்புள்ள சித்திரமாக விரிக்கிறது நாவலாசிரியரின் கலை விகாசம்.

சிறுகதைகளும் வேறு இரண்டு நாவல்களும் எழுதியுள்ள மார்ட்டீன் ஓ' கைனின் சில படைப்புகள் அவருடைய மறைவுக்குப் பின்பே வெளியாயின. நார்வேஜியன், டேனிஷ், ஜெர்மன், பிரெஞ்சு, செக் மொழிகளில் பெயர்க்கப்பட்டுள்ள 'வசை மண்' இந்திய மொழிகளில் தமிழில்தான் முதலில் வெளியாகிறது.

சோஃபியின் உலகம்

(உலக கிளாசிக் நாவல்)

யொஸ்டைன் கார்டெர்

ரூ. 580

பதினான்கு வயதுச் சிறுமி சோஃபி அமுண்ட்செ்சன்னுக்கு ஒருநாள் இரண்டு செய்திகள் கிடைக்கின்றன. இரண்டும் கேள்விகள். 'நீ யார்? இந்த உலகம் எங்கிருந்து வருகிறது?' இந்த இரண்டு கேள்விகளுக்குப் பதிலை யோசிக்கும் அந்த நொடியிலிருந்து சோஃபியின் உலகம் வேறாகிறது. காலங்காலமாக சிந்திக்கும் மனிதர்கள் கேட்கும் கேள்விகளுக்கு சோஃபியும் விடைதேடத் தொடங்குகிறாள். அதன் வழியாக மனிதகுலத்தின் வரலாற்றை, தத்துவப் போக்குகளைப் புரிந்துகொள்கிறாள்.

இந்தப் பிரபஞ்சம், இந்த பூமி, இந்த வாழ்க்கை – இவை எல்லாம் எப்படி வந்தன என்ற கேள்வி ஒலிம்பிக் போட்டியில் யார் அதிகம் தங்கப் பதக்கங்களை வென்றார்கள் என்பதைவிட முக்கியமானது என்பதை இளம் தலைமுறைக்கு வலியுறுத்த எழுதப்பட்ட நூல் 'சோஃபியின் உலகம்'. தத்துவ நூலுக்குரிய இறுக்கமில்லாமல் ஒரு நாவலின் சுவாரசியத்தோடு எழுதப்பட்ட இந்நூலில் மனிதனின் ஆதிகால நம்பிக்கைகள் முதல் சாக்ரடீஸ், பிளாட்டோ வழியாக சார்த்தர் உட்பட்ட சான்றோர்களின் சிந்தனைகள்வரை அறிமுகமாகின்றன.

இதுவரை ஐம்பது மொழிகளில் மொழிபெயர்க்கப்பட்டு மூன்று கோடிப் பிரதிகளுக்குமேல் விற்பனையாகியுள்ளது. தொடர்ந்து உலகில் அதிக எண்ணிக்கையில் வாசகர்களைப் பெறும் நூலாகக் கருதப்படும் 'சோஃபியின் உலகத்தை' தெளிவான மொழியாக்கத்தில் தமிழ் வாசகர்களுக்கு அறிமுகம் செய்கிறது 'காலச்சுவடு பதிப்பகம்'.